AF270703

日本語能力試験・日本留学試験
読解対策シリーズ
JLPT/EJU reading comprehension series
JLPT/EJU 阅读理解系列措施
Loạt sách ôn luyện đọc hiểu cho JLPT/EJU
英語・中国語・ベトナム語
対訳付き

日本語 N2
文法・読解
まるごとマスター

N2 Grammar and Reading Comprehension: A Complete Guide
日语 N2 语法・阅读理解的全面掌握
Nắm vững toàn bộ phần ngữ pháp-đọc hiểu tiếng Nhật trình độ N2

水谷信子 監修・著
森本智子・黒岩しづ可・青木幸子 共著

Jリサーチ出版

　『日本語 N3　文法・読解まるごとマスター』の続編として、『日本語 N2　文法・読解まるごとマスター』をお届けします。

　日本語の教材のうち、読解の学習書の数が少ないということは、皆さんも感じておられるかもしれません。これは、読解力の向上をめざすための有効な学習法があまり進んでいないからです。読解力をのばすための学習法を開発して、意欲的な学習者の役に立ちたいという願いから努めてきた者として、今回、「N3」に続いて「N2」をまとめることができ、長年、日本語教材の開発に従事してきた者として、大変うれしく感じています。

　この教材の特色は、読解力を高めるため、文法項目を整理しながら、実際の文例に即した学習ができるように工夫したことです。また、文を構成する各要素の関係を図解によって理解できるように考え、文の成り立ちをよく理解し、重要な文法項目を着実に身につけて、文の長さや文法項目の複雑さを克服していけるように努めました。この点は「N3」と共通していますが、今回はとくに、素材となる文章を魅力あるものにすることに努力しました。そして、複雑な文に対しても文の構造や修飾関係を正しく理解し、省略されているものを補うことができ、さまざまなテーマ、スタイルの文章を通して語彙を増やすことができるように考えました。

　皆さんがこの教材を活用して、現在の読解力をさらに伸ばしていってくださるよう、心から願っています。

水谷信子

目次
もくじ
Table of Contents
目录
Mục lục

PART 1　実践！ 読解トレーニング　文章編
じっせん　　どっかい　　　　　ぶんしょうへん
Try it for Real! Reading Comprehension Training: Composition Section　**15**
实践！读解训练　文章篇
Thực tiễn! Luyện tập đọc hiểu　Tập Đoạn văn

<table><tr><td>**PART 2**</td><td>実践！読解トレーニング　情報編
じっせん　　どっかい　　　　　　　　　じょうほうへん
Try it for Real! Reading Comprehension Training: Information Section　**171**
实践！读解训练　情报篇
Thực tiễn! Luyện tập đọc hiểu　Tập Thông tin</td></tr></table>

● この課のタイトル／ Title of This Lesson ／本课的标题／ Tên bài

「Grammar Target」から主なものを一つ取り上げ示しています。

Points out and indicates one major element from 「Grammar Target」.

表示从「Grammar Target」的主要内容中抽出其中的一个。

Nêu ra một câu chính trong phần「Grammar Target」.

● Grammar Target

この課で取り上げた N2 レベルの文法項目です。

N2 level grammar items discussed in this lesson.

是指本课所提示的 N2 水平的语法项目

Là những đề mục ngữ pháp trình độ N3 có trong mỗi bài.

● モデル文章／ Model sentences ／模式文章／ Đoạn văn mẫu

「Grammar Target」を含む文章の例です。

Example sentences including 「Grammar Target」.

包含「Grammar Target」内容在内的文章的例子。

Là đoạn văn mẫu bao gồm các đề mục ngữ pháp có trong 「Grammar Target」.

PART 1
実践！読解トレーニング
文章編
§3
(L21-30)

Grammar Target
＊～にもかかわらず

Lesson
25 コミュニケーション力②

Communication Abilities ②／沟通交流能力 ②／ Năng lực giao tiếp ②

　方言は日本語の宝だ。日本は狭い国土ながら、南北に長く伸びている。気候・風土が相当異なる。そこで培われた人間性や人間関係の取り方も相当差異がある。方言には、そうした風土の違いが色濃く染み込んでいるのだ。

　方言で話されると、どこの方言でもその人の人柄が出ているような気がしてくる。体温が伝わってくる言葉なのである。＊個人としての体温というよりは、風土全体がからだの温もりとして伝わってくるというイメージだ。今時は共通語はテレビを通して十分身につけることができる。共通語が話せなくて困るということは、ほとんどない。いま必要なのは、むしろ方言の教育だ。ところが、生徒手帳にかつては「方言の使用を禁止する」という項目を掲載していた地方もあるほどで、その方言撲滅運動の成果もあってか、全国で方言能力の急激な低下が見られる。

　この衰退は深刻だ。現在八十代の方は、方言を使いこなすことが相当できる。五十代になると、その三分の一程度の方言能力しか有していない感じがする。これは、各地を訪れるたびに、自分と八十代の人を比較してどの程度の差があるか、と私が聞いた際の答えを参考にしている。二十代になると、方言能力は急速な低下傾向を見せる。関西の言葉のように、テレビで大きな勢力を持っている言葉は比較的廃れていない。しかし、鹿児島弁などは、方言の代表選手のような魅力を持っているにもかかわらず、若い人は喋らなくなってきているのだ。これはまったく看過することのできない事態である。

（齋藤孝『コミュニケーション力』岩波新書より）

Vocabulary

□ 風土 : climate ／风土／ phong thổ

□ 培う：育てる。

□ 差異：違い。

□ 染み込む：中まで入り込む。

□ 人柄：その人の性格や性質、全体的に感じられる印象など。

□ 掲載(する)：(to) publish ／刊载／ đăng tải

□ 撲滅(する)：完全になくすこと。

□ 衰退(する)：力や勢いがなくなり弱くなること。

□ こなす：仕事などを不足なく終わらせる、処理する。

□ 廃れる：（時代に合わなくなるなどのために）使われなくなる、行われなくなる。

□ 看過(する)：それを見たのに放っておくこと。それを目でとらえられず、気づかないこと。

98

文法のキー項目／Key Grammar Items ／语法的关键项目／Chìa khoá ngữ pháp

「Grammar Target」に掲げた項目の説明です。

Explanations of items Printed in 「Grammar Target」

是列举在「Grammar Target」中所提项目的说明。

Là phần giải thích về các đề mục có trong「Grammar Target」.

いろいろな表現／Various expressions ／各种表现／Nhiều cách nói

ちょっと難しい表現、覚えておきたい表現などを取り上げます。

Used to bring up somewhat difficult or hard to recall expressions.

列举几个比较难的及需要记住的表现。

Đưa ra các cách nói hơi khó hay cách nói muốn ghi nhớ.

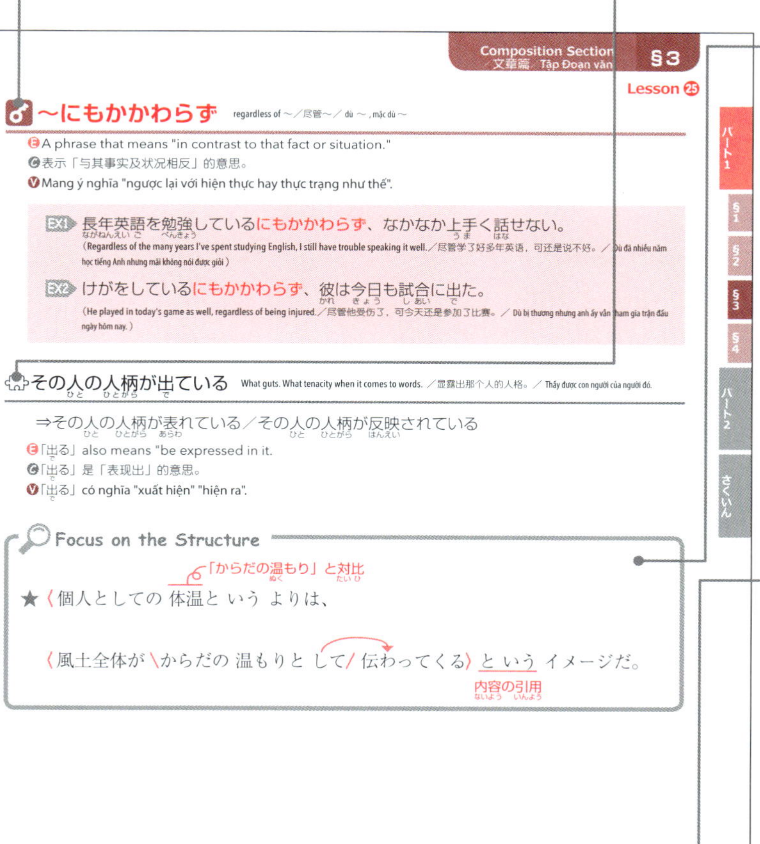

Focus on the Structure

モデル文章から１〜２の文を取り上げ、文の構造や修飾関係を説明しています。

Discusses 1~2 sentences from model sentences, and describes sentence structure and/or modifier relationship.

从模式文章抽出１〜２个句子来说明句子的构造及修饰关系等。

Đưa ra câu 1~2 trong đoạn văn mẫu, giải thích về cấu trúc hoặc mối quan hệ bổ nghĩa của câu.

理解度チェック／Check Your Understanding ／核实理解程度／Kiểm tra mức độ hiểu

毎回２つまたは１つ、文章を理解できたか確認するための簡単な問題があります。

Each passage has one or two simple questions you can use to make sure you understood it.

每次有两个或一个确认是否理解文章的简单练习问题。

Mỗi lần sẽ có 2 hay 1 bài đơn giản để kiểm tra lại xem người học có hiểu nội dung đoạn văn không.

主な 記号など Major Symbols, Etc. ／主要的记号等／ Những ký hiệu chính

記号	日本語	English	中文	Tiếng Việt
	修飾	Modifier	修饰	bổ nghĩa
	動詞→目的語	Verb → object	动词→宾语	động từ → tân ngữ
[ ]	名詞句	Noun Phrase	名词句	cụm danh từ
〈 〉	句	Passage	句	cụm từ
\ /	副詞、副詞句	Adverb, adverbial phrase	副词，副词句	trạng từ, cụm trạng từ
《 》	接続詞	Conjunction	连词	liên từ
〔 〕	節	Clause	节	mệnh đề
○ ○	助詞	Particle	助词	trợ từ
□	修飾される 語	Modified word	被修饰语	từ được bộ nghĩa
＝	主節	Principal clause	主节	mệnh đề chính
S - V	主語－述語 / 主部－述部	Subject - Predicate	主语－谓语 / 主部－谓部	chủ ngữ-vị ngữ
グレーの字 Gray characters／灰体字／ chữ in màu xám	省略された 語句	Omitted words	被省略的语句	cụm từ được lược bỏ

主な 略称 Main Abbreviations ／主要略称／ cách nói tắt chủ yếu

略称	日本語	English	中文	Tiếng Việt
V	動詞	Verb	动词	động từ
A	イ形容詞	*I*-adjective	イ形容词	tính từ đuôi I
NA	ナ形容詞	*Na*-adjective	ナ形容词	tính từ đuôi NA
N	名詞	Noun	名词	danh từ
Vます	動詞の ます形	Masu form of a verb	动词的ます形	thể MASU động từ
Vて	動詞の て形	Te form of a verb	动词的て形	thể TE động từ
Vた	動詞の た形	Ta form of a verb	动词的た形	thể TA động từ
Vる	動詞の 辞書形	Dictionary form of a verb	动词的词典形	thể từ điển động từ

この本のねらい

本書では、次のことを主なねらいとしています。

❶ より長く複雑な文に対しても、文の構造や修飾関係を理解できるようになること。

❷ 代名詞の指示内容を正しくとらえること。

❸ 動作の主体や対象など、人と動作・行為の関係を正しくとらえること。

❹ 主語や目的語、あるいは助詞など、省略されているものを補えるようになること。

❺ さまざまなジャンル・テーマ・スタイルの文章を通して、語彙を増やすこと。また、さまざまな表現を知ること。

❻ 実際の文章の中で、N2 レベルを中心とした文型の意味・用法を改めて理解すること。

❼ 文章全体の趣旨や流れをつかめるようになること。

This book's purpose

This objective of this book is to aid in comprehension of:

❶ Longer and more complicated sentences, their structure and relation grammatical modifiers.

❷ Pronouns and what they represent in the context of a passage.

❸ Who is performing an action along with the correct relationship between a subject and target in regards to an action.

❹ The omission of certain grammatical subjects and objects as well as particles.

❺ A wide variety of vocabulary and expressions through exposure to different genres, themes and styles of writing.

❻ JLPT N2-level grammar and usage as seen in real-life examples of written Japanese.

❼ The main idea and flow of an entire passage of writing.

本书目的

本书有以下几个主要目的。

---

❶ 即便看到较长且复杂的句子，也可以理解其句子的构造和修饰关系。

❷ 能够正确领会代名词所指示的内容。

❸ 能够正确领会动作的主体或对象等，理解人与动作 / 行为的关系。

❹ 能够领会主语或目的语或者助词等被省略的部分。

❺ 通过阅读各种类型 / 主题 / 风格的文章，增加词汇量。并且了解各种表现。

❻ 在实际文章中，以 N2 水平为主，重新理解句型的意思和用法。

❼ 学会掌握文章全体的主要内容和脉络。

Mục đích của giáo trình

Cuốn sách này xây dựng những mục đích chính dưới đây

❶ Người học có thể hiểu được cấu trúc câu và quan hệ giữa các thành phần câu dù câu dài và phức tạp hơn.

❷ Có thể hiểu đúng ý đang nhắc đến của đại từ.

❸ Nắm bắt chính xác quan hệ giữa người và động tác, hành vi như chủ thể của hành động và đối tượng hành động.

❹ Có thể nắm bắt được những từ bị lược như chủ ngữ, tân ngữ hay trợ từ.

❺ Tăng vốn từ thông qua những đoạn văn trải rộng trên nhiều lĩnh vực, tiêu đề, phong cách. Ngoài ra còn biết thêm nhiều cách nói đa dạng.

❻ Một lần nữa lí giải được ý nghĩa, cách sử dụng các mẫu câu trong cấp độ N2 thông qua những đoạn văn thực tế.

❼ Nắm được ý chính và mạch của toàn đoạn văn.

実践！ 読解トレーニング
文章編

Try it for Real! Reading Comprehension Training
Composition Section

实践！ 读解训练
文章篇

Thực tiễn! Luyện tập đọc hiểu
Tập Thông tin

Lesson
① 一人ランチ
ひとり

One-Person Lunch ／一个人的午饭／ Ăn trưa một mình

　「一人ランチ」「一人ラーメン」などという言葉がよく言われるようになった。これらについて、多くの人は「本当は誰かと一緒に食べたいが、友達や恋人がいないからそうしている」ものと思っているのではないだろうか。しかし、決してそういうことではない。彼ら、彼女らの中には、あえて一人で食事をしている人も少なくないのだ。★以前は、ラーメン屋や牛丼屋などに女性が一人で入ると変な目で見られがちだったが、今ではそれほど珍しくなくなった。人々の一日の生活パターンや食事の仕方は、どんどん多様化している。単にそういうことなのだろう。

　例えば、「男というものは、女性のように甘いものに夢中になったりすべきではない」というような見方はもう古い。甘いものが大好きな男性にもちゃんと市民権が与えられ、「スイーツ男子」などと呼ばれるようになっている。女性も、ボリュームたっぷりのステーキにかじりついた*り、ジョッキを片手にビールをぐいぐい飲む。

　現代は、性別や立場に関係なく、自分の好きな食事のスタイルを自由に選べる時代だ。周りにどう思われるかよりも、自分の時間をいかに楽しめるかを優先する傾向も増している。「ひとりランチ」も、その一例だろう。ただ、それだけでもなく、他人とのかかわりにあまり積極的でない日本人に合ったスタイルともいえる。今日的でもあり、日本的でもあるように思うのだ。

*かじりつく：歯を立てしっかり噛んで離さないようにする様子。

Vocabulary

□ あえて：venture to ／却／ cố, dám

□ 多様化（する）：(to) diversify ／多样化／ đa dạng hóa
　たようか

□ 単に：simply ／只是／ đơn giản là
　たん

□ 夢中：ある物事に気持ちが集中して、ほかのこと
　むちゅう　　ものごと　きも　　しゅうちゅう
　を考えなくなっている状態。
　かんが　　　　　　　　じょうたい

□ 市民権：citizenship ／市民权／ quyền thị dân
　しみんけん

□ スイーツ：甘いもの。
　　　　　　あま

□ ボリューム：量。
　　　　　　　りょう

□ かじる：硬いものの一部を歯で噛んで削り取る。
　　　　　かた　　　　いちぶ　は　　か　　　けず　と

□ ジョッキ：mug ／啤酒杯／ li/cốc vại

□ ぐいぐい：勢いよく飲む様子。
　　　　　　いきお　　　の　　ようす

□ 性別：sex; gender ／性别／ giới tính
　せいべつ

□ いかに：どうやって。どれだけ。

□ 優先（する）：(to) take precedence ／优先／ ưu tiên
　ゆうせん

□ かかわり：関係すること、つながること。
　　　　　　かんけい

🔑 ～というものは　　～ is something that／～这东西／作为～／～ nghĩa là

E An expression used to give one's judgment about something.

C 表达对某事加以感叹的判断。

V Là cách nói định nghĩa về một sự việc có kèm theo ý cảm thán.

> **EX1** 親**というものは**いつも子供のことを心配しているものです。
> 　　　　おや　　　　　　　　　こども　　　　　しんぱい
> （Parents are those who are always worrying about their children.／做家长的总是为孩子操心。／ Cha mẹ là lúc nào cũng lo lắng cho con cái.）

> **EX2** 幸運**というものは**、追いかけると逃げていくものです。
> 　　　　こううん　　　　　　お　　　　　に
> （Fortune is something that runs from you if you try to chase it.／好运这东西要是追逐，它会逃走的。／ Hạnh phúc là thứ đuổi theo thì lại chạy mất.）

🔍 Focus on the Structure

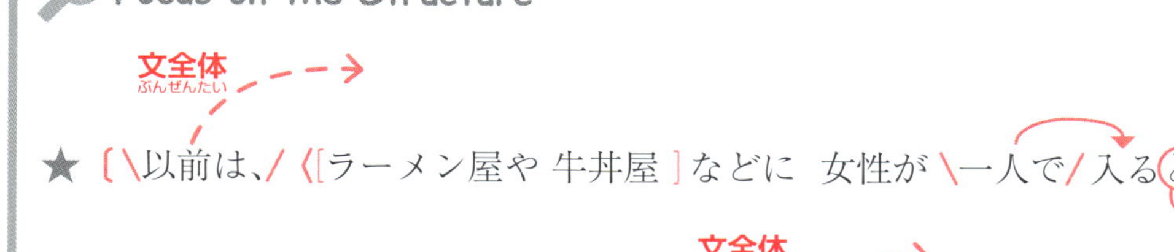

CHECK

Q1　<u>そういうこと</u>とは、どういうことですか。

Q2　どんなところが「今日的」または「日本的」ですか。それぞれ答えてください。
　　　　　　　　　　　　こんにちてき　　　　　　にほんてき　　　　　　　　こた

Lesson 2 日本文化を生んだ道具
にほんぶんか　う　どうぐ

The Tools that Created Japanese Culture／创造日本文化的工具
／Dụng cụ tạo nên văn hóa Nhật Bản

　日本の包丁はよく切れて使いやすいと、海外でも人気だ。わざわざ包丁を買うためだけに、海外から日本を訪れる人もいるほどだ。本格的*1 な日本料理がそうであるように、包丁もまた、職人の手によって非常に細やかに作られている。そして、その職人たちの高度な技術を支えている道具が砥石だ。砥石とは、切れにくくなった包丁をはじめ、刃物*2 の刃を研ぐための道具だ。★質のいい砥石を使えば、刃が折れない限り、ほぼ永久に同じものを使うことができる。

　産地として有名なのが、京都の丸尾山だ。天然の砥石がとれる世界で唯一の場所でもあり、その砥石は「①奇跡の産物」と言われている。なぜなら、丸尾山の砥石は、ハワイ付近の海底で1000年に1ミリずつ積もった火山灰などが、2億5000万年の時を経て日本にたどり着き、採掘できる*3 ようになったものだからだ。まさに、自然からの贈り物なのだ。

　しかし、人工砥石が増えるとともに、天然砥石の需要は減っていき、採掘もほとんど行われなくなってしまった。そこで、ある店の主人がネット販売で天然砥石のすばらしさをアピールしたところ、日本だけでなく世界中の大工や料理人など、刃物を使う職人から注文が来るようになった。

　世界的に有名な日本刀は、天然砥石がなければ作ることができなかったと言われている。和食の場合は、天然砥石で研いだ包丁を使うかどうかで、味も見た目もだいぶ違うそうだ。建築や工芸品などについても、②事情は同じだろう。そう考えると、もし、日本で砥石が採掘できていなければ、日本文化の特徴的なある部分は生まれていなかったか、別なものになっていたのかもしれない。

*1　本格的な：簡単にせず、本来の形式に従った、本来の姿・あり方をめざした。
ほんかくてき　かんたん　ほんらい けいしき したが　ほんらい すがた　かた
*2　刃物：物を切るための道具。
はもの もの き　どうぐ
*3　採掘する：掘って土の中にある資源を取る。
さいくつ　ほ　つち なか　しげん と

Vocabulary

- □ 包丁（ほうちょう）：kitchen knife ／菜刀／ dao
- □ 職人（しょくにん）：artisan ／工匠／ nghệ nhân
- □ 支える（ささ）：support ／支撑／ nâng đỡ
- □ 刃（は）：blade ／刀刃／ đao
- □ 研ぐ（と）：sharpen ／磨刀／ mài
- □ 質（しつ）：quality ／质量／ chất, chất lượng
- □ 永久に（えいきゅう）：eternally ／永久／ vĩnh viễn, vĩnh cửu
- □ 産地（さんち）：生産（せいさん）される場所（ばしょ）、地域（ちいき）。
- □ 唯一（ゆいいつ）：ほかになく、それが一つ（ひと）あるだけ。

- □ 奇跡（きせき）：miracle ／奇迹／ kì tích
- □ 産物（さんぶつ）：生み出（う だ）されたもの。
- □ 灰（はい）：ash ／灰／ tro
- □ たどり着く（つ）：arrive ／到达／ tìm ra
- □ 需要（じゅよう）：demand ／需要／ nhu cầu
- □ 大工（だいく）：carpenter ／木匠／ thợ mộc
- □ 工芸品（こうげいひん）：craftwork ／工艺品／ hàng mĩ nghệ

🔑 ～をはじめ　such as ～ ／以～为代表／ cả ～ , chẳng hạn ～

E An expression used to give a representative example while stating that other examples exist.

C 有「以～为代表」的意思，例示还有其他。

V Là cách nói liệt kê ngoài ra còn những thứ khác nữa với ý nghĩa "～ là đại diện".

> **EX1** あの会社（かいしゃ）は、社長（しゃちょう）**をはじめ**、社員全員（しゃいんぜんいん）が仕事熱心（しごとねっしん）だ。
> (All of the employees at that company, such as its president, are passionate about their work. ／那家公司以社长为首，公司上下人人都热心工作。 ／ Công ty đó, từ giám đốc đến toàn bộ nhân viên ai cũng nhiệt tình với công việc)

> **EX2** この学校（がっこう）では、英語（えいご）**をはじめ**、さまざまな外国語（がいこくご）を学（まな）ぶことができる。
> (You can learn various foreign languages at this school, such as English. ／在这所学校，以英语之主，还可以学到各种外语。 ／ Ngôi trường này được học rất nhiều ngoại ngữ, chẳng hạn (tiêu biểu) như là tiếng Anh)

🔑 ～限り（かぎ）　so long as ～; as far as ～ ／限于～、只要～／ nếu ～ , trong giới hạn ～

E An expression that states a limit, such as a condition that must be met or a range that must be maintained.

C 表示「还不具备某种条件」「在那个范围内」的限定表现。

V Là cách nói mang ý giới hạn "nếu đủ điều kiện", "trong phạm vi đó".

> **EX1** 今度（こんど）の大会（たいかい）でいい結果（けっか）を出（だ）さない**限（かぎ）り**、代表（だいひょう）には選（えら）ばれないだろう。
> (They won't be picked as representatives, so long as they don't do well at the next tournament. ／这次大会只要不出好结果就不能选做代表吧。 ／ Nếu không đạt kết quả tốt trong cuộc thi lần này chắc sẽ không được gọi vào đội tuyển.)

> **EX2** 私（わたし）の知（し）る**限（かぎ）り**、それが一番早（いちばんはや）い行（い）き方（かた）です。
> (That is the fastest way, as far as I know. ／据我所知，那是最早到达的方法。 ／ Trong phạm vi tôi biết thì đây là cách đi nhanh nhất.)

🔑 〜とともに　along with 〜／与〜同时／Cùng với 〜 , đồng thời

🇪 A phrase that means "together with 〜" used when two things take place at the same time.

🇨 是「〜と一緒に」的意思，表示两件事同时成立。

🇻 Diễn đạt ý "Cùng với 〜", thể hiện hai việc diễn ra cùng lúc.

> **EX1** 大臣の発言に注目が集まる**とともに**、批判も集中した。
> （Along with attention gathered by the minister's remarks, criticism was focused on them as well.／部长的言论引起了人们的注意，也遭到了批评。／Cùng với sự quan tâm tới phát ngôn của bộ trưởng thì cũng có rất nhiều những lời phê phán.）
>
> **EX2** このようなセミナーを通じて、知識を深める**とともに**、情報交流もしていきたい。
> （Along with deepening my knowledge, I would like to also exchange information through these kinds of seminars.／想通过这样的研讨会，在加深知识的同时还可以交换情报。／Thông qua những buổi học tập như thế này, chúng tôi muốn nâng cao kiến thức, đồng thời để trao đổi thông tin..）

🔍 Focus on the Structure

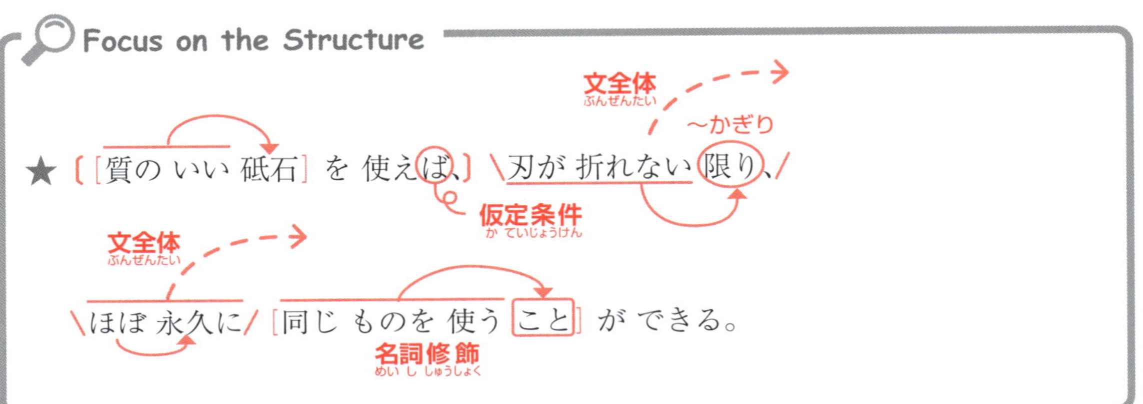

CHECK

Q1　どうして「①奇跡の産物」と言われているのですか。

Q2　②事情は同じだろうとはどういうことですか。

Lesson ❸ 棚田
たなだ

Tanada ／梯田／ Ruộng bậc thang

　棚田^{*1}という言葉がある。これは、筆者が子供のころに「段段畑」と言ってなじんでいたものと大体同じようなものを指す。段々畑といえば、四国のミカン栽培などがイメージされるが、日本各地の同じような場所では、米が作られることが多く、その場合、棚田といわれる。

　日本という国は、面積が少ない一方で山が多いから、その結果、農地として使い得る平野が限られてしまう。それで、山の斜面を少しずつ耕作して農地にしていった。それが棚田である。人々は、なんとか農地として手に入れた狭い土地をコツコツと^{*2}耕し、時に天候不良などにも悩まされながら、作物を作り続けた。

　★棚田の小さく区切られた田んぼ一つひとつの水面に、月が映っている光景を「田ごとの月」という。俳句の世界では、この「田ごとの月」が題材^{*3}になることもあるそうだ。とても美しく、ユニークな、田園風景の一コマだが、ふもとから水を汲み、山の斜面の田んぼまで何度も運んで水をためた苦労は、大変なものだったろう。また、その苦労からすると、収穫はあまり多くなかったに違いない。

　山の斜面に広がる棚田の風景を見ていると、美しさに感動すると同時に、人々の懸命な姿に頭が下がる思いになるのだ。

*1　棚田：山の面に階段状に作った田。
*2　コツコツと：地味だが、少しずつ確実に物事を進める様子。
*3　題材：作品のテーマの材料

Vocabulary

☐ 栽培(する)：植物、特に野菜やくだものを植えて育てること。

☐ 農地：農業に使う土地。

☐ 斜面： slope／斜坡／ mặt nghiêng, mặt dốc

☐ 耕作(する)： to cultivate ／耕作／ canh tác

☐ いかに：どれほど、どんなに。

☐ 胸を打たれる：強く感動する。

☐ 農作物：田や畑で作られたもの。

☐ 同情：人の気持ち、特に苦しみや悲しみを自分のことのように感じること。かわいそうに思うこと。

☐ 頭が下がる思い：自分にはできないことだと思って尊敬する気持ち。

一方で（いっぽうで）
but meanwhile ／另一方面／ trong khi, mặt khác

E Used after explaining one situation to express that there is another, different aspect of it.

C 表示在提到某件事的一方面之后，还有另一个方面。

V Sau khi nhắc tới một vấn đề thì thêm vào một hiện trạng khác.

EX1 国内の売上が下がっている一方で、海外の売上は大幅に伸びている。
（Domestic sales are shrinking, but meanwhile overseas sales are growing in a major way.／尽管国内销售下滑，但海外销售却大幅增加。／ Trong khi doanh số bán trong nước giảm thì doanh số bán tại nước ngoài lại tăng mạnh.）

EX2 自分の才能に自信をなくす一方で、将来についてもっと真剣に考えるようになった。
（I lost confidence in my abilities, but meanwhile I started to think more seriously about my future.／在对自己的才能失去信心的同时，我对未来认真思考了。／ Mất đi tự tin về tài năng của mình nhưng lại suy nghĩ thấu đáo hơn về tương lai）

～得る（う／え）
could be ～／可能～／ Có thể ～

E Indicates that a matter is possible.　**C** 表示某事是有可能的。　**V** Diễn tả về khả năng của sự việc.

EX1 このような事故は、どこでも起こり得ることだ。
（This kind of accident could happen anywhere.／这样的事故哪儿都可能发生的。／ Tai nạn như thế này có thể xảy ra ở bất cứ đâu.）

EX2 天気によっては、お祭りが中止になることもあり得るそうだ。
（According to the weather, the festival could be canceled.／根据天气，活动有可能中止。／ Do thời tiết thì lễ hội có thể bị hoãn.）

～からすると
judging by ～／从～来看／对～来说／ Xét từ ～ , nhìn từ ～

E Means "if one was to judge by ~."　**C** 表示「从～上判断」这样的意思。　**V** Diễn ta ý "phán đoán từ ～"

EX1 この名前からすると、たぶん日本人だな。
（Judging by this name, he's probably Japanese.／从名字上看，可能是日本人吧。／ Xét từ cái tên này thì có lẽ là người Nhật.）

EX2 彼からすると、どれも簡単すぎる問題だろう。
（Judging by him, I think all the questions are too simple.／对他来说，哪个问题都太简单了。／ Nhìn từ anh ấy thì chắc câu nào cũng quá dễ.）

🔍 Focus on the Structure

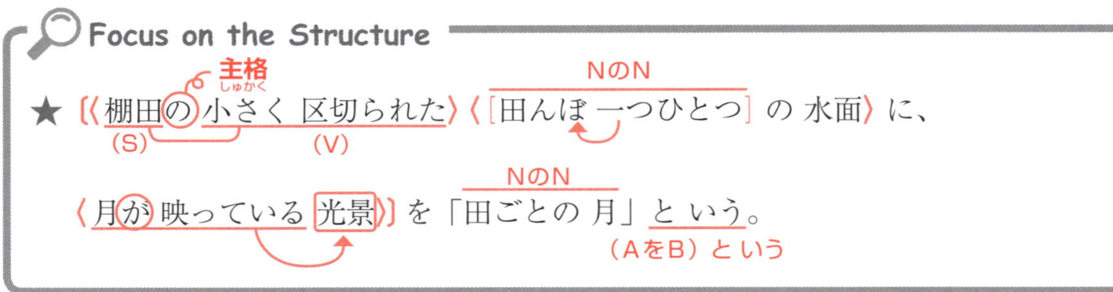

CHECK

Q1 棚田の特徴は何ですか。

Q2 「田ごとの月」とはどのような月ですか。

Lesson ❹ 科学の限界①
かがく　げんかい

The Limit of Science ①／科学的极限①／Giới hạn của khoa học ①

　確かに科学には金がかかり、それには社会の支持が欠かせない。「無用の用*」にすらならないムダも多いだろう。しかし、ときに科学は世界の見方を変える大きな力を秘めている。★事実、科学はその力によって自然観や世界観を一変させ、社会のありように大きな変化をもたらしてきた。社会への見返りとは、そのような概念や思想を提供する役目にある<u>のではないか</u>。それは万に一つくらいの確率であるかもしれないが、科学の営み<u>抜き</u>にしては起こり<u>得ない</u>貢献である。むろん、天才の登場を必要とする場合が多いが、その陰には無数の無名の科学者がいたことを忘れてはならない。それらの積み上げがあっ<u>てこそ</u>天才も活躍できるのである。

（中略）

　科学は冷徹な真理を追い求めているのには<u>相違ない</u>が、その道筋は「物語」に満ちている。科学の行為は科学者という人間の営みだから、そこには数多くのエピソードがあり、成功も失敗もある。それらも一緒に紡ぎ合わせることによって「文化としての科学」が豊かになっていくのではないだろうか。それが結果的に市民に勇気や喜びを与えると信じている。

　その「物語」を貫く一つの芯として、科学（および科学者）の倫理を据えなければならないと思う。科学には二面性があり、善用も悪用も可能なのである。

（中略）

　生活に役立つ民生用にも、人を殺す軍事用にも転用できる。人々に大きな利益をもたらす一方、最初から反倫理性を内包している科学もある。科学は、それらをどう考え、社会はどう選択していくべきかを語る「物語」でもなければならない。

（池内了『科学の限界』ちくま新書より）
　いけうちさとる　かがく　げんかい　　　　しんしょ

＊無用の用：全く何の役にも立たないように見えて、何かの役に立つこと。
　むよう　よう　まった　なん　やく　た　　　　　　　み　　　なに　やく　た

Vocabulary

□ 一変（する）：大きく変わる、すっかり変わること。
　いっぺん　　　　　おお　か　　　　　　　　　か

□ ありよう：様子。
　　　　　　　ようす

□ 見返り：compensation; kickback／作为回报／đền đáp, lại quả
　みかえ

□ 万に一つ：わずかな可能性のたとえ。
　まん　ひと　　　　　　　か のうせい

□ 営み：activity／経営／làm việc, sinh hoạt
　いとな

□ 冷徹（な）：coolheaded／寒冷的／nhanh trí, sáng suốt
　れいてつ

□ 真理：truth／真理／chân lí
　しんり

□ エピソード：episode／插曲／phân, đoạn

□ 紡ぐ：spin／纺／kéo tơ
　つむ

□ 貫く：penetrate／贯穿／渗透／thông suốt
　つらぬ

□ 倫理：ethics／伦理／luân lí
　りんり

□ 据える：しっかりとそこに置く。
　す

□ 善用（する）：よい目的に使うこと。
　ぜんよう　　　　　もくてき　つか

□ 民生：国民の生活、特に、社会福祉に関係すること。
　みんせい　こくみん　せいかつ　とく　しゃかいふくし　かんけい

□ 内包（する）：中に持っている。
　ないほう　　　　なか　も

🔑 ～のではないか　don't you think ～／是不是～／phải chăng là ～

🇪 An expression used to make a conjecture about something.
🇨 表示对某事的推测。　🇻 Cách nói phỏng đoán về một sự việc.

EX1 将来、ロボットが介護をする時代になるの**ではないか**と思う。
　　　しょうらい　　　　　　かいご　　　　じだい　　　　　　　　　　　　おも
(Don't you think there be an age in the future when robots provide care?／我认为将来是不是会进入用机器人来护理的世代。／Tôi nghĩ phải chăng tương lai sẽ là thời kì robot làm công việc chăm sóc người già.)

EX2 留学することについて、彼女はまだ迷っているん**じゃないか**なあ。
　　　りゅうがく　　　　　　　　　かのじょ　　　　まよ
(Don't you think that she's still wavering about whether or not to study abroad?／关于留学，她是不是还在犹豫啊？／Phải chăng cô ấy vẫn đang phân vân về việc đi du học.)

🔑 ～抜きで／～を抜きに　without ～／除去～／把～／không tính tới ~, không có ~
　　　ぬ　　　　　ぬ

🇪 A phrase that means "without taking ~ into consideration."
🇨 表示「不把～考虑进去」的意思。　🇻 Diễn tả ý "không cân nhắc tới ~ "

EX1 難しい話は**抜きで**、今日は楽しみましょう。
　　　むずか　はなし　ぬ　　　きょう　　たの
(Let's do without the difficult conversation and enjoy ourselves today.／今天不谈很难的话题，痛快地享受吧。／Hôm nay hãy chơi vui vẻ mà không cần nghĩ tới mấy chuyện khó nhằn.)

EX2 お世辞**抜きで**、彼は頭がいい。
　　　せじ　ぬ　　　かれ　あたま
(He's smart, and I say that without flattery.／没有奉承，他很聪明。／Không phải nịnh chứ anh ấy thông minh thật.)

EX3 彼女**を抜きに**、このチームは成り立たない。
　　　かのじょ　ぬ　　　　　　　　　な　た
(This team can't exist without her.／没她的话，这个团队无法成立。／Thiếu cô ấy thì không tồn tại đội bóng này.)

🔑 ～得ない　could never ～／不可能～／Không thể ～
　　え

🇪 A phrase that means "no possibility that it will become that way," or "It is impossible to do that."
🇨 表示「没有那种可能性，做不了。」的意思。　🇻 Diễn đạt ý "không có khả năng đó, không thể làm được điều đó".

EX1 あの二人が結婚するなんて、あり**得ない**。
　　　ふたり　けっこん　　　　　　　　え
(Those two could never get married.／那两个人不可能结婚。／Hai người đó lấy nhau thật vô lí.)

EX2 難しすぎて、私のような凡人には理解し**得ない**。
　　　むずか　　　　わたし　　　ぼんじん　　　りかい　え
(It's so difficult that a regular person like me could never understand.／太难了，像我这样平庸的人理解不了。／Khó quá nên người thường như tôi không thể hiểu được.)

🔑 ～てこそ　　it's because of ～／只有～才／Chính vì,

E An expression used to emphasize the importance of something. Used in the form「AてこそB」, where A (a condition) exists, causing B (a good result) to happen.

C 强调某事重要性的表现。是「只有A才B」的形式，表示只有A（条件）成立才有B（好的结果）。

V Cách nói nhấn mạnh tầm quan trọng của sự việc "Chính vì A nên B", nhờ có A mà mới có kết quả B (tốt).

EX1 健康であって**てこそ**、毎日楽しく生活することができる。
けんこう　　　　　　　　まいにちたの　　せいかつ
(It's because of my health that I'm able to enjoy every day of my life.／只有健康才能每天过得快乐。／ Chính vì có sức khỏe mới sống vui vẻ hàng ngày.)

EX2 技術は使っ**てこそ**価値がある。
ぎじゅつ　つか　　　　　　かち
(It's because you use technology that it's valuable.／技术只有使用才能体现其价值。／ Có giá chính vì sử dụng kĩ thuật.)

🔑 ～相違ない　　certain that ～／肯定～／không sai, hoàn toàn đúng
　　　そう　い

E While this means the same thing as「～に違いない」, it is more formal and slightly more rigid.

C 与「～に违いない」意思相同，是比较肯定的语气。

V Giống nghĩa với cách nói「～に違いない」, hơi cứng và trang trọng hơn

EX1 犯人はあの女に**相違ない**。
はんにん　　　おんな　そう　い
(I am certain that she is the culprit.／犯人肯定是那个女的。／ Thủ phạm chính là cô ta.)

EX2 〈書類〉上記の内容で**相違ありません**。
しょるい　じょうき　ないよう　そう　い
((Document) I affirm that the above is correct.／文件上记载的内容一定没错。／ (Giấy tờ) Nội dung trên không có gì sai.)

🔍 Focus on the Structure

文全体
ぶんぜんたい

★ ＼事実、／ 科学は ＼ ［その 力］に よって／［自然観や 世界観］を 一変させ、

NのN　　　　　　　　　　**手段**
　　　　　　　　　　　　しゅだん　　　［結果］をもたらす
　　　　　　　　　　　　　　　　　　けっか
［社会の ありよう］に〈［大きな 変化］を もたらしてきた〉。
あり様～あり方　　　　**対象**　　　　　　　　Vてくる
　　　　かた　　　　たいしょう

CHECK

Q1 そのようなとは、どのようなことですか。

Q2 科学や科学者が倫理を持たなければならないのはどうしてですか。
かがく　かがくしゃ　りんり　も

Lesson 5 科学の限界②

The Limit of Science ②／科学的极限②／Giới hạn của khoa học ②

★科学の商業化の風潮が強まる**につれ**、科学者が社会に迎合する方向になびいている。その風潮のために、新たな知見をもっと多様で、もっと可能性がある研究へと深める努力を放棄し、事柄の一端のみで満足してしまう。時間が短縮され、早く結果が求められるようになって、総合的な視点を失っている。そのことは、例えば新たに開発した薬の害（副作用）についての十分なテストを行わないまま商品化してしまったり、安易なテストのみで済ませてしまったりすることに通じる。科学の商業化は、万全の措置を求めたいという、科学者が本来持っている願望を制限してしまうのである。

　もう一つの問題点は、商業化を目指す**ばかりに**基礎からの研究がおざなりになり*¹、改良主義に陥って、真のイノベーションの芽が潰されていく点だ。かつて電子顕微鏡の販売**において**日本は世界の75パーセントまで市場を支配していた。ところが、数年前にドイツ製の新機軸の電子顕微鏡が出現し、今やドイツ製品が市場を圧倒するようになってしまった。その理由は、日本**においては**いったん出来上がった製品の改良に力を入れたのだが、改良のみでは飛躍的な能力の上昇は期待できない。いったん電子顕微鏡競争に負けたドイツは、15年の歳月をかけて全く新しい方式を開発し、一桁上の*²性能を発揮する商品を作り出したのである。科学の商業化が進んで成功すると、そこで立ち止まってしまう弊害が日本**において**如実に現れた*³と言うべきだろう。

（池内了『科学の限界』ちくま新書より）

*1　おざなりになる：いい加減になること。きちんとやらないこと。
*2　一桁上の：一段上のすぐれた。
*3　如実に現れた：隠れることなく、はっきりと現れた。

Vocabulary

□ 風潮：世の中の傾向。
□ 迎合(する)：自分の考えを曲げてでも、相手に気に入られるように合わせること。
□ なびく：bow ／飘动／đung đưa, lung lay
□ 知見：知識。知識を得ること。

□ 放棄(する)：捨てる、持つのをやめる。
□ 一端：一部分。
□ 副作用：side effect ／副作用／tác dụng phụ
□ 万全(な)：完全な。
□ 措置：measure ／措施／biện pháp, giải pháp

□ （〜に）陥る：よくない状態になる。
□ イノベーション：innovation ／革新 ／sự đổi mới
□ 新機軸：それまでとは違う新しいやり方。
□ 圧倒する：to overwhelm ／压倒 ／áp đảo
□ 飛躍的（な）：急に進歩する様子。
□ 顕微鏡：microscope ／显微镜 ／kính hiển vi

□ 歳月：年月。
□ 性能：（機械などの）性質や能力。
□ 発揮（する）：本来持っている力や長所を十分出すこと。
□ 弊害：悪い影響を与えること。
□ 如実に：現実のままに。実際のとおりに。

〜につれ　as 〜／随着〜／cùng với 〜

Ⓔ Indicates a change that occurs together with a change in a certain situation or condition.
Ⓒ 随着某些事情和条件的变化，其他也随之改变。
Ⓥ Khi một sự việc, trạng thái thay đổi thì sự việc khác cũng thay đổi theo.

EX1 年をとる**につれ**、目が見えにくくなってきた。
（As I've gotten older, my vision has gotten worse.／随着年纪的增长，眼睛也开始看不清楚了。／ Có tuổi thì mắt càng kém hơn）

EX2 パソコンの普及**につれ**、漢字を正しく書けなくなったと感じる人が増えている。
（As computers have spread, the number of people who feel they cannot correctly write kanji has increased.／随着电脑的普及，写错汉字的人在增多。／ Cùng với sự phổ biến của máy tính thì số người cảm nhận không viết được chính xác chữ Hán đang tăng lên.）

〜ばかりに　nothing but 〜／只〜／Chỉ vì 〜

Ⓔ A written expression that means "only one thing that is the reason for something."
Ⓒ 表示「只是一个原因」，是书面语表现。
Ⓥ Cách dùng trong văn viết diễn tả ý "chỉ vì duy nhất một nguyên nhân".

EX1 ほかの人に秘密を話した**ばかりに**、彼女を怒らせてしまった。
（He got mad at her all because she told nothing but secrets to others.／只是对别人透漏了秘密，她非常生气。／ Chỉ vì nói bí mật với người khác mà làm cô ấy giận.）

EX2 レポートの提出期限に遅れた**ばかりに**、単位をもらえなかった。
（She didn't get credits only because she missed the deadline to submit the report.／只是因为报告交晚了而没拿到学分。／ Chỉ vì nộp chậm báo cáo mà không lấy được tín chỉ.）

〜における／おいて　within／对于〜 /在〜范围／ Trong 〜

Ⓔ A written expression that means "Y within X (a scope or place).
Ⓒ 在 X（范围及场所）中的 Y」的书面语表现。
Ⓥ Cách dùng trong văn viết diễn tả ý "Y trong (phạm vi, địa điểm) X".

EX1 次に、社会**における**企業の役割について述べます。
（Next, I will talk about the role of companies within society／下面阐述一下关于企业在社会中所发挥的作用。／ Tiếp theo tôi xin đề cập tới chức năng của doanh nghiệp trong xã hội.）

EX2 あなたにとって、人生**において**最も大切にしていることは何ですか。
（What do you consider the most important thing within your life?／对你来说，人生最重要的是什么？／ Với anh thì các gì quan trọng nhất trong cuộc đời.）

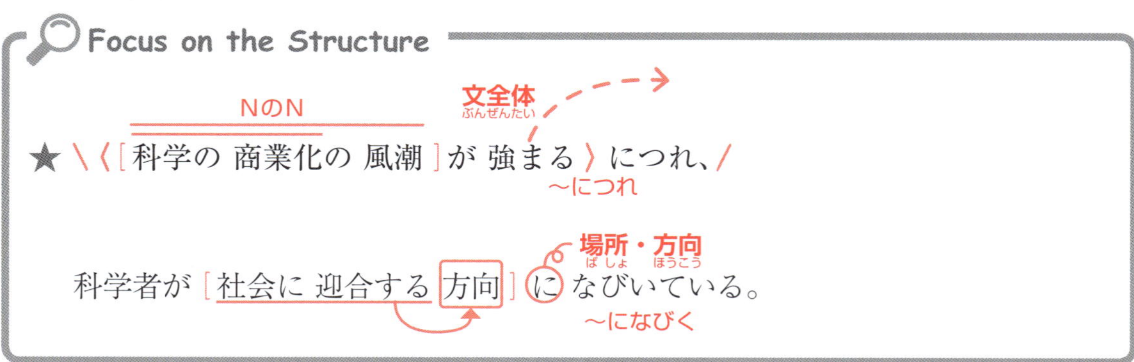

CHECK

Q1 電子顕微鏡の販売で、ドイツが市場を圧倒しているのはなぜですか。

Q2 科学の商業化の弊害とは、どんなことですか。

Lesson ❻ 絵の楽しみ方
（え　　たの）

How to Enjoy Art ／美术画的欣赏方式／ Cách thưởng thức tranh

Grammar Target
◆あまりの〜に
◆〜ということは

　私は10年ぐらい前から、1カ月に1回ぐらいの割合で美術館に行っている。美術館の特別展に行って絵を見るようになったのは、教科書やカレンダーなどで見た有名な世界各国の名画の本物を見て感動したからだ。だから、特にジャンルを決めずに、世界の美術館から来た名画の特別展は積極的に見に行った。

　美術館に行きはじめたころは、どの絵もドキドキしながら見た。教科書で見たモナリザやピカソの絵などを見るために、長い列に並んだ。★そして、長い時間待っただけのことはあったという満足感が残った。しかし、多くの展覧会を経験した今、見てすぐに離れてしまう絵と、ゆっくり立ち止まって見たい絵があるようになった。時間をかけないのは、宗教画*1 と人物を描いた絵である。無宗教の私は、描かれている場面についての知識がなく、説明を読んでも頭に入らない。人物の絵は、女性は美しい衣服やネックレスが見事に描かれているので、あまりの美しさにじっと見てしまうことはあるが、男性はほとんどが黒い衣服なので、見ることもしないで通り過ぎることもある。ところが、風景画や花や果物を描いた静物画*2 になると、混雑していない限り、長い時間立ち止まってしまう。心が落ち着くのである。

　今の私の絵の見方を美術館によく行く友人に話してみると、友人は、「私は、自分の家の居間に絵を飾ったときを想像して、部屋に合うかどうかを考えながら見ている」というのだ。「だから、大きな絵はちょっと見るだけで、小さな絵をゆっくり見る」のだそうだ。この話を聞いて、なるほどと思った。自分の家の居間に飾る絵としていいかどうかという見方で見るということは、自分の好みを基準にしてみているということである。以前の私の絵の見方は、歴史的な価値や世間的な評価に影響され、「見なければならない」「理解しよう」という気持ちが強く働いていたのではないだろうか。ある程度絵を見る経験をした今、これからは素直に、自分の見たい絵を見ようと思う。

*1　宗教画：宗教に関するものをテーマに描かれた絵。特にキリスト教に関するもの。
*2　静物画：西洋の絵の分野の一つ。花や食べ物、食器、道具、楽器などを描く。

Vocabulary

☐ 本物：genuine／真品／đồ thật
　ほんもの

☐ 実感（する）：実際に感じること。(to) really feel／真实感觉／cảm nhận, thực tế cảm thấy
　じっかん　　　じっさい　かん

🔑 あまりの〜に　　so 〜 that／因为太〜／Quá 〜

E An expression used to show surprise at the incredible degree of something and to state a result or judgement made because of it.

C 对某事表示异常的惊讶，表达由此而带来的结果及做出的判断。

V Thể hiện sự khác nhiên với ~ tới mức bất thường, và nói đến kết quả, quyết định liên quan.

EX1 あまりの暑さに、出かけるのをやめることにした。
　　　　　　あつ　　　で
(It was so hot that I decided to not go out.／因为热得受不了了，不出去了。／ Quá nóng nên thôi không ra ngoài nữa.)

EX2 彼のあまりの勝手な行動に、みんな怒っていた。
　　　　かれ　　　　　かって　こうどう　　　　　　おこ
(His actions were so selfish that everyone got mad.／大家都对他的过分行为感到愤怒。／ Mọi người đều tức giận trước hành động quá tự tiện của anh ta.)

🔑 〜ということは　　〜 would mean／因为〜／có nghĩa là 〜

E Used in the form「Aということは B」to indicate that an interpretation (B) can be made based on a certain fact or condition (A).

C 是「Aということは B」的形式。表示从某种事实及状态（A）中得出（B）的解释。

V Có dạng "A có nghĩa là B", từ sự việ, tình trạng A có thể đưa ra giải thích B .

EX1 車がないということは、どこかに出かけているということだ。
　　　　くるま　　　　　　　　　　　　　　で
(If the car is not here, that would mean he's gone out somewhere.／车不在，说明是去哪里了。／ Không có ô tô có nghĩa là không đi được đâu.)

EX2 まだ電話もメールもないということは、不採用ということなんだろう。
　　　　　でん わ　　　　　　　　　　　　　　　　ふ さいよう
(If there's still no call or email, that must mean I wasn't hired.／没电话也没邮件，这说明没录取吧。／ Chưa có điện thoại hay mail thì chắc có nghĩa là không trúng tuyển chăng. .)

🔍 Focus on the Structure

★ そして、

{《［長い　時間　待った　だけ］の　こと》は　あった］と　いう　満足感} が　残った。

（NのN　／　〜という N）

CHECK

Q1 筆者が立ち止まってゆっくり見るのはどんな絵ですか。
　　　ひっしゃ　た　ど　　　　　　　　み　　　　　　え

Q2 絵の楽しみ方が変わったきっかけは何ですか。
　　　え　たの　　かた　か　　　　　　　なん

Lesson ❼ 宇宙飛行士の仕事
うちゅうひこうし　しごと

The Work of an Astronaut ／宇航员的工作／ Công việc của phi hành gia

　宇宙飛行士と言えば、昔から子どもたちが憧れる人気の職業だが、実際にはどのような仕事をしているのだろうか。また、どんな生活を送っているのだろうか。

　宇宙飛行士の宇宙での主な仕事は、まず、無重力の環境だからこそできる実験や研究だ。医学実験など重要なものはもとより、「おもしろ宇宙実験」といって、実験内容を一般の人から募集して行うこともある。次に、ISS[1] や「きぼう[2]」の管理や修理を行う。ISS などの運用や維持のために、ロボットアームを使って実験用の装置を設置したり、部品を交換したりする。また、宇宙服を着て、ロボットアームではできない宇宙船の外での活動をする。

　では、勤務条件はどうだろうか。日本人の場合は、地上の職員と同じように1日8時間の勤務時間で、休日も土曜日と日曜日らしい。給与も、JAXA[3] の基準に基づいて、他の地上の職員と同じなのだそうだ。ただし、危険手当[4] などの特殊手当が出る。休日は何をしているかというと、船内を掃除したり、筋力トレーニングをしたりすることが多いそうだが、地上の生活と同様、普通に本を読んだり DVD を見たりもするそうだ。★そして、休日を含め、空き時間にすることで最も人気なのが、窓から地球を眺めることらしい。短い時間で地球を何周も回るため、景色が毎回変わって飽きないということだ。

＊1　ISS：国際宇宙ステーション （International Space Station）。
＊2　きぼう：日本が開発した実験用の施設で、ISS の一部。ISS の中で最も大きい。
＊3　JAXA：宇宙航空開発研究機構 （Japan Aerospace eXploration Agency）。
＊4　手当：基本の給与のほかに支払われるお金。

Vocabulary

- 憧れる（あこがれる）：yearn for／憧憬／mong ước, hâm mộ.
- 無重力（むじゅうりょく）：weightlessness／无重力／không trọng lực
- 運用（うんよう）(する)：物や能力をうまく使って働かせること。
- 維持（いじ）(する)：(to) maintain／维持／duy trì
- ロボットアーム：手（て）の働（はたら）きを持（も）つロボット。
- 装置（そうち）：equipment／装置／thiết bị, biện pháp

- 設置（せっち）(する)：機能（きのう）を持（も）つものを取（と）り付（つ）けること。
- 地上（ちじょう）：ここでは、宇宙（うちゅう）（宇宙船（うちゅうせん））でなく、地球（ちきゅう）にいること。
- 職員（しょくいん）：主（おも）に学校（がっこう）や役所（やくしょ）など公的（こうてき）なところで働（はたら）いてる人（ひと）。
- 特殊（とくしゅ）(な)：special／特殊／đặc chủng, đặc biệt
- 筋力（きんりょく）：physical strength／肌肉力量／lực cơ bắp
- ～と同様（どうよう）：～と同（おな）じように。

🔑 ～といえば　　speaking of ～／说到～／Nhắc tới ～ thì

E Represents that the speaker has remembered something based on a word used in a conversation.

C 表示从会话词语中联想起什么的表现。

V Để cập tới việc nào đó nhớ ra từ một câu nói vừa có trong đoạn hội thoại.

> **EX1** 日本（にほん）といえば、何（なに）が思（おも）い浮（う）かびますか。
> （What do you think of when you hear the word "Japan"?／说到日本，你能联想到什么？　／ Nhắc tới Nhật Bản thì bạn nghĩ đến điều gì？）

> **EX2** 心理学（しんりがく）といえば、確（たし）か、田中（たなか）さんが専門（せんもん）だって言（い）っていた。
> （Speaking of psychology, I want to say that Tanaka-san majors in it.／说到心理学，田中的确说过他是这个专业出身的。　／ Nói đến tâm lí học mới nhớ hình như là chuyên ngành của anh Tanaka.）

🔑 ～からこそ　　exactly because of ～／正因为～才／Chính vì ～

E An expression used to emphasize the inevitability of a conclusion given a reason.

C 表示强调从理由到结论的必然性。　**V** Là cách nói nhấn mạnh tính tất yếu khi đưa ra kết luận từ lí do nào đó.

> **EX1** あなたのことを心配（しんぱい）しているからこそ、こうやって言（い）うんです。
> （I'm saying this exactly because I'm worried about you.／正因为担心你才这么说的。　／ Tôi nói thế này chính là vì lo cho em.）

> **EX2** 何（なに）も知（し）らないからこそ、自由（じゆう）に考（かんが）えることができる。
> （I'm able to think freely exactly because I don't know anything.／正因为什么也不懂才能自由自在的思维。／Có thể suy nghĩ phóng khoáng chính là vì không biết gì.）

🔑 ～はもとより　　not to mention～／～当然不用说了／tất nhiên ～ , chưa nói đến ～

E An expression used to emphasize that something is so obvious that something does not even need to be mentioned.

C 表示强调「某事不必说，是理所当然的」。　**V** Là cách nói nhấn mạnh "một việc đương nhiên không cần nói đến".

> **EX1** 彼（かれ）のレポートは、内容（ないよう）はもとより、字（じ）の間違（まちが）いも多（おお）く、評価（ひょうか）が低（ひく）かった。
> （His report had many text errors, not to mention its content, and it was evaluated poorly.／他的报告内容就不用说了，错字也连篇，当然评价很低。／ Bài báo cáo của cậu ấy bị đánh giá thấp vì sai chính tả nhiều chứ (đương nhiên) chưa nói gì đến nội dung .）

> **EX2** このアニメは、子（こ）どもはもとより大人（おとな）も十分（じゅうぶん）楽（たの）しめる。
> （This anime can be fully enjoyed by adults, not to mention children.／这个动漫小孩子就不用说了，就连大人们也非常喜欢。　／ Bộ phim hoạt hình này, (tất nhiên là) trẻ con mà ngay cả người lớn cũng rất thích.）

🔑 〜に基づいて
もと
based on〜／根据〜／dựa trên 〜

E To perform something based on a given fact or piece of information.

C 以某个事实或情报为基础（根据）而行事。

V Lấy sự việc hoặc thông tin nào đó làm cơ sở để thực hiện, tiến hành một việc khác

EX1 アンケート結果に基づいて、商品開発をした。
けっか　　　　もと　　　　　　しょうひんかいはつ
(We developed the new product based on survey results.／根据问卷调查的结果进行了商品开发。／Phát triển sản phẩm mới dựa vào kết quả điều tra.)

EX2 この本は、教授が長年の研究に基づいて書いたものだ。
ほん　　きょうじゅ　ながねん　けんきゅう　もと　　　か
(This book was written based on the professor's many years of research.／这本书是根据教授长年累月的研究写成的。／Cuốn sách này được viết dựa trên nghiên cứu lâu năm của giáo sư.)

🔍 Focus on the Structure

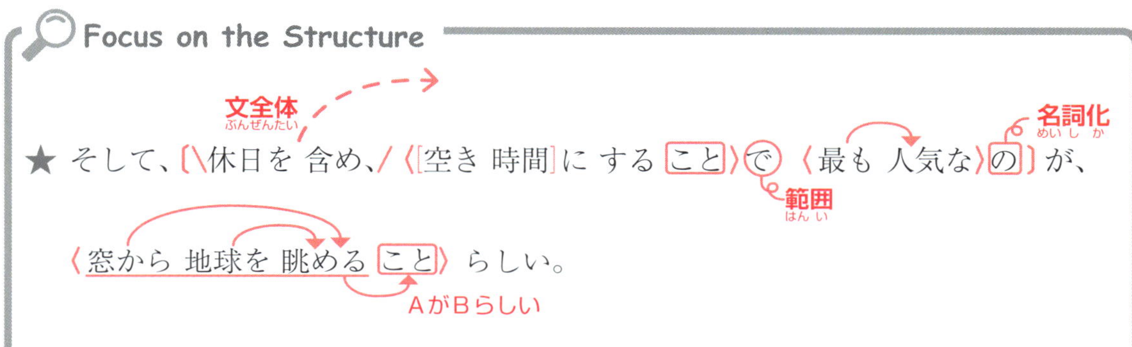

CHECK

Q1 宇宙飛行士の宇宙での仕事は大きく３つある。それぞれ何ですか。
う ちゅう ひ こう し　　う ちゅう　　　し ごと　おお　　　　　　　　　　なん

Q2 宇宙船から地球を眺めることの魅力について、どう言っていますか。
う ちゅうせん　　ち きゅう　なが　　　　　　　み りょく　　　　　　　　　　い

Lesson 8 カーシェアリング

Car Sharing ／汽车的共有／ Dùng chung xe

　最近、街中でカーシェアリングという看板をよく目にするようになった。カーシェアリングとは、登録を行った会員の間で車を共同で使用するサービスのことである。日本では 2002 年に最初のカーシェアリング会社が誕生し、2010 年ごろから少しずつ利用者が増えている。

　1990 年代ごろまでは、若者が欲しいものといえば車で、車を持つことがステータスのひとつだったが、近年、若者を中心に車離れが進んでいると言われている。大都市では電車やバスなどの公共交通機関が発達しており、車で通勤しない人にとっては、車の利用機会はそれほど多くない。また、車を持つと、ガソリン代や駐車場代、税金などがかかる。近年の不安定な雇用状況により、今の経済状態では車を買うどころではないという人もいるだろう。さらに、渋滞や排気ガスなどの環境問題への意識の高まりやライフスタイルの変化もあり、価値観が多様化している。★車にお金をかけるくらいならほかのことに使いたい、と考える人が増えてもおかしくないだろう。

　そこで、車を所有したいとは思わないが必要なときに利用したいという人の要望に応える新しいサービス、カーシェアリングが生まれた。このサービスが従来からあるレンタカーと違う点は、会員登録をしておけば、ネットで予約するだけで 24 時間利用可能な点である。近所にある無人のカーステーションに行けば、面倒な手続きなしですぐに、そこに止めてある車を使うことができる。利用時間も 15 分あるいは 30 分単位になっていて、近所に買い物に行くのに使う場合など、手軽に使えて便利だ。

　カーシェアリング事業者は年々増加しており、会員登録者数も増えている。今後も、このようなサービスが拡大していくのではないだろうか。

Vocabulary

☐ 登録（する）：(to) register ／注册／ đăng kí

☐ ステータス：社会的地位やそれを表すもの。

☐ 雇用（する）：(to) employ ／雇用／ tuyển dụng, thuê người

☐ 多様化（する）：(to) diversify ／多样化／ đa dạng hóa

☐ 従来：これまで。hitherto: until now ／至今为止／ vốn dĩ, từ trước tới nay

☐ レンタカー：お金を払って車を借りること。英 rent-a-car より。

☐ カーステーション：カーシェアリング用の車が止めてある場所。

🗝 〜どころではない　no time to 〜／不是〜的时候／Không phải lúc 〜

🅔 Indicates that one is not in a mood or position to do 〜.

🅒 表示「还不是做〜的心情及状态」。

🅥 Thể hiện ý "Không phải tâm trạng hay trạng thái có thể làm 〜 "

> **EX1** 母親が入院したので、旅行に行く**どころではなくなった**。
> ははおや　にゅういん　　　　　　　りょこう　い
> (My mother was hospitalized, so this is no time for me to go on a trip.／母亲住院了，没有心思去旅行。／ Mẹ đang nhập viện nên không phải lúc đi du lịch .)
>
> **EX2** 忙しくて、人の世話をする**どころではない**。
> いそが　　　ひと　せ わ
> (I'm busy, so this is no time for me to be worrying over others.／很忙，没有余地去照顾别人。／ Bận bịu nên không phải lúc lo cho việc người khác .)

🗝 〜くらいなら　if (I'm) going to 〜／如果〜的话／〜 thì thà 〜 còn hơn

🅔 Brings up a choice that you do not want to make to say that you would rather do something else.

🅒 举出自己不愿意的例子而做其他选择的意思。

🅥 Đưa ra lựa chọn bản thân không mong muốn để thể hiện ý sẽ có lựa chọn khác.

> **EX1** あんなまずい料理にお金を払う**くらいなら**、カップラーメンを食べたほうがいい。
> りょうり　かね　はら　　　　　　　　　　　　　　　　た
> (If I'm going to pay money for food that tastes that bad, I'd rather eat instant ramen.／与其花钱吃那么难吃的料理，还不如吃方便面呢。／ Trả tiền để ăn món dở thế này thì thà ăn mì ăn liền còn hơn .)
>
> **EX2** 彼にあげる**くらいなら**、捨てたほうがましだよ。
> かれ　　　　　　　　　　す
> (If you're going to give it to him, it would be better for you to just throw it away.／如果给他的话，还不如扔掉呢。／ Cho anh ta thì thà vứt đi còn hơn .)

🗝 〜に応えて　to meet 〜／响应〜／đáp lại 〜
こた

🅔 An indication of trying to match demands or expectations.

🅒 表示做实现愿望或期待的事情。

🅥 Đáp ứng nguyện vọng, mong ước

> **EX1** 彼女は親の期待**に応えて**、いい会社に就職した
> かのじょ　おや　きたい　こた　　　　　かいしゃ　しゅうしょく
> (She met her parents' expectations and was hired by a good company.／她听从父母的意愿，在一家很好的公司就职了。／ Cô ấy đã vào làm tại một công ty tốt theo như mong ước của bố mẹ)
>
> **EX2** お客様の要望**に応えて**、開店時間を 30 分早めることにいたしました。
> きゃくさま　ようぼう　こた　　　　かいてん じ かん　　ぶんはや
> (In order to meet our customers' demands, we have decided to open the store 30 minutes earlier.／为了满足顾客的要求，决定提前 30分钟开店。／ Cửa hàng mở cửa sớm hơn 30 phút thể theo nguyện vọng của khách hàng .)

🧩 〜離れ　turning away from 〜／脱离／xa rời 〜
はな

🅔 For people's interest in something to decline.

🅒 表示对某事人们的关心下降了。

🅥 Sự quan tâm của mọi người tới sự vật nào đó ít đi.

> **EX** 車離れ、新聞離れ、テレビ離れ、お酒離れ、結婚離れ
> くるまばな　しんぶんばな　　　ばな　　さけばな　けっこんばな

🔍 Focus on the Structure

★ 〈[車に お金を かける] くらい（なら）〉 ← 仮定条件（か ていじょうけん）

[[〈[ほかの こと]に 使いたい、〉と 考える 人] が 増えても] おかしくない だろう。 ← 仮定条件（か ていじょうけん）　Aくない

CHECK

Q1　カーシェアリングのサービスができたのは、どうしてですか。

Q2　カーシェアリングは、レンタカーとどんなところが違いますか。

Lesson 9 ビジネスメール〜商品の発送予定

Business Email: Product Scheduled to Ship ／商务邮件〜商品的送货预定
／ Email công việc ~ Lịch gửi hàng

差出人：株式会社スマイル　<smile@shop.co.jp>
日時：2018 年 9 月 10 日 13:04:47
宛先：haru@jmail.com
件名：【スムーズドライ】商品の発送予定のお知らせ

田中はるか様

株式会社スマイルの山田と申します。
この度はご注文をいただき、誠にありがとうございます。
こちらのメールは、今後、必要となる場合がございますので、大切に保管なさってください。

さて、ご注文いただきました「衣類乾燥機【スムーズドライ】（注文番号 003-1234」は、誠に申し訳ありませんが、現在、在庫切れにつき、入荷待ちの状態です。そのため、発送までに 2 週間ほどお日にちがかかる場合がございます。
在庫が確定いたしましたら、再度メールにてご連絡させていただき、そのまま発送の手配をいたします。お届け予定は、発送後、翌日〜 3 日程度です（地域により異なります）。

※ご注文内容の変更・キャンセルについて
大変恐縮ですが、在庫確定後の変更・キャンセルは対応いたしかねます。また、ご返品につきましては、不良品でない限り、お受けできませんので、予めご了承ください。

何かご不明な点がございましたら、下記までお問い合わせください。

今後も当店をご愛顧くださいますよう、よろしくお願い申し上げます。

＊＊＊＊＊＊＊＊＊＊＊＊＊＊＊＊＊＊

株式会社スマイル　山田一郎
（TEL）0120-123-456
（MAIL）smile@shop.co.jp

Vocabulary

- 衣類乾燥機（いるいかんそうき）：clothing dryer ／洗衣烘干机／máy sấy khô quần áo
- 誠（まこと）に：本当（ほんとう）に。
- 保管（ほかん）（する）：なくさないように持（も）っておくこと。
- 在庫切（ざいこぎ）れ：商品（しょうひん）が店（みせ）にないこと。
- 入荷（にゅうか）（する）：商品（しょうひん）が店（みせ）に届（とど）くこと。
- 翌日（よくじつ）：次（つぎ）の日（ひ）。
- 手配（てはい）（する）：必要（ひつよう）なものなどを準備（じゅんび）したり調整（ちょうせい）したりすること。

- 対応（たいおう）（する）：(to) correspond to ／对应／đối phó
- 不良品（ふりょうひん）：品物（しなもの）に問題（もんだい）があること。
- 了承（りょうしょう）（する）：理解（りかい）して受（う）け入（い）れること。
- 不明（ふめい）（な）：わからないこと。
- 当店（とうてん）：自分（じぶん）の店（みせ）。この店（みせ）。
- 愛顧（あいこ）（する）：（客（きゃく）が店（みせ）や商品（しょうひん）などを）気（き）に入（い）って、よく使（つか）ったり選（えら）んだりすること。

🔑 〜につき　due to 〜／由于〜／Do 〜

E A written expression that means "because of ~ circumstances." Often used in notices and notifications.

C 有「由于〜」的意思，是书面语，常用于布告或通知等。

V Cách nói trong văn viết có ý nghĩa "vì lí do~". Thường dùng trong thông báo.

EX1 本日（ほんじつ）のプログラムは、満席（まんせき）につき、受付（うけつけ）を終了（しゅうりょう）いたしました。
（We are no longer receiving attendees for today's program due to a full house.／今天的节目因无席位，不再受理。／Chương trình ngày hôm nay xin ngừng tiếp nhận do đã đầy chỗ.）

EX2 現在（げんざい）、工事中（こうじちゅう）につき、通行（つうこう）できません。
（No passage due to construction.／现在正在施工，禁止通行。／Hiện tại đang trong quá trình thi công nên không thể đi qua khu vực này.）

🔑 〜かねる　unable to 〜／难以〜／Không thể 〜

E An expression that states in a roundabout way that "That cannot be done even if you would like to due to circumstances."

C 表示「因某种原因而无能为力」的委婉表现。

V Là cách nói xa xôi việc "có lí do nên không thể dù có muốn".

EX1 申（もう）し訳（わけ）ございませんが、これ以上（いじょう）は安（やす）くできかねます。
（I'm sorry, but I am unable to make this any cheaper.／非常抱歉，很难再便宜了。／Rất xin lỗi nhưng chúng tôi không thể bán rẻ hơn thế này.）

EX2 論文（ろんぶん）が全然（ぜんぜん）書（か）けないのを見（み）かねて、友達（ともだち）がアドバイスをくれた。
（Unable to see that he was completely unable to write his thesis, I gave my friend advice.／朋友看我写不出论文之后给了我一些建议。／Thấy tôi không viết được luận văn nên bạn đã cho lời khuyên.）

CHECK

Q1 商品（しょうひん）はいつ発送（はっそう）される予定（よてい）ですか。

Q2 商品（しょうひん）の返品（へんぴん）については、どのような決（き）まりになっていますか。

Lesson ❿ 航空券を安く買う方法

How to Buy Airplane Tickets for Cheap ／便宜机票的买法
／ Cách mua vé máy bay giá rẻ

　皆さんは、航空券を安く手に入れる方法を知っていますか。そのためには、大きく分けて３つの方法があります。まずは、できるだけ早い時期に購入することです。大体、どの航空会社も、飛行機に乗る日の28日前より早く航空券を買うと、かなり安く買えるようになっています。次に、旅行会社で格安航空券を買う方法です。旅行会社はある程度まとまった数の航空券を航空会社から仕入れているので、その分、安く手に入ります（国内旅行の場合は、旅行会社ではなく、航空券の販売サイトが便利です）。最後は、旅行会社でホテル代などとセットになった航空券を購入する方法です。これは、全体の旅行費用を安く抑えたいときや、初めての場所に旅行するときにおすすめの方法です。

　ただし、航空券を買うに際して、注意しなければならないこともあります。それは、キャンセル料が高くかかってしまうということです。会社にもよりますが、高い会社だと、２週間前までにキャンセルしたとしても、航空券代だけで約半分が戻ってこないことになります。さらに、旅行会社や航空券の販売サイトを通した場合は、キャンセル料のみならず、事務手数料など、航空券以外のお金もかかってしまいます。★つまり、キャンセルした場合は、支払ったお金がわずかしか返ってこないこともあると思っておいたほうがいいのです。さらに、マイルが貯まらない、事前に座席指定ができない、などという場合もあります。そのため、マイルを貯めている人や、座席の位置に希望がある人には、不向きかもしれません。

Vocabulary

☐ 格安：普通の場合に比べ、特に安いこと。

☐ まとまった：一つ一つばらばらでなく、いくつか集まって、ある程度の量がある。

☐ サイト：site ／网站／ trang

☐ 購入する：買う。

☐ 抑える：hold back ／控制／ chế ngự, hạn chế

☐ マイル：ここではマイレージ（mileage ／里程／ dặm (đơn vị đo cự li)）のこと。

☐ 事前：物事の

～に際して　upon ～／～时／Khi ～, lúc ～

E A written expression used to mean "when ～ " or "as a ～ situation occurs."

C 是表示「在～时」、「迎接～事态」这种意思的文章语表现。

V Là cách nói dùng trong văn viết có nghĩa "lúc ～ " "chuẩn bị cho việc ～ ".

EX1 入院に際して、いくつかの注意事項を説明された。
(Upon being admitted to the hospital, a number of warnings were explained to me.／住院时，院方说明了几个注意事项。／Khi nhập viện, tôi được giải thích cho một vài điều cần chú ý.)

EX2 応募に際して何が必要か、調べておいてください。
(Please look into what is necessary upon application.／事先查一下应聘时都需要什么。／Hãy tìm hiểu cần chuẩn bị gì khi ứng tuyển.)

～のみならず　not only～／不只～／Không chỉ ～

E A written expression that means "not just～ " that emphasizes that there is not only one thing but other(s) as well.

C 是「不光～」的意思，强调表示「不仅那个，还有别的」，是文章语。

V Là cách nói có nghĩa "không chỉ", nhấn mạnh ý "chỉ có thế, ngoài ra không có gì khác". Dùng trong văn viết.

EX1 高橋教授の研究は、国内のみならず海外でも高く評価されている。
(Professor Takahashi's research is highly regarded not only in Japan but abroad as well.／高桥教授的研究不仅在国内，在国外也受到很高的评价。／Nghiên cứu của giáo sư Takahashi được không chỉ trong nước mà còn cả nước ngoài đánh giá cao.)

EX2 この店は、料理がおいしいのみならず、雰囲気もよくて、女性に人気だ。
(This store not only has tasty food, it has a good atmosphere as well, making it popular with women.／这家店不光菜做得好吃，氛围也不错，很受女性欢迎。／Tiệm ăn này được nữ giới yêu thích không chỉ bởi thức ăn ngon mà còn không gian.)

Focus on the Structure

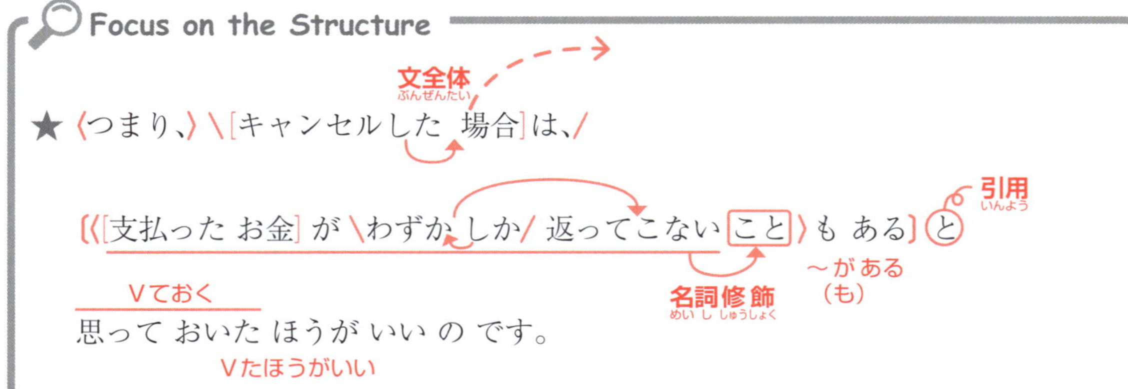

CHECK

Q1 航空券を安く買う方法として紹介されているものを３つ挙げてください。

Q2 これらの方法が向いていないのは、どんな人ですか。

ふくしゅう　§1（Lesson 1-10）

I　次の❶〜❻の______に合うものをa〜fの中からえらんで、文をつくりましょう。

❶　予約のキャンセルには　______________________。

❷　試合は雨が降らない限り、______________________。

❸　内容に相違なければ、______________________。

❹　あまりの美しさに______________________。

❺　友達が手伝ってくれたからこそ、______________________。

❻　今の経済状態では、______________________。

> a．予定どおり行われます
> b．こちらにサインをお願いします
> c．心を奪われました
> d．作品を完成させることができました
> e．車を買うどころではありません
> f．応じかねますので、どうぞご理解ください

II　（　　　）の中に入れることばをa〜dから選びましょう。

❶　病気はだれでも（　　　　）得るものだ。

　　a．なれ　　　　　　b．なり　　　　　　c．なる　　　　　　d．なって

❷　成長する（　　　　）つれ、強く優しくなった。

　　a．に　　　　　　b．と　　　　　　c．で　　　　　　d．を

❸ ここには、日本全国（　　　　　　　）海外からも多くの観光客が訪れる。

    a．のあまりに　　　　b．だからこ　　　　c．はもとより　　　　d．にこたえて

❹ 忙しすぎて旅行にいく（　　　　　）ではない。

    a．ばかり　　　　　b．くらい　　　　c．どころ　　　　d．のみ

❺ 面接（　　　　）際しては、次のものを用意してください。

    a．が　　　　　　b．と　　　　　c．を　　　　　d．に

Ⅲ　次の❶〜❺の______に合うものをa〜fの中から選んで、文をつくりましょう。

❶ ________________________、子どもも大会に参加できます。

❷ ________________________、使用することができません。

❸ ________________________、ほかのことにお金を使いたい。

❹ ________________________、いろいろなことが起こるものです。

❺ ________________________、友達がいなくなってしまいました。

❻ ________________________、春になるとすごく忙しくなります。

---

a．車にお金をかけるくらいなら　　　　　b．うそをついたばかりに

c．大人のみならず　　　　　　　　　　　d．私の仕事は、秋は暇な一方で

e．この機械は故障中につき　　　　　　　f．人生というものは

モデル文章の訳
ぶんしょう　　やく

Model Sentence Translations
模式文章的翻译
Phần dịch của đoạn văn mẫu

Lesson ❶

🇪 Recently, terms such as "one-person lunch" and "one-person ramen" have started to be used often. Many people must think that this is done because someone has no friends or lovers, and that they really would like to eat with someone. However, that is not necessarily the case. There are no small number of individuals among these men and women who take it upon themselves to eat alone. It used to be that women would often be looked at strangely if they entered a ramen or beef bowl store alone, but doing so is not that uncommon these days. People's lifestyle patterns and ways of eating are getting more and more diverse. That is simply what is going on.

For example, it is now an old way of looking at things to say "Men should not be obsessed with sweets like women." Men who love sweets have civil rights too, and are now called "sweets boys" and other things. Women, too, now bite into large steaks and drink from beer mugs held in one hand.

We now live in an age where one can freely choose how they want to eat their food, regardless of gender and standing. There is also a strong trend toward prioritizing having as much fun as you can with your own time rather than worry about what those around you may think. "One-person lunches" must be an example of this. However, you could also say that this is not all, and that it is a style of eating that matches the way Japanese people are not very assertive about interacting with others. It seems to be both a modern and Japanese thing.

🇨 常听到「一个人吃午饭」「一个人吃拉面」这样的话。听到这些，人们会有种「很想跟谁一起吃，可是没有朋友和恋人，只好一个人吃」这样的印象吧。可是，实际并不是那样。他们当中有很多人是想一个人吃饭。以前女性一个人进拉面店或牛肉饭店会遭到别人的白眼，可是现在一点儿也不为奇了。人们一天的生活方式及饮食方式正趋于多样化，他们只是想一个人吃饭罢了。

比如「男的不应该像女的那样爱吃甜食」这样的观点已经过时。非常喜欢甜食的的男性也同样具有市民权，他们被叫做「スイーツ男子／甜点男子」。女性也可以吃大量的牛排，一手握着啤酒杯大口地喝。

现在不分性别和身份，已经进入可以自由选择自己喜欢的饮食方式的时代了。与其介意周围人对自己的想法，他们更优先考虑怎样让自己的时间过得更愉快，这种倾向越来越突出。「一个人吃午饭」也是其中的一个现象吧。不仅如此，这也是适合不太喜欢与人接触的日本人的一种方式。即是适合当今的现象也是适合日本的现象。

🇻 Những cụm từ như "Ăn trưa một mình", "Ăn mỳ một mình" bắt đầu được nghe thấy nhiều hơn. Nghe vậy, rất nhiều người nghĩ rằng đó là những người "thật ra rất muốn ăn với ai đó nhưng vì không có bạn hay người yêu nên phải làm vậy". Nhưng không phải như thế. Không ít người trong số đó sẵn sàng ăn một mình. Trước kia, phụ nữ một mình vào quán mỳ hoặc quán cơm thịt bò thường bị nhìn bằng con mắt kỳ thị nhưng giờ chuyện đó không còn hiếm nữa. Nhịp sống thường ngày và thói quen ăn uống của con người đang dần đa dạng hơn. Chỉ đơn giản vậy thôi.

Chẳng hạn, suy nghĩ "đàn ông không được mê đồ ngọt như phụ nữ" đã trở nên lạc hậu. Những người đàn ông mê đồ ngọt cũng có quyền công dân, cũng được gọi là "anh kẹo ngọt". Phụ nữ cũng có thể cắn miếng bít tết to bự hoặc tu ừng ực cốc bia cỡ đại. Bây giờ là thời đại có thể tự chọn phong cách ăn uống ưa thích không phân biệt giới tính hay địa vị. Xu hướng ưu tiên tận hưởng thời gian của mình hơn là để ý người khác nghĩ gì đang gia tăng. "Ăn trưa một mình" là một ví dụ. Tuy nhiên, không chỉ có vậy, có thể nói đây cũng là phong cách phù hợp với người Nhật vốn ngại giao tiếp với người khác. Đây là phong cách vừa hiện đại vừa mang đặc trưng của nước Nhật.

Lesson ❷

🇪 Japanese kitchen knives are popular the world over for their superb cutting ability and ease of use. There are even people who visit Japan just to purchase cutlery. Just like true Japanese cooking, the kitchen knife itself is fashioned meticulously by the hands of a trained craftsman. The tool behind their high-level technique is the whetstone. A whetstone is a tool that not only revitalizes a knife that loses its edge, but can be used to sharpen sword blades as well. A quality whetstone can keep an edged tool usable almost forever, provided the blade itself doesn't break.

One of the best known sources of Japanese cutlery is Maruoyama in Kyoto, which is the only place in the world to acquire natural whetstones, considered to be the 'product of miracles.' This is because Maruoyama whetstones are created from volcanic ash that accumulated at a rate of 1mm per millennium on the ocean floor near Hawaii and arrived in Japan over the course of 250 million years where it could be excavated. It is truly a gift from nature.

However, as manmade whetstones increase, the demand for natural whetstones has fallen, and excavation has all but ceased. Now, shop owners turn to the Internet for the sale and promotion of natural whetstones, with orders coming in from craftsmen, cooks and others all over the world who work with bladed tools.

It is said that world-famous Japanese swords could never have been possible without natural whetstones. Even the tastes and presentation of Japanese cooking may have been completely different without natural whetstones to sharpen cutlery. The same could even be said for construction and handicrafts. Considering this, had whetstones not been excavated in Japan, the things that make Japanese culture unique could have been fundamentally changed or perhaps not have existed at all.

🇨 日本的菜刀既锋利又容易切，在国外也很受欢迎。甚至还有人专程来购买。地道的日本料理是靠一把好刀和厨师的精湛厨艺才能做出来的。使厨师们的厨艺得到高度发挥的工具就是磨石。所谓磨石就是刀或刃物之类的东西不锋利时，用它来磨的一种工具。使用质地好的磨石，只要刀不断，刀就会永久使用。

磨石的有名产地是京都的丸尾，那里是世界上唯一能采到天然磨石的地方。那里的磨石有着「奇迹物产」的称号。其原因在于从夏威夷附近的海底 1000 年只堆积一公分的火山灰，经过 2 亿 5000 万年到达日本并可以采掘的缘故。可以说是自然赐予的礼物。

可是，随着人工磨石的增多，天然石的需求减少了，采掘也基本上停止了。有家磨石店的老板在电商上宣传了天然磨石的魅力，于是不仅是日本国内，世界各地的木匠 、厨师以及使用刀刃的工匠们开始纷纷订购。

世界有名的日本刀没有天然磨石的话是做不出来的。据说"和食"是否用天然磨石磨出来的刀切，其味道及外观都不一样。这对于建筑及工艺品等也同样吧，试想一下，如果在日本采掘不到自然的磨石，作为具有日本文化特征的部分也许不会诞生（存在），或被别的东西而取代。

Ⓥ Dao Nhật được người nước ngoài ưa chuộng bởi độ sắc và dễ dùng. Tới mức có người từ nước ngoài tới Nhật chỉ để mua được một con dao. Những con dao được làm ra vô cùng tỉ mỉ bởi bàn tay người nghệ nhân cũng giống như những món ăn Nhật đúng điệu cũng vậy. Và dụng cụ hỗ trợ kĩ thuật cao đó của người nghệ nhân chính là đá mài. Đá mài là dụng cụ để mài lưỡi các dụng cụ cắt, điển hình như dao đã bị cùn. Nếu dùng loại đá mài tốt, lưỡi dao không bị gãy thì hầu như có thể dùng vĩnh cửu.

Nơi sản xuất đá mài nổi tiếng là vùng Maruosan thuộc tỉnh Kyoto. Đây là nơi duy nhất trên thế giới khai thác được đá mài thiên nhiên, được mệnh danh là "món quà kì tích". Đó là vì đá mài của Maruosan là tro núi lửa tích tụ từng 1mm qua 1000 năm dưới đáy biển gần Hawaii, và phải mất 250 triệu năm mới trôi đến Nhật Bản và được khai thác. Đúng nghĩa là món quà từ thiên nhiên. Nhưng cùng với sự gia tăng đá mài nhân tạo thì nhu cầu đá mài thiên nhiên giảm đi khiến việc khai thác cũng không còn mấy được thực hiện. Chính vì thế, khi chủ một cửa tiệm quảng cáo sự tuyệt vời của đá mài thiên nhiên qua bán hàng trên mạng thì không chỉ trong Nhật Bản mà những chuyên gia dùng dao như thợ mộc và đầu bếp trên khắp thế giới đã đặt hàng.

Dao Nhật Bản nổi tiếng thế giới được cho là không thể làm được nếu thiếu đá mài thiên nhiên. Trong món ăn Nhật Bản thì việc dùng dao mài bằng đá thiên nhiên hay không cũng khiến vị và hình thức thay đổi. Trong lĩnh vực xây dựng và đồ mĩ nghệ cũng tương tự. Nghĩ vậy thì nếu không có việc khai thác đá mài tại Nhật Bản thì phần đặc trưng của văn hóa Nhật Bản đã không ra đời mà biến thành một thứ hoàn toàn khác.

Lesson ③

Ⓔ There exists a term, 棚田 tanada, which means the same thing as 段段畑 dandanbatake, a word the author had been familiar with since childhood. While dandanbatake evokes the image of growing tangerines in Shikoku, the very same terraced slopes exist all over Japan and are often used to grow rice, in which case they are called tanada.

As a country, Japan is small with much area covered by mountains, which results in limited area that can be utilized for agriculture. So, little by little, people used mountain slops for farming area, which developed into tanada. People painstakingly used these small areas claimed as farmland and continued to produce crops through fair and foul weather.

When the moonlight reflects off a small watered field within a tanaba, it is called tagoto no tsuki, a frequent topic of haiku poetry. It's a quite beautiful and unique sight, but the labor involved in bringing water up from the base of the mountain over and over to pour into the fields along the slope must be quite tough. Also, considering the labor involved, the harvest is not so large.

When gazing upon tanada spread across a mountain slope, I'm at once both moved by their beauty and humbled by the efforts of those who created them.

Ⓒ 有一个词语叫梯田。这与被人们称作"段段田"的，笔者小时候所熟悉的东西大致一样。所谓"段段田"，大家印象中的都是四国蜜桔栽培之地，但日本各地还有很多与此相似的地方，人们在这种叫做梯田的地方种植大米。

日本国土面积狭小，山地众多，能作为农业耕地而使用的平原十分有限。于是，人们将山的斜坡一点点地变成农业耕作用地。这就是现在的梯田。想法设法将自己手里的狭小土地上辛勤耕作，让它变成农业用地。虽然有时候人们也苦于气候不宜，但还是在不断地种植着农作物。

人们把梯田里被切分的一块块水田中所映照的月亮成为"小田之月"。在俳句的世界里，以"小田之月"为题材内容的很多。虽然这是美丽、独特的田园风景中的一个画面，但是，从山脚下取水，然后运到山上斜坡的水田里蓄水是非常辛苦的。而且，跟这种辛苦相比，收成却并不太多。

望着山上斜坡中那片梯田的风景，我因其美丽而感动，也对人们拼命地辛勤劳作佩服不已。

Ⓥ Có từ "Ruộng bậc thang". Từ này có ý nghĩa tương tự như từ "Dandanbatake" tôi quen dùng hồi còn nhỏ. Nói đến Dandanbatake, mọi người hay hình dung ra vùng trồng quýt nổi tiếng ở Shikoku, các ruộng tương tự như vậy ở các vùng của Nhật thường được dùng để trồng lúa, trong trường hợp ấy người ta gọi là "Ruộng bậc thang"

Nước Nhật có diện tích nhỏ trong khi đó núi lại nhiều nên diện tích đồng bằng có thể sử dụng làm đất nông nghiệp hạn chế. Vì thế người dân khai khẩn dần dần sườn núi để làm thành đất nông nghiệp. Đó chính là ruộng bậc thang. Mọi người cần mẫn cày cuốc trên mảnh đất hẹp sau mọi cố gắng cải tạo nó thành đất nông nghiệp, có những lúc đau đầu với thời tiết bất thường để tạo ra nông sản.

Quang cảnh mặt trăng soi bóng trên mặt nước của từng mảnh ruộng được phân nhỏ ở ruộng bậc thang được gọi là "Tagoto no tsuki" - 'Trăng của từng mảnh ruộng'. Trong thế giới thơ Haiku, hình ảnh Tagoto no tsuki này cũng có lúc trở thành chủ đề để làm thơ. Có thể nói đó là một cảnh điển viên tuyệt đẹp và độc đáo tuy nhiên công sức múc nước từ chân núi rồi hết lần này đến lần khác gánh lên thửa ruộng ở sườn núi để tích nước thật sự rất vất vả. Và mặc dù vất vả như vậy nhưng nông sản thu hoạch được chắc chắn chẳng được bao nhiêu.

Mỗi lần ngắm phong cảnh ruộng bậc thang trải rộng trên triền núi, tôi vừa cảm động bởi vẻ đẹp của nó vừa cúi đầu cảm phục sự miệt mài chăm chỉ của con người.

Lesson ❹

E It is true that science is costly, and social support is indispensable. There might be a lot of waste which is good for nothing. However, science has great power to change the view of the world at times. In fact, science has completely changed the perspective on nature and world view, bringing a big change in the system of society. Is not providing a role of such concepts and ideas, a way to return favour to society? Although it may be about one thousand odds, yet it is a contribution that can not happen without the actions of science. Of course, there are many cases that require the appearance of a genius, but we need to remember that there were countless unnamed scientists behind. Genius cannot play a significant role without the pile up efforts of these scientists.
(omitted)
There is no doubt that science is pursuing cool-headed truth, but its path is full of "stories". The act of science is the act of a human, so there are many episodes, successes and failures. I think that "science as culture" will be enriched by weaving all of them together. And I believe that in the end it will bring courage and joy to the citizens.
We need to put the ethics of science (and scientists) as a core of the "story". There are two sides in science, both good use and evil use are possible.
(omitted)
It can be diverted to living use, and military use to kill people. It brings great benefits to people, while on the other hand, there are science that involves anti-ethics from the beginning. Science must also be a "story" of how to think about them, and what choices society should make.

C 科学确实花费资金，还需要社会的支持。也许科学也会产生有很多没用的、看起来白费力的东西。但是，科学有时候蕴藏着改变人们对世界看法的强大能量。实际上，科学的力量会让人们完全改变他们的自然观和世界观，为社会带来巨大变化。而对社会的回报，就在于提供它独自的概念和思想时所起到的作用。这也许只是万分之一的几率，但是抛开科学的行为，难以产生社会贡献。当然，很多时候天才是有必要出现的，我们不能忘记社会进步的背后有着无数默默无闻的科学家。正因为这样的积累，天才才能得到活跃性的发展。
（中略）
科学无疑是追求冷静而透彻的真理，其过程充满了"故事"。科学的行为是叫做科学家的人的行为，那里有很多插叙，有成功有失败。这些因素编织到一起，让"作为文化的科学"更加丰富。人们相信最后的结果是给与市民勇气和喜悦。
贯彻这种"故事"的一个中心就是，必须将科学（以及科学家）的伦理道德置于其中。科学有其两面性，善用和滥用都有可能。
（中略）
也有可能会转化到生活中或者杀人的军事中。在给人们带来巨大利益的同时，也有最初包含着反伦理的科学。科学必须是一个怎样思考这一切，讲述社会应该怎样进行选择的"故事"。

V Một điều chắc chắn rằng khoa học rất tốn kém tiền của, và hỗ trợ của xã hội là điều không thể thiếu. Thực sự chẳng phải vẫn tồn tại có nhiều phí phạm không có một chút ích lợi nào cả. Tuy vậy, đôi lúc khoa học che giấu một sức mạnh to lớn có thể thay đổi cách nhìn của thế giới. Trên thực tế, khoa học đã thay đổi hoàn toàn quan điểm về môi trường cũng như thế giới quan, mang lại sự biến đổi to lớn trong dạng thức của xã hội với sức mạnh đó. Việc đền đáp cho xã hội chẳng phải nằm ở vai trò cung cấp những tư tưởng cũng như khái niệm như thế sao. Có thể xác suất là 1 trên 1 vạn nhưng đó là một đóng góp không thể xảy ra nếu thiếu đi những việc làm của khoa học. Tất nhiên rằng, có nhiều trường hợp cần đến sự xuất hiện của thiên tài, nhưng trong cái bóng đó cũng không thể bỏ quên vô số các nhà khoa học vô danh đã tồn tại. Chính vì nhờ họ vun đắp nên những thiên tài mới có thể phát huy hết khả năng của mình.
(Tỉnh lược)
Việc khoa học luôn theo đuổi những chân lý lạnh lùng là không thể chối cãi, nhưng con đường đó được lấp đầy bởi những "câu chuyện". Những việc làm của khoa học là hành động của một con người gọi là nhà khoa học, vì thế có nhiều câu chuyện trong đó, cả thất bại lẫn thành công. Chẳng phải với việc trộn lẫn cả những điều đó, "Khoa học như một nét văn hóa" đã trở nên ngày càng phong phú hơn sao. Tôi tin rằng kết quả của điều đó sẽ mang lại dũng khí và niềm vui cho người dân thành phố.
Với tư cách một điểm cốt lõi xuyên qua những "câu chuyện" đó, tôi cho rằng phải đặt ra đạo đức của khoa học (cũng như nhà khoa học). Tồn tại 2 mặt trong khoa học, cả mặt thiện lẫn mặt ác đều có khả năng xảy ra.
(Tỉnh lược)
Để sử dụng trong cuộc sống lẫn trong vấn đề quân sự tước đoạt mạng người đều có thể ứng dụng điều này. Bên cạnh việc đưa đến cho con người những lợi ích lớn lao, mặt khác cũng có những thứ khoa học từ đầu đã bao gồm những thứ phản đạo lý. Khoa học suy nghĩ như thế nào về những điều đó, và những "câu chuyện" nói lên việc xã hội phải đưa ra lựa chọn như thế nào cũng là điều phải có trong khoa học.

Lesson ❺

E As the trend of commercialization of science gets stronger, scientist tend to pander to society. Because of this trend, they stop their efforts to deepen new knowledge to further diversity and possibility of further research, and are satisfied with only a part of the matter. Time has been shortened, and results are being requested quickly, so comprehensive viewpoint is being lost; for example, commercializing newly developed drugs without adequately testing the harm (side effects), or finishing it with an easy test only. Commercialization of science restricts scientists' inherent desire to do their best.
Another problem is that basic research is being neglected by aiming commercialization, so it fell into reformism, crushing the bud of true innovation. In the sales of electron microscope, Japan once dominated 75% of the market in the world. However, an electron microscope of new German innovation appeared, and now German product has overwhelmed the market. In Japan, we focus on improving the finished product, but improvement alone cannot

expect a dramatic progress in enhancing performance. Once lost in electron microscope competition, Germany has developed a completely new method over these 15 years, and created products that perform a level higher. It should be said the adverse effect of coming to a standstill became obvious in Japan, when commercialization of science succeeded.

Ⓒ 随着科学商业化风潮的增强，科学家们也开始有了迎合社会的倾向。因为这种风潮，科学家们不再努力去朝着可能的方向去深入研究各种新的知识见解，他们只满足与事物的一部分。缩短时间，早日得到结果，科学家们失去了综合性的视角。例如，关于新开发药品的副作用还没有进行充分的实验就商品化，只通过简单的测试就投放市场。科学的商业化制约了科学家们原本想竭尽全力、追求完美的愿望。还有一个问题是，商业化导致基础研究变得脆弱，人们陷于改良主义，而真正的萌芽的革新技术却被埋没践踏。过去，日本在电子显微镜的销售上占据世界 75% 的市场。但是，多年后，市场上出现了德国制造的新机轴的电子显微镜，如今德国的产品占据了大部分市场。日本在生产出来的产品改良上精益求精，而仅仅只是改良，是不能期待有着能力飞跃的发展。过去在电子显微镜竞争中输掉的德国，经过 15 年岁月的磨练，开发了全新的方式，生产出能更好地发挥功能的产品。科学的商业化成功后，其原地踏步的危害，已经明显地在日本出现了。

Ⓥ Cùng với sự mạnh lên của xu hướng thương mại hóa khoa học, các nhà khoa học đang dần đi theo chiều hướng thỏa hiệp với xã hội. Với xu hướng đó, các nhà khoa học sẽ từ bỏ nỗ lực đào sâu vào những nghiên cứu giúp các tri thức mới trở nên đa dạng hơn, giàu tiềm năng hơn, và trở nên thỏa mãn chỉ với một phần của vấn đề. Thời gian trở nên bị rút ngắn đi, kết quả được yêu cầu phải nhanh hơn, làm mất đi góc nhìn mang tính tổng thể. Việc đó sẽ dẫn đến những thứ như, ví dụ như việc một loại thuốc mới phát triển được sản phẩm hóa khi vẫn chưa qua những thí nghiệm đầy đủ về tác hại (tác dụng phụ), hay việc kết thúc chỉ với những bài kiểm tra qua loa đơn giản. Việc thương mại hóa khoa học, sẽ hạn chếmong muốn vẫn có trong bản chất của những nhà khoa học, hay còn gọi là muốn phá hủy mọi thứ.

Thêm một vấn đề nữa đó là quan điểm với việc nhắm đến thương mại hóa, những nghiên cứu cơ bản sẽ trở nên bị lãng quên và rơi vào chủ nghĩa cải lương; những mầm mống của đổi mới thật sự sẽ bị phá hủy. Trước đây Nhật Bản chi phối đến 75% thị trường buôn bán kính hiển vi điện tử trên thế giới. Tuy vậy, trong vài năm trước đây đã xuất hiện kính hiển vi điện tử được cải tiến hoàn toàn mới của Đức, hiện tại sản phẩm của Đức đã trở nên áp đảo trên thị trường. Tại Nhật Bản, người ta tập trung sức lực vào việc cải thiện sản phẩm mới hoàn thành, nhưng chỉ với cải thiện thì không thể trông đợi về một sự phát triển năng lực vượt trội. Nước Đức, đất nước đã thua trong cuộc chiến kính hiển vi điện tử một thời gian, trải qua thời gian 15 năm đã phát triển ra một cách thức hoàn toàn mới, tạo ra sản phẩm phát huy được tính năng ở một bước cao hơn. Có lẽ nên nói rằng, một khi việc thương mại hóa khoa học thành công thì mọi thứ sẽ dừng lại tại chỗ, tác hại đó sẽ hiển hiện một cách rõ ràng tại Nhật Bản.

Lesson ❻

Ⓔ Since about ten years ago, I have gone to an art museum at a frequency of about once a month. What made me begin going to museums to see art at special exhibits was that I was moved to see actual pieces of famous art from around that world that I had seen before in textbooks and calendars. That is why I actively began to go see special exhibitions of famous works without sticking to any one genre in particular.

When I first started going to museums, my heart pounded as I saw the art there, no matter what it was. I stood in long lines in order to see art I'd seen in textbooks, such as the Mona Lisa or art by Picasso. And then, I was left with a feeling of satisfaction that made it feel like it was worth waiting for so long. However, now that I have experienced many different exhibitions, there are works that I see and walk away from immediately, and other works that I want to stop and stand there for a while to look at. The works I don't spend much time on are works of religious art and portraits. As an atheist, I do not know anything about the scenes depicted, and even if I read explanations, I don't understand them. As for portraits, I may look at them for a when beautiful clothes or necklaces worn by women are depicted in amazing ways, but men mostly wear black clothes, so I may even pass by them without looking at them. But for paintings of landscapes and still life paintings, I find myself standing and looking at them for a long time. They calm my heart.

When I talked to a friend who often goes to art museums about the way I now see art, she said, "I imagine the art hanging in my own living room when I look at it." When I heard that, it made sense to me. To judge art by thinking of it hanging in your living room, that means you're judging it by the standards of your own tastes.

My previous way of looking at art was affected by its historical value or societal value, and I had strong feelings of "I need to see this," or "I should understand this." Now that I've experienced looking at art to some degree, I would like to look at art in a more honest way, looking art art that I want to see.

Ⓒ 从十年前开始，我就有一个月去一次美术馆的习惯。因为自己在教科书或日历上看到了世界名画非常感动，所以萌发了去美术馆参观画展的念头。也没有特别地决定看哪个领域的画展，但会积极地去参观名画的特别展览。

最开始去美术馆时，看到哪幅画都激动万分。为了欣赏到蒙娜丽莎和毕加索的画，驻足排队等候。自己觉得排那么长时间的队也是值得的，这种满足感油然而生。有了那么多次参观画展的经历，也慢慢会区分一些作品，比如看一眼就会离开的画与停下来凝视很久的画。不花时间的是宗教花画和人物画。无宗教信仰的我，对于画上所描绘的场面中的知识一无所知，就算读了说明也不明白其内涵。对于人物画来说，有时候我会欣赏女性们美丽的服装和漂亮的项链，而男性几乎都是黑色的衣服，只会扫一眼，几乎不会去仔细看。但是，当看到风景画和静物画的时候，会长时间停留在画前面，因为它让我内心宁静。

如今，我把自己对美术画的欣赏方式告诉了经常去美术馆的朋友后，她说，"我会想像自己是在欣赏家里的客厅里装饰的画。"听她一说，我也表示赞同。如果把美术馆里的画当作自己家客厅里的画，用这种方式来欣赏作品，那我们会按照自己的标准进行判断。以前我对美术作品的感受，容易受到历史价值或世上的评价所影响。我会刻意地让自己"必须去欣赏"、"要去理解其中的含义"。但如今，某种程度上经历得多了以后，我会让自己更坦诚而直接地去欣赏自己想要看的画。

Ⓥ Từ 10 năm trước, khoảng một tháng một lần, tôi thường đến viện bảo tàng mỹ thuật. Tôi đến những đợt triển lãm đặc biệt tại viện bảo tàng mỹ thuật để xem tranh là vì đã cảm động khi nhìn thấy những bức tranh thật nổi tiếng từ các nước trên thế giới mà đã từng nhìn qua sách giáo khoa hay lịch. Cho nên, tôi không chọn loại nào đặc biệt mà cứ tích cực xem tất cả những triển lãm tranh nổi tiếng từ các viện bảo tàng mỹ thuật trên thế giới.

Hồi mới bắt đầu đi viện bảo tàng mỹ thuật, bức nào tôi cũng hồi hộp ngắm. Tôi từng xếp hàng dài để được xem bức tranh Monali-sa hay trang Picaso từng thấy trong sách giáo khoa. Phải đứng đợi lâu nhưng cảm giác rất mãn nguyện. Tuy nhiên, xem qua nhiều triển lãm tranh thì đến bây giờ bắt đầu có tranh xem rồi đi luôn và tranh đứng lại ngắm từ từ. Thường tranh không mất thời gian xem là tranh về tôn giáo hay miêu tả nhân vật. Tôi theo vô thần nên không hiểu biết về bối cảnh được vẽ, có đọc phần giải thích cũng không ăn nhập vào đầu. Tranh vẽ nhân vật thì thường vẽ rất đẹp về trang phục hay vòng đeo cổ của phụ nữa nên tôi hay xem kĩ vì quá đẹp, nhưng tranh vẽ nam thì chỉ có trang phục màu đen nên nhiều khi tôi không xem mà đi qua luôn. Tuy nhiên, nếu là tranh phong cảnh hay tĩnh vật thì tôi lại dừng lại xem lâu. Vì cảm thấy rất thư thái.

Khi nói chuyện về cách xem tranh của mình cho người bạn cũng hay đi viện bảo tàng thì cô ấy nói "Mình thì tưởng tượng đang treo trong nhà mình để ngắm". Nghe vậy tôi cũng thấy hợp lí. Ngắm tranh treo ở trong phòng khách nhà mình có nghĩa là coi gu của mình là tiêu chuẩn.

Trước đây cách tôi xem tranh bị ảnh hưởng bởi giá trị lịch sử hay đánh giá của xã hội, suy nghĩ chủ đạo là "phải xem""phải hiểu". Còn bây giờ khi đã có chút kinh nghiệm xem tranh thì tôi muốn thoải mái xem tranh mà mình thích.

Lesson ❼

Ⓔ The astronaut has always been a popular job amongst children, but what kind of work do astronauts actually do? And what kind of lives do they lead?

The bulk of an astronaut's work in outer space is research and experiments possible in zero gravity. This starts with important medical experiments and can include 'interesting space experiments' for which they take suggestions from regular people. Next is ISS and 「きぼう」 maintenance and repair. For the operation and upkeep of the ISS, a robot arm is used to install equipment for experiments and swap out parts. They also put on spacesuits to do certain work outside the ship that cannot be accomplished with robot arms.

So, what are the work requirements? For Japanese, they have 8-hour work days with weekends off just like terrestrial workers. The salary is determined by JAXA standards and is comparable to what people on Earth make. However, there are special compensations for the danger involved. As for what they do on days off, while many astronauts do ship cleaning and weight training, they also enjoy regular activities like reading and watching DVDs. On days off or just in their free time, the most popular activity among astronauts is to gaze out the window upon the Earth. They can orbit several times around the Earth in just a short amount of time, so the ever-changing scenery below never gets old.

Ⓒ 说到宇航员，过去是孩子们非常憧憬而受欢迎的职业，那宇航员实际上到底做的是什么样的工作呢？过着怎样的生活呢？
宇航员在宇宙中主要的工作，首先要从事在无重力的环境才能进行的试验和研究。医学试验当然很重要，但有一种叫做"有趣的宇宙试验"有时候会招募普通人进行实验测试。然后是 ISS 或 "きぼう"的管理和修缮。为了维持 ISS 的运营和维护，宇航员们会使用机器臂对实验装置进行设置，或者进行更换零件的工作。或者是穿着宇航服，在机器臂的能力所不能及的宇宙飞船外进行舱外工作。
那么，宇航员的工作条件如何呢？日本宇航员与地面上的工作人员一样，一天工作八小时，休息日也是周六和周日。工资也按照 JAXA 的标准发放，与地面上的其他工作人员完全相同。只不过，会有危险补贴等特殊津贴的补助。另外，他们休息日都做些什么呢，一般来说，打扫机舱、训练肌肉力量的时候居多。与地面上的生活一样，也会读读书、看看 DVD。对他们而言，休息日和空闲时，最喜欢的就是从机舱窗口眺望地球。短时间内绕地球好几周，每次眺望的景色都完全迥异，宇航员们乐此不疲。

Ⓥ Phi hành gia từ xưa luôn là một nghề được trẻ em yêu thích và ngưỡng mộ, vậy thực tế đây là công việc như thế nào? Và những người làm nghề này có cuộc sống ra sao?
Công việc chủ yếu trên vũ trụ của các phi hành gia là tiến hành những thí nghiệm và nghiên cứu chỉ có thể làm trong môi trường không trọng lượng. Ngoài những công việc quan trọng như thí nghiệm y học, họ còn tuyển chọn các nội dung thí nghiệm thú vị do người thường gửi đến để tiến hành với tên gọi "Những thí nghiệm vũ trụ thú vị". Tiếp theo là những việc như ISS và quản lý "Kibou". Để vận hành và duy trì ISS v.v…, các phi hành gia sử dụng bàn tay rô bốt để lắp đặt các thiết bị dùng cho thí nghiệm hay để thay đổi các linh kiện. Ngoài ra họ còn mặc quần áo vũ trụ để tiến hành ở bên ngoài tàu vũ những việc mà bàn tay rô bốt không thể làm được.
Vậy điều kiện làm việc là gì? Nếu là người Nhật một ngày thời gian làm việc là 8 tiếng giống như nhân viên trên mặt đất, ngày nghỉ nghe nói cũng là thứ bảy và chủ nhật. Lương tuân theo tiêu chuẩn của JAXA, cũng bằng với lương của nhân viên trên mặt đất khác. Tuy nhiên, họ được trả trợ cấp đặc thù như trợ cấp nguy hiểm v.v…Ngày nghỉ họ làm gì ư? Nghe nói họ thường dọn dẹp trong tàu vũ trụ, rèn luyện thể lực v.v…ngoài ra họ cũng làm những việc tương tự như cuộc sống trên mặt đất như đọc sách, xem DVD v.v…Và điều được yêu thích nhất trong thời gian rảnh rỗi bao gồm cả ngày nghỉ là ngắm nhìn trái đất từ cửa sổ. Do trái đất quay thật nhiều vòng trong thời gian ngắn nên phong cảnh mỗi lần lại biến đổi khác nhau vì vậy có thể ngắm nhìn không biết chán.

Lesson ❽

Ⓔ Recently, I've started to see billboards in towns for car sharing. Car sharing is a service where registered members are able to share a car among themselves. In Japan, the first car sharing company was created in 2002, and the number of individuals using them has been slowly increasing since 2010.

Until about 1990, cars were the thing that young people wanted. Having a car was one form of showing one's status, but in recent years, it is said that people are moving away from owning cars, particularly young people. Public transportation has developed in big cities, and for people who don't commute to work by car, they do not use cars very often. Also, owning a car results in costs such as gasoline, parking, taxes, and more. With the uncertain employment situation in recent years, there must also be people who cannot buy a car. Furthermore, there is an increased aware-ness of environmental issues and lifestyle changes and people's values are becoming more diverse. It would not be strange if there are a growing number of people who think that if they had the money to use on a car, they would rather use it in another way.

That is where car sharing, a new service that answers the desires of people who do not want to own a car but need to use one, was born. What makes it different from car rentals is that you simply have to reserve a car online, and that they can be used 24 hours a day. If you go to a car station, you are able to use a car at once, without having to go through any annoying process. The cars can be used in units of 15 or 30 minutes, making them easy to use and convenient, for example, if you wanted to use a car to go to shop nearby.

The number of car sharing businesses is increasing every year, and so is the number of registered users. These kinds of services will surely continue to expand in the future.

C 虽近，在街上常常能看到"カーシェアリング"这样的广告牌。"カーシェアリング"的意思是注册会员之间可以共同使用车的一种服务，在日本 2002 年第一家"カーシェアリング"公司诞生了。自 2010 年左右开始，利用的人开始增加。

1990 年代以前，车是年轻人想要的东西，有车是当时的＊＊＊之一。可是今年以年轻人为中心脱离车的倾向开始延伸。在大都市，公共交通设施比较发达，不开车通勤的人基本上不怎么用车。还有，养车要花油费、停车费及税金等。近年在雇用状态不稳定的人们当中，甚至有买不起车的人。还有由于环保意识的提高，生活方式的变化，价值观也变得多样化了，与其在车上花很多钱，不如花在别处，有这种想法的人增多也不足为奇。

于是，虽然不想买车，但需要时想利用，为了满足这样的人的需求，"カーシェアリング"这种新型服务诞生了。与租车不同的是，只在网上预约，就可以利用 24 小时。只要去"カーステーション"，不需要繁锁的手续就可以利用。利用时间按 15 分或 30 分单位计算，去近处买东西等时利用，既经济又方便。

"カーシェアリング"开业着年年在增加，注册会员也在增加。今后这样的服务会不断扩大下去吧。

V Gần đây chúng ta hay nhìn thấy bảng hiệu "dùng chung xe" trên đường phố. "Dùng chung xe" là dịch vụ sử dụng chung xe ô tô giữa các thành viên đăng ký. Ở Nhật Bản, công ty đầu tiên về dịch vụ "dùng chung xe" ra đời năm 2002, từ năm 2010 số người dùng bắt đầu tăng dần lên.

Trước những năm 90, thứ giới trẻ mong muốn là xe ô tô, sở hữu xe ô tô là một trong những tiêu chuẩn đánh giá, tuy nhiên những năm gần đây, mọi người – đặc biệt là giới trẻ, bắt đầu rời xa xe ô tô. Ở những thành phố lớn, nơi giao thông công cộng phát triển, những người không đi làm bằng xe ô tô sẽ không mấy khi sử dụng xe ô tô. Ngoài ra, sở hữu xe ô tô sẽ tốn thêm tiền xăng, tiền đỗ xe và tiền thuế. Với tình hình việc làm bất ổn như những năm gần đây sẽ có những người chẳng thể mua nổi ô tô. Ngoài ra, ý thức bảo vệ môi trường ngày càng được nâng cao, sự thay đổi trong phong cách sống nên giá trị quan cũng đa dạng hơn. Việc có nhiều người nghĩ rằng muốn dùng tiền vào việc khác hơn là cho ô tô không còn là chuyện lạ.

Chính vì thế, dịch vụ "dùng chung xe" đã ra đời để đáp ứng nhu cầu của những người "không muốn mua xe nhưng lại muốn dùng xe khi cần". Điểm khác biệt với đi thuê xe là chỉ cần đặt qua mạng là có thể sử dụng trong 24 giờ. Chỉ cần đến trạm xe là có thể sử dụng liền mà không cần làm những thủ tục phức tạp. Thời gian sử dụng được tính theo đơn vị 15 phút hoặc 30 phút nên rất tiện lợi khi đi mua sắm ở gần nhà.

Số lượng các công ty "dùng chung xe" tăng lên hàng năm, số người đăng ký dịch vụ cũng tăng lên. Những dịch vụ như thế này chắc chắn sẽ mở rộng trong tương lai.

Lesson **9**

E From: Smile Co., Inc. <smile@shop.co.jp>
Date: September 10, 2018 13:04:47
To: haru@jmail.com
Subject: [SmoothDry] Notice: Product Scheduled to Ship

Dear Haruka Tanaka,

My name is Yamada, from Smile Co., Inc.
Thank you very much for your order.
Please save this e-mail, as you may need it in the future.

We are very sorry, but the product you ordered, "Clothes Dryer [SmoothDry] (Order Number 003-1234) is current out of stock, and we are waiting for our next shipment. Because of this, it may take up to two weeks for your product to ship.
Once we confirm that your product is in stock, we will notify you by e-mail once again and begin preparing for ship-ment. It is scheduled to arrive about one to three day after shipping (depending on location).

* Changing or Canceling Orders
  We apologize for the inconvenience, but we are unable to respond to requests to change or cancel orders after we have confirmed an item to be in stock. Furthermore, please note that we do not accept returns for products unless they are defective.

  If you have any questions, please contact us through one of the methods below.

  We thank you for your continued patronage.

＊＊＊＊＊＊＊＊＊＊＊＊＊＊＊＊＊＊

Smile Co., Ltd. Ichiro Yamada

❻ 商务邮件～商品的送货预定

发件人：＊＊＊株式会社　smile@shop.co.jp
日期时间：2018 年 9 月 10 日 13:04:47
收件人：haru@jmail.com
件名：【スムーズドライ / 快捷干燥】商品送货预定日期通知

田中 春香小姐：

我是＊＊＊株式会社的山田。
这次您订购了我们商店的商品，表示衷心感谢。
我们给您发的邮件，今后还会有用的时候，请您保管好为盼。

非常抱歉，您订购的「洗衣烘干机【スムーズドライ / 快捷干燥】（商品号码 003-1234），由于现在库存没货，处于等货状态。为此，有可能要延后两个星期左右。
来货后，我们再一次发邮件给您，并做送货的安排。送货日期预定在发送邮件后的第二天到之后的 3 天前后。（根据地区有所不同）

※ 关于订购内容的更改・取消
　很抱歉，库存确定后的更改・取消我们不予受理。另外，关于换货，我们只受理不良商品。敬请周知。

　如果有什么不明白的地方，请您按以下联系方式咨询。

　今后也请您光顾本店，请多关照。
　＊＊＊＊＊＊＊＊＊＊＊＊＊＊＊＊＊＊
　＊＊＊株式会社 山田一郎

Ⓥ Người gửi: Công ty Smile (smile@shop.co.jp)
Thời gian: 13:-4:47 ngày 10 tháng Chín năm 2018
Người nhận: haru@jmail.com
Tiêu đề: Thông báo về lịch gửi hàng (máy Smooth Dry)

Kính gửi chị Tanaka Haruka.

Tôi là Yamada bên công ty Smile.
Cảm ơn Quý công ty đã đặt hàng chúng tôi.
Xin Quý công ty giữ lại email này vì sau này sẽ cần dùng đến.

Về mặt hàng máy sấy quần áo Smooth Dry (số hiệu đặt hàng: 003-1234), chúng tôi rất xin lỗi vì hiện tại chúng ta đã hết hàng, đang đợi nhập về. Do vậy, có thể sẽ mất 2 tuần nữa chúng tôi mới có thể gửi hàng cho Quý công ty.
Khi nào có hàng, chúng tôi sẽ liên lạc với Quý công ty qua email và làm thủ tục gửi hàng. Dự định sau khi gửi, hàng sẽ tới được Quý công ty vào ngày hôm sau hoặc trong vòng 3 ngày (tùy khu vực)

*Về thay đổi hoặc hủy đặt hàng.
Sau khi hàng về, chúng tôi không giải quyết việc thay đổi hoặc hủy hàng. Chúng tôi rất xin lỗi. Về trả hàng, chúng tôi chỉ nhận đổi hàng khi hàng không đạt chất lượng. Mong Quý công ty thông cảm.

Nếu có chỗ nào chưa rõ, xin Quý công ty liên hệ với chúng tôi theo địa chỉ sau.
Rất mong tiếp tục nhận được sự tin tưởng và giúp đỡ của Quý công ty
　＊＊＊＊＊＊＊＊＊＊＊＊＊＊＊＊＊

Công ty Smile
Yamada Ichiro

Lesson ❿

Ⓔ Do you know of a way to get airplane tickets for cheap? You could divide these methods into three large categories. First is buying a ticket as early as possible. In general, any airline will sell tickets for significantly cheaper if you buy them more than 28 days before you board the plane. Next is buying discount airline tickets at a travel agency. As travel agencies purchase tickets from airlines in a somewhat grouped way, they are able to get them for that much cheaper (in the case of domestic flights, airline ticket sales sites are more convenient than travel agencies). Finally is buying airline tickets as part of a set, such as together with your hotel. This method is recommended when wanting to keep down your overall travel costs or when you are traveling to a place for the first time.
However, there are things you must be careful of when buying tickets. That is that cancelation fees are expensive. While it depends on the company, if it's an expensive company, even if you cancel two weeks in advance, only half of

your airfare alone may be refunded. Furthermore, if you buy tickets from a travel agency or airline ticket sales website, not only will there be a cancelation fee, there will also be handling and other non-ticket costs. In other words, you should assume that only a small amount of the money paid will come back to you if you cancel a ticket. There are also cases where you will not earn miles, seats cannot be chosen in advance, and so on. For this reason, these methods may not be for those who are saving miles or who have specific desires about where they want to sit.

C 大家知道便宜机票的买法吗？其方法可以大致分为三种。第一，尽量早期订购。不管哪家航空公司在乘坐的 28 天前购买的话，都给优惠。第二，在旅行社买。旅行社某种程度上拥一定数量的从航空公司廉价进来的票，所以可以优惠（国内旅行的话，不在旅行社，在机票销售网站上订很方便）。第三，在旅行社订购机票加酒店。

这是想压缩旅行费用，或头一次去的地方时所推荐的买法。

但是，在订购机票时请注意几个事项，那就是要付高额的取消手续费。根据公司不同，费用高的公司，两周前取消的话，只退回机票费用的一半。还有，如果在旅行社或机票销售网站上订购的，不光是取消费，还要付事物手续费等机票以外的费用。也就是说，如果是取消的话，只能退回来一少部分的钱回来。另外，购买便宜机票，还有没有里程积分，事前不能指定座位等情况。因此，对希望里程积分的人，或希望指定座席的人也许不适合。

V Các bạn có biết cách mua vé máy bay giá rẻ không? Có 3 cách chính để mua. Thứ nhất là mua càng sớm càng tốt. Nhìn chung, bất cứ hãng máy bay nào nếu mua trước ngày bay 28 ngày đều có thể mua được với giá khá rẻ. Thứ hai là mua vé rẻ qua công ty du lịch. Các công ty du lịch đều đặt mua một lượng vé nhất định từ hãng máy bay nên bạn có thể mua được vé giá rẻ (trường hợp đi trong nước thì mua trên các trang web bán vé máy bay thì tiện hơn là qua công ty du lịch). Cuối cùng là mua vé máy bay kèm khách sạn qua công ty du lịch. Đây là cách khi bạn muốn tiết kiệm chi phí toàn chuyến đi hoặc du lịch tới nơi chưa bao giờ đến. Tuy nhiên, có điều cần phải lưu ý khi mua vé máy bay. Đó là sẽ mất tiền hủy vé. Tùy theo từng hãng nhưng nếu là hãng đắt thì dù bạn có hủy trước 2 tuần thì vẫn chỉ được hoàn lại một nửa tiền vé. Ngoài ra, nếu mua qua công ty du lịch hoặc qua trang web bán vé máy bay thì ngoài tiền hủy vé, bạn sẽ mất thêm chi phí thủ tục hành chính. Nói tóm lại, bạn nên chuẩn bị trước tinh thần là nếu hủy vé thì chỉ được nhận lại rất ít tiền. Bên cạnh đó cũng có trường hợp không được cộng dặm thưởng hoặc không thể chọn chỗ ngồi. Vì vậy, cách này có lẽ không hợp với những người đang tích dặm hoặc muốn chọn chỗ ngồi.

ふくしゅうのこたえ
Review Answers／复习答案／Đáp án bài ôn tập　§1 （Lesson 1-10）

I　❶ f　❷ a　❸ b　❹ c　❺ d　❻ e

II　❶ b　❷ a　❸ c　❹ c　❺ d

III　❶ c　❷ e　❸ a　❹ f　❺ b　❻ d

Grammar Target
◆〜て以来
◆〜にしては
◆〜というか、〜というか
◆〜っぽい　◆〜げ

Lesson ⑪ カプセルホテル

Capsule Hotels ／胶囊酒店／ Khách sạn con nhộng

外国人観光客の増加によりホテル不足が問題となり、宿泊施設の建設ラッシュが起こっている。そんな中、都心でカプセルホテルの開業が相次いで*1 いる。

カプセルホテルとは、2段に積まれた長さ約2メートル、幅約1メートル、高さ約1メートルのカプセル状の空間の中で寝る、低価格の簡易宿泊施設のことだ。1979年に大阪で誕生して以来、この狭さにしては快適に過ごせると、男性客を中心に利用されてきた。しかし、これまでのカプセルホテルのイメージはというと、安くてただ寝るためだけのスペースというか、飲み過ぎて終電を逃したサラリーマンが泊まる場所というか、あまりよいイメージとは言えなかった。

ところが、最近のカプセルホテルはこれまでと違う。女性専用のフロアを設けたり、内装を明るくおしゃれにするなど、清潔で安全なイメージに変わりつつある。カフェっぽい雰囲気や、飛行機のファーストクラス風のデザイン、グループで泊まれる部屋など、工夫を凝らした*2 ホテルも登場している。

また、この日本独自のホテルが、外国人旅行者にウケているそうだ。カプセルホテルに泊まった外国人旅行者が、その様子をSNSにアップしたのがきっかけで、注目が集まったようだ。狭い空間にテレビや照明、エアコンや目覚まし時計などの機能的な設備が詰まっており、SF映画の世界を思わせるらしい。★カプセル内で楽しげに過ごす様子を見て、自分も体験してみたいと訪れる人が増えているそうだ。

新しく開業したカプセルホテルでは、外国人観光客向けにカプセルの長さを2メートル以上にしているところも増えているそうだ。今後さらにどんな"ホテル"に進化していくか、興味が持たれる。

*1　相次ぐ：同じようなことが続いて起こる。
*2　工夫を凝らす：よくするための方法や手段を考えて、実際にそれを行う。

Vocabulary

- □ 宿泊(する)：泊まること
- □ 施設：facility／设施／cơ sở
- □ ラッシュ：物事がある時に集中すること。
- □ 開業(する)：新しく事業などを始めること。
- □ 簡易：簡単な作り・方法によること。
- □ フロア：建物の階。

- □ 設ける：作る。
- □ ファーストクラス：飛行機の1等席。
- □ ウケる：find popularity／受欢迎／thú vị, được đón nhận
- □ アップする：up　ネット上に写真や文章を載せる
- □ 詰まる：filled with／满满的／nhiều, đầy ắp

🔑 ～て以来　ever since ～／～以来／kể từ sau ～

E An expression that means "a situation has continued after doing ～."

C 表示「自从～之后，某种状态一直持续着」。　**V** Diễn tả ý "sau khi làm ～ thì một trạng thái cứ thế tiếp diễn".

> **EX1** 大学を卒業して以来、彼とは会っていない。
> (Ever since I graduated university, I haven't met him.／自从大学毕业后就再没见到他。／Kể từ sau khi tốt nghiệp đại học tôi không gặp anh ấy.)

> **EX2** それがあって以来、大事なことはちゃんとメモするようにしています。
> (Ever since then, I've always taken notes about important things.／从那以后，重要的事情都会做好笔记。／Kể từ sau đó, những điều quan trọng tôi thường ghi lại.)

🔑 ～にしては　for a ～／虽然～却／～thế mà ～

E Indicates that reality is different from the situation expected, given a certain fact.

C 表示从某事实中预想的事情与实际不一样。

V Diễn tả trạng thái khác nhau giữa dự đoán và thực tế.

> **EX1** 日曜日の夜にしては、電車が込んでいる。
> (This train is crowded for a Sunday night.／星期天的晚上，电车里人却很拥挤。／Tối chủ nhật thế mà tàu điện khá đông.)

> **EX2** 彼は、ずっとスポーツをしていたにしては、よく風邪をひいて休む。
> (For someone who played sports for so long, he takes a lot of days off sick.／他一直锻炼却经常感冒休息。／Anh ấy chơi thể thao suốt thế mà hay nghỉ vì ốm.)

🔑 ～というか、～というか　maybe ～ or ～／说是～、还是～／không biết nên gọi là ～ hay gọi là ～

E An expression used to describe something using multiple expressions, avoiding the use of one definitive expression.

C 避开仅一种表现的判断，用各种表现来说明。

V Là cách nói khi muốn giải thích bằng nhiều biểu hiện khác nhau, tránh khẳng định chỉ bằng một biểu hiện.

> **EX1** この靴は、おしゃれというか、派手というか、デザインが変わっている。
> (Maybe you could call these shoes fashionable or gaudy, but their design is unusual.／这鞋说是时尚还是耀眼，款式很独特。／Đôi giày này thiết kế độc đáo, không biết nên gọi là thời thượng hay lòe loẹt nữa.)

> **EX2** こういう会は、面倒というか、疲れるというか、あまり行きたくない。
> (I don't know if you'd call these kinds of events a pain or tiring, but I don't really want to go to them.／这样的会说是嫌麻烦还是感到累，总之不太想去。／Tôi không thích đến những buổi như thế này, thấy phiền toái hoặc là thấy mệt.)

🗝 〜っぽい　〜 ish／有点儿〜／giống như (cái gì đó)

E Indicates a strong inclination or nature.

C 表示「某种倾向或性质很强」。

V Diễn tả ý "khuynh hướng và tính chất ~ mạnh"

> **EX1** 彼女は高校生だけど、いつも大人っぽい服を着ている。
> かのじょ　こうこうせい　　　　　　　　　　　おとな　　　　ふく　き
> (While she's a high school student, she always wears university-ish clothes.／她还是个高中生，总是穿着像大人似的衣服。／Cô ấy là học sinh cấp 3 nhưng lúc nào cũng mặc trang phục như người lớn.)

> **EX2** その部屋は普段、掃除をしていないみたいで、ほこりっぽかった。
> へや　ふだん　そうじ
> (It seems that room isn't normally cleaned, so it was dusty.／那个房间平时好像也不打扫，满是灰尘。／Phòng này bình thường chắc không được dọn dẹp nên đầy bụi.)

🗝 〜げ　on the 〜 side／好像有点儿〜／có vẻ 〜

E A spoken expression that gives a conjecture about the state of something, like 「〜そう」 has been used.

C 与「〜そう」一样，表示推测的一种书面语表现。

V Là cách dùng dạng văn viết thể hiện sự phỏng đoán.

> **EX1** 彼女、最近、彼からメールが来ないらしくて、なんか、さびしげだった。
> かのじょ　さいきん　かれ　　　　　　　　　こ
> (It sounds like she's been kind of on the lonely side lately because her boyfriend won't message her.／最近没有他的电子邮件，她好像有些失落。／Gần đây không có mail của anh ấy nên cô ấy trông có vẻ buồn.)

> **EX2** 彼女はいつも、息子の学校の成績の話を自慢げに言う。
> かのじょ　　　　むすこ　がっこう　せいせき　はなし　じまん　　い
> (It sounds like she always talks about her son's grades at school in a bragging way.／她总是自吹儿子在学校的成绩。／Cô ấy lúc nào cũng nói có vẻ tự mãn về thành tích ở trường của con trai.)

🔍 Focus on the Structure

（旅行者が）
りょこうしゃ

★ ［カプセル内で 楽しげに 過ごす 様子］を 見て、

引用
いんよう

〈自分も 体験して みたいと／ 訪れる 人〉 が 増えて いる そうだ。

伝聞
でんぶん

Ｖてみる＋Ｖたい

CHECK

Q1 カプセルホテルのいい点は何ですか。
てん　なん

Q2 外国人観光客は、カプセルホテルについて、どんな感想を持っていますか。
がいこくじんかんこうきゃく　　　　　　　　　　　　　　　かんそう　も

Lesson ⑫ 子どもとケータイ

※タイトルはこの本の中でつけたものです。

Children and Cell Phones ／儿童与手机／ Trẻ em và điện thoại di động

Grammar Target
◆ ～ことなく
◆ ～ざるを得ない
◆ ～以上（は）

　ところで、ケータイの普及によってネット・コミュニケーションの場が急激に拡大したことで、子どもたちの人間関係の実態が見えづらくなり、眉をひそめている大人たちも多いことでしょう。しかし、よく考えてみれば、子どもの安全を守るという名目でいま進められているケータイ対策も、じつは環境管理型の治安対策と同じ発想から生まれているものではないでしょうか。

　フィルタリング*1機能の提供を事業者に義務づける有害サイト規制法が、2009年4月に施行されました。ここで規制の対象とされる有害サイトとは、子どもたちの健全育成にとって不都合で異質なものと、私たち大人たちが判断したものです。そこへのアクセスの規制とは、有害性の中身について子どもたち自身に考える機会を与えることなく、認知の対象に入らないように圏外へ押し出してしまうことです。子どもたちの健全育成にとって、このような対策が有効であると考えるのは、固定的で単純なキャラとして彼らの人格を捉えているからではないでしょうか。

　私は、ケータイの使用規制に対して、一概に反対を唱えているわけではありません。出会い系サイトなどで被害にあう子どもたちがいる現状を顧みれば、応急措置としての有効性は認めざるを得ないでしょう。しかし、あたかも*2それが根治療法であるかのように錯覚し、規制をかければそれで事がすべて足りるかのような認識上の怠慢におちいることは避けなければなりません。

　人間関係を維持するための道具としてケータイが使われている以上、その使用規制は、たんに性風俗などの望ましくない成人情報のフィルタリングだけでなく、学校裏サイト*3など、大人が望ましくないと考える人間関係のフィルタリングへと拡張されていきがちです。では、そのような「教育的」措置は、心地よい類友*4だけとつながろうとする子どもたち自身の人間関係のフィルタリングと、いったいどこが違うといえるでしょうか。★そもそも私たちは、セキュリティを強化しさえすれば、安全で快適な生活を享受できるのでしょうか。

（土井隆義『キャラ化する／される子どもたち 排除型社会における新たな人間像』岩波ブックレットより）

＊１　フィルタリング：ネット上の情報をチェックして有害なものをとり除く機能。

＊２　あたかも：まるで。

＊３　学校裏サイト：ある特定の学校の話題を扱う非公式のサイト。

＊４　類友：「類は友を呼ぶ」が短くなったもの。「似ているものは自然に集まる」という意味。

Vocabulary

□ 眉をひそめる：眉を寄せる表情を示し、不快や疑い、不満などを表す。

□ 名目：名前。形式的な、表向きの名前。

□ 治安：国や社会の安全が保たれていること。また、その状態。

□ 認知（する）：(to) recognize ／感知／ nhận thức, công nhận

□ 圏外：ある条件の範囲の外。

□ キャラ：キャラクター（character）が短くなったもの。性格や特徴。

□ 人格：personality ／人格／ nhân cách

□ 顧みる：過ぎたことや他人のことに改めて注意を向けて考える。

□ 根治（する）：病気などを元から直すこと。

□ 錯覚（する）：(to) hallucinate ／错觉／ nhầm lẫn

□ 怠慢：怠けて、するべきことをしないこと。

□ 性風俗：sex work establishment ／忹风俗／ mại dâm

□ 心地：気分。

□ セキュリティ：安全。

□ 享受（する）：受け取って、味わい楽しむこと。

🔑 ～ことなく　　without ~ing ／不～／ Không ～

Ⓔ A stronger form of expressing「～ないで」or「～ずに」.

Ⓒ 是「～ないで」及「～ずに」的强调表现。　　Ⓥ Cách nói nhấn mạnh của「～ないで」và「～ずに」.

EX1 家族と仕事とどっちを取るか聞かれて、彼は迷う**ことなく**家族と答えた。
(I asked which I would choose, family or work, and I answered family without hesitating. ／如果问他家庭和工作选哪个，那他一定毫不犹豫地选择家庭。／ Khi được hỏi chọn gia đình hay công việc thì anh ấy trả lời "gia đình" mà không chút ngập ngừng.)

EX2 彼女は５年間、一度も休む**ことなく**、毎週ピアノ教室に通った。
(She went to her piano lessons every week without taking a break for five years. ／她 5年一次也没缺席，每周都去学钢琴。／ Cô ấy hàng tuần đều đến lớp học piano trong suốt 5 năm mà không nghỉ một lần nào.)

🔑 ～ざるを得ない　　had no choice but to ～／不得不～／ Đành phải ～

Ⓔ A written expression that means "could only do ~"

Ⓒ 表示「除此以外，别无选择」的书面语。

Ⓥ Cách dùng trong văn viết diễn tả ý "không có cách nào khác".

EX1 父は事業に失敗して、借金をせ**ざるを得**なかった。
(My father failed in business and had no choice but to borrow money. ／父亲经营失败，不得不借钱。／ Bố tôi làm ăn thất bại nên buộc phải vay nợ.)

EX2 休みが取れないので、来月の旅行はあきらめ**ざるを得ない**。
(I could not take a break and so I had no choice but to give up on next month's vacation. ／因为请不了假，下个月的旅行不得不放弃。／ Không lấy được nghỉ phép nên chuyến du lịch tháng sau đành phải hủy.)

🔑 ～以上（は）
（い じょう）　　as long as ～ ／ 只要～就 ／ Một khi đã ～

E An expression that means "x, and so obviously y" about duties, responsibilities, rules, common sense, and more.

C 用于义务 、责任、规则及常识等，表示「因为 A 就得 B」。

V Thường dùng trong việc chỉ nghĩa vụ, trách nhiệm, quy định, thường thức, diễn tả ý "Vì X nên Y là đương nhiên".

EX1 給料をもらっている**以上**、ちゃんと仕事をしなければならない。
（きゅうりょう）　　　　（い じょう）　　　　　　（し ごと）
(As long as I'm receiving wages, I need to do a proper job. ／只要拿工资就得好好工作。／ Một khi đã nhận lương thì phải làm việc cho chu đáo.)

EX2 約束した**以上**、守る義務がある。
（やくそく）（い じょう）（まも）（ぎ む）
(As long as I made a promise, have a duty to protect it. ／只要约定了，就要信守诺言。／ Một khi đã hứa thì phải có nghĩa vụ giữ lời.)

🔍 Focus on the Structure

文全体
（ぶんぜんたい）

★ ＼そもそも／ 私たちは、〈セキュリティを 強化し さえ すれば、〉
　　　　　　　　　　　　　　　　　　　　　　　　　　仮定条件
　　　　　　　　　　　　　　　　　　　　　　　　　（か ていじょうけん）
　　　　　　　　　　　　　　　　　　　　　　　～さえ＋Ｖ＋ば

　　　　　　　　　　　　　　　　　　　説明
　　　　　　　　　　　　　　　　　　（せつめい）
［安全で 快適な 生活］を 享受できる の でしょうか。
　　　　　　　　　　　　　　　　　疑問
　　　　　　　　　　　　　　　　（ぎ もん）

🧩 それで事がすべて足りる
（こと）（た）　　That's enough for everythin ／那样就行了／ Thế này là xong

⇒（何かをするのに）それがあれば十分／そうすることで全部解決する
　（なに）　　　　　　　　　　　（じゅうぶん）　　　　　　（ぜん ぶ かいけつ）

E Often used when criticizing simple ways of thought.

C 用于指责想法太简单的表现。

V Thường dùng khi phê phán suy nghĩ đơn giản.

CHECK

Q1 それとは何のことですか。
　　　　　　　（なん）

Q2 この文章で筆者が言いたいことは何ですか。
　　（ぶんしょう）（ひっしゃ）（い）　　　　（なん）

Lesson ⑬ 「悩み」の正体

The True Form of "Worries" ／ "烦恼"的真相／ "Nỗi trăn trở" thực sự

Grammar Target
- ～ものの
- ～といった

　こうして「とりあえずどこでも」と就職を決めた学生のその後の道は、極端にふたつに分かれることが多い。ひとつは、気が進まないと思っていた職種でも就職してみたら意外に面白みを感じ、人間関係にも恵まれ、いきいきと働くようになる、という道。そしてもうひとつは、入社してみたものの、やはり仕事の内容や会社に魅力を感じることができず、何年もしないうちに退職してしまう、という道。後者には次の職場も決めずにやめる人も多く、結局、彼らはフリーターになってしまう。どちらの道に進む人が多いのか、正確なことはわからないが、私の場合は、社会人になりたての卒業生から「やめたい」と相談されることがかなり多い。

　そういう相談をしてくる卒業生たちに「どうしてやめたいの？　そんなにツライの？　給料が安すぎる、ってこと？」ときくと、ほとんどの人は「しんどさ、賃金の低さが問題ではない」と答える。彼らが問題に感じているのは、「仕事内容が単調なこと」「自分の意見をきいてもらえないこと」だという。つまり、やりがいのなさ、自分らしさの実感のなさが、職場への不満につながっているようなのだ。

（中略）

　「じゃ、どうなればがんばれるの？」とさらに尋ねると、「★今日のがんばりで目標にどれぐらい近づいたか、目に見えてわかればいいのですが」という答えだった。どうやら彼の頭の中にあるのは、ネットで公開している自分の日記（ブログ）のアクセス数のカウンターのようなイメージらしい。

（中略）

　ネットの日記のように、多くの人が注目してくれて、その注目度がアクセス数といった数字で把握できて、さらにそれが日に日にアップしていくこと。それこそが、若い彼らにとっては「やりがい」「自分らしさ」の手ごたえなのかもしれない。逆の言い方をすれば、インターネットの普及によって「多くの人に関心を持ってもらうこと」がもたらす快感に若者たちが気づいてしまったことも、"その他、大勢*" として働く新人時代をいっそうつまらなく意味のないものに見せているのかもしれない。

　しかし、多くの人に注目され、目立ちさえすればそれだけで本当に人は「生きがい」を手に入れられるか、と言えばそれもまた違う。精神科の診察室にも、「仕事で成功して不特定多数の人に注目されるようにはなったけれど、なんだかむなしい」という悩みを抱えた人がしばしばやって来る。そういう人に、「では、今の時点であなたが考える充実とは何ですか」ときくと、「誰にも知られなくても収入が減ってもいいから、規則正しい食事や部屋の整理整頓など、落ち着いた生活をしっかり送ること」といった離職相談の若者たちとは正反対の答えが返ってくる。

（香山リカ『「悩み」の正体』岩波新書より）

＊その他、大勢：それ以外の多くの人たち。
zz

Vocabulary

□　極端に：extremely ／极端的／ cực đoan

□　職種：職業や仕事の種類。

□　単調（な）：同じような状態が続くこと。

□　フリーター：決まった職業に就かないで、アルバイトをして生活をする人。

□　なりたて：なったばかり。

□　ブログ：blog ／博客／ blog

□　アクセス（する）：インターネットに接続すること。英 access より。

□　カウンター：数を表示するもの。英 counter より。

□　把握（する）：情報などを手に入れること。しっかり理解すること。

□　手ごたえ：feeling ／感覚／ cảm thấy đáng bỏ công bỏ sức

□　普及（する）：(to) spread ／普及／ phổ cập

□　生きがい：生きる目的や喜びを与えるもの。

□　不特定多数：unspecified large number of people ／男女老少／ đại đa số

□　むなしい：futile ／空虚／ sót xa, buồn tủi

□　しばしば：何度も起こる様子。たびたび。

□　整頓（する）：片づけて整った状態にすること。

🔑 〜ものの　　though 〜／虽然〜／ vậy mà 〜

E Used to recognize a fact even though the results do not match your expectations.

C 表示认可某事但结果与期待相违。

V Công nhận hiện thức nhưng lại có kết quả khác với mong đợi.

EX1　スポーツクラブに入会した**ものの**、まだ１回しか行っていない。
（Though I joined the sports club, I've only been once so far. ／虽然加入了运动俱乐部，可是只去过一次。／ Đã đăng kí vào câu lạc bộ thể thao vậy mà chưa đi được lần nào。）

EX2　ホテルの周りを歩いてみた**ものの**、面白いものは何もなかった。
（Though I walked around the hotel, there was nothing interesting. ／在饭店周围转了转，可是什么好看的也没有。／ Tôi đã đi dạo vong quanh khách sạn vậy mà chẳng tìm thấy gì thú vị）

🔑 ～といった　　such as ～／像～／như là ~ , chẳng hạn ~

E An expression used to give direct examples, with a meaning such as "including ~" and "like ~."

C 有「～のような」「～というような」等意思，表示例举一个明显的例子。

V Là cách nói đưa ra ví dụ cụ thể, với ý nghĩa "như là ~" "được gọi như là ~ "

> **EX1** ここは、黄色やオレンジといった明るい色のほうがいいです。
> （Bright colors such as yellow and orange are better here.／这里用黄色或橘黄色那样鲜明的颜色比较好。／Ở đây nên dùng màu sáng như màu vàng, màu cam.）
>
> **EX2** サッカーや野球といったボールを使ったスポーツが得意です。
> （I'm good at games that use a ball, such as soccer and baseball.／我擅长像足球或棒球那样的球类运动。／Anh ấy giỏi môn thể thao dùng bóng như bóng đá hay bóng chày.）

🧩 気が進まない　　Can't get behind／没有心思进展下去／Không thoải mái, không thỏa mãn

⇒そうしたいと思わない

E Used when one is unable to feel proactive about something.

C 表示对某事没有积极去做的心情。

V Dùng khi không cảm thấy tích cực đối với việc nào đó.

🔍 Focus on the Structure

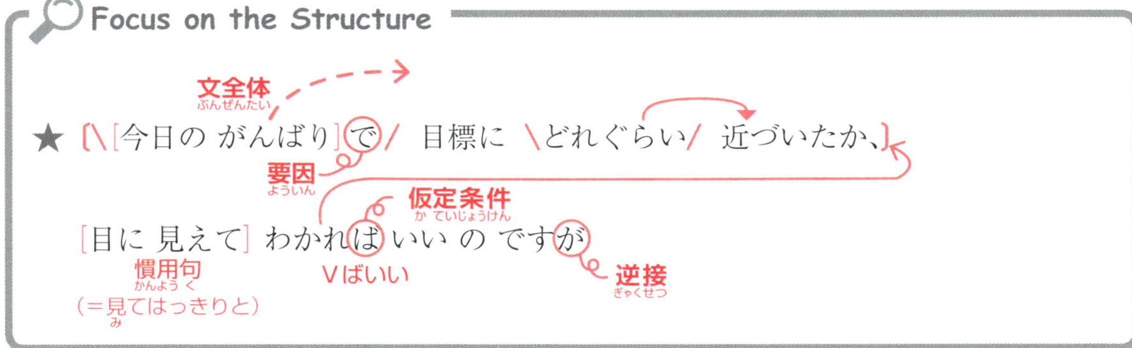

CHECK

Q1 社会人になりたての卒業生たちが、仕事を辞めたいと考える理由は何ですか。

Q2 精神科の診療室に来る仕事で成功した人は、何を求めていますか。

Lesson

⑭ アレルギーの危険性（きけんせい）

The Danger of Allergies ／过敏的危险性／ Sự nguy hiểm của dị ứng

　「それ、卵、入ってる？」。息子は食べ物を見る**につけ**、こう言う。これは「ぼくも食べたいな」という意味なのだ。息子は卵アレルギーだ。それまで平気だったのに、2歳の時に、ある日突然、ひどいアレルギー反応を起こし、命にかかわる大ごとになった。★アレルギーは原因がはっきりしないことも多く、その時の体調が関係して反応することもあるらしい。今も原因はわからないが、とにかく、その日以来、彼は卵がだめになったのだ。

　アレルギーはよく聞く言葉だが、特に食物アレルギーについて、その危険さはあまり知られていないのではないだろうか。例えば、日本に来て初めてそばを食べた外国人が、アレルギーのショック反応を起こすことがまれにある。そのような場合、ちょっとじんましん*が出る程度だと思われがちだが、実はかなり怖いものなのだ。息子の場合は、卵を食べた約40分後に変な咳をし始めた。それから、どんどん呼吸が苦しくなくなり、全身にじんましんが出て、救急車を呼ぶことになった。あと数分遅れていたら、命が危なかったそうだ。

　もし、何かを初めて食べて、数日以内に体調の異常がみられたら、すぐに病院に行ったほうがいい。アレルギーは、数十分で反応することもあれば、数日後に反応することもある。自分が何のアレルギーなのか、早く発見することが何より大切だ。「わざわざ検査**までして**何もなかったら、お金や時間がもったいない」と思うかもしれない。しかし、これは命にかかわることなのだ。アレルギーを引き起こす原因物質には、実にさまざまなものがある。卵やナッツがよく知られるものだが、魚や肉などもある。大きな事故を防ぐために、アレルギーを持つ者の親や家族はもちろん、社会全体にも、アレルギーの危険さについてもっと知ってほしい。

*じんましん：突然、皮膚の一部が赤く、かゆくなり、しばらくすると落ち着く症状。

Vocabulary

☐ アレルギー：allergy ／过敏／ dị ứng

☐ 反応（する）：reaction ／反应／ phản ứng

☐ ～にかかわる：～に関係する。

☐ ショック反応：shock reaction ／震惊反应／ phản ứng sốc

☐ 救急車：ambulance ／救护车／ xe cấp cứu

☐ 体調：体の調子、具合。

□ わざわざ：普通はそこまでしないのに、それをする様子。　　□ ナッツ：nuts ／堅果／hạt hạnh nhân

□ 引き起こす：事件や問題などを起こすこと。

🔑 ～につけ　whenever ～／当～时／～ từ lúc/khi

E An expression that indicates a trigger for a certain action or feeling.

C 表示促使某种动作或心情发生的契机。

V Cách nói thể hiện nguyên nhân dẫn tới xảy ra hành động hay tâm lí nào đó.

EX1 こういうニュースを見る**につけ**、政治家は信用できないと思う。
(Whenever I see news like this, it makes me think that you can't trust politicians.／当看到这种新闻时，我觉得政治家不能相信。／Từ khi nghe tin thời sự này tôi không còn tin tưởng vào chính trị gia nữa.)

EX2 彼は何か**につけ**文句を言うから、困る。
(He complains whenever there's anything, so it's troubling.／当他抱怨某事时，我感到不知所措。／Anh ấy cứ có việc gì là cằn nhằn nên rất khó xử.)

🔑 ～まで（して）　even ～ ed／尽管／即使～／Đến mức phải ～

E An expression that means "despite using special methods," emphasizing one's will or intentions.

C 表示「使用特别的手段」的意思，强调意志及意向的坚。

V Cách nói mang nghĩa "phải dùng tới cách đặc biệt", nhấn mạnh độ lớn của ý chí,

EX1 並んで**ま2でして**食べたいとは思わない。
(I don't want to eat it so badly that I'd even line up.／尽管饭菜都摆好了也不想吃。／Không muốn ăn đến mức phải xếp hàng.)

EX2 そんなこと**までして**勝ちたいとは思わない。
(I don't want to win so badly that I'd even do that.／即使那么做也不想赢。／Không muốn thắng đến mức phải làm như thế.)

🔍 Focus on the Structure

主題（取り立て）

★ ＼アレルギー は／〈原因が はっきりしない こと〉も 多く、

NのN　　　　　　（アレルギーが）

＼その 時の 体調 が 関係して／〈反応する こと〉も ある らしい。

CHECK

Q1 筆者の子どもは、具体的にどんなアレルギー反応を起こしたか。

Q2 アレルギーによる事故を防ぐために、どうすればいいと筆者は考えているか。

Lesson

15 苦しいときほど笑え

The Tougher the Time, the More You Should Smile ／苦时才要微笑
／ Lúc đau khổ lại càng phải cười

　「苦しいときほど笑え」と昔からよく言われている。「笑えるくらいならとっくに笑ってるよ！」と思う人もいるかもしれない。確かに、苦しいときに笑うのは、なかなかできないことだ。しかし、そこをひと頑張りして笑うと、そのときだけでなく、後々も自分にとってプラスになる。

　というのも、最近の研究で、つくり笑いでも、脳が勘違いして、リラックスさせるホルモンや楽しい気持ちになるホルモンを分泌することがわかってきたからだ。★笑顔をつくることで、顔の筋肉が動き、それが脳のホルモンを出す部分に刺激を与える、ということだ。また、よく笑うことによって、気持ちが安定する**ばかりか**、健康に長生きすることにもつながる。前向きな気持ちでいることによって、健康を維持するための遺伝子が働くのだ。逆に、後ろ向きな気持ちでいると、その遺伝子が働かなくなってしまうため、病気になりやすくなり、寿命も短くなってしまう。

　苦しいときには、つい、弱音や愚痴を吐きたくなってしまうものだ。だが、その前に一度笑ってみよう。どんな笑い方でもいい。そうすると、気持ちが少し落ち着くのが実感できるはずだ。

Vocabulary

□ ひと頑張り：もう少し頑張ること。

□ 勘違い（する）：(to) misunderstand ／误会／ hiểu lầm

□ ホルモン：hormones; grilled (pig) innards ／荷尔蒙／ hóc-môn

□ 分泌（する）：(to) secrete ／分泌／ tiết ra

□ 前向き（な）：考え方が積極的なこと。

□ 維持（する）：(to) maintain ／维持／ duy trì

□ 後ろ向き（な）：考え方が消極的なこと。

□ 弱音：自信がなく、気力に欠けること。力のない声。

□ 実感（する）：(to) realize; (to) truly feel ／真实的感觉／ cảm nhận

🔑 〜ばかりか　　not just 〜／岂止是〜／Không chỉ 〜

E An expression that shows one's shock by saying "that isn't everything" and referring to something else.

C 表示「不仅如此」的惊讶，言及其他的表现。

V Cách nói thể hiện sự ngạc nhiên "không chỉ có vậy" và nhắc tới một điều khác.

> **EX1** 彼の研究は、日本**ばかりか**、海外からも注目されている。
> （His research gathers attention not just in Japan but overseas as well.／他的研究岂止是日本，国外也受到注目。／ Nghiên cứu của anh ấy không chỉ được Nhật Bản mà cả nước ngoài chú ý đến）
>
> **EX2** 昨日行った店はおいしくない**ばかりか**値段も高くて、もう二度と行きたくない。
> （The store we went to yesterday did not just serve food that tasted bad, it was expensive. I never want to go back again.／昨天去的那家店岂止是不好吃，价格也很贵，再也不想去了。／ Nhà hàng đi ngày hôm qua không chỉ không ngon mà giá còn đắt nên tôi không muốn đến lần thứ 2 nữa。）

🔍 Focus on the Structure

★ 《＼［笑顔を つくる こと］で、／［顔の 筋肉］が 動き、》

「顔の 筋肉が 動くこと」

それが 《［脳の ホルモン］を 出す 部分》 に 刺激を 与える、》 という 引用 こと だ。

CHECK

Q1 苦しいときに笑うのが体のためになるのはどうしてですか。

Q2 その遺伝子とは何を指していますか。

Lesson
16 ペットと飼い主の名前

Pets and their Owners' Names ／宠物与主人的名子
／ Vật nuôi và tên của chủ

Grammar Target
◆〜やら〜やら

　私が住む団地*1ではペットを飼うことができるので、天気のいい朝夕などには、大小さまざまの犬が飼い主と散歩をしている光景が見られる。

　この団地に住んで長くなるので、散歩でよく会う人とは自然に道で会話が始まり、犬の食べ物や病気についての情報交換が始まる。犬も、初めは相手の犬の匂いを嗅いだりして楽しんでいるが、そのうち、あまりの話の長さに我慢できず、先に進もうと飼い主を引っ張ったり鳴いたりする。しかし、飼い主たちの話は簡単には終わらない。犬たちはあきらめ、仕方なさそうに飼い主たちの話が終わるのをじっと待つことになる。

　ある日、夫が犬の散歩に出かけたところ、近所の人から声をかけられ、いろいろ犬の話をしたらしい。家に帰ってきてからその場面の話をするのだが、夫はその人の名前を知らない。どのような人だったか、髪型やら背の高さやら、その人の特徴を私に説明するのだが、誰なのかわからない。そこで、私がどういう犬を連れていたかを尋ねると、「白と茶色のぶち*2の中型犬だった」と教えてくれた。それさえ聞けば、夫と話した相手が誰かはすぐにわかった。つまり、犬の特徴を聞けば、それがどの犬で、何と言う名前なのかがわかり、飼い主がわかるのである。

　★しかし、犬の特徴から飼い主がわかっても、飼い主の名前まではわからない、という可能性のほうが高い。ある日、道で近所の人と立ち話をしたとき、「Aさんがおたくの庭をほめていたわよ」と言われた。私はAさんが誰かわからないので質問すると、「いつも散歩のときに話しているじゃない。クロちゃんのお母さんよ」と言われ、あっ、そうなのかと、そこで初めてわかった。近所の人の名前は、家から少し離れるともうほとんどわからない。しかし、犬の名前を言ってくれれば、飼い主がわかる。

　このように近所の人の名前がわからないのは、私だけではないはずだ。きっと私も、「Mちゃんのお母さん」と犬の名前で認識されているのである。

*1　団地：計画によって多くの集合住宅を集中的に建てたところ。また、その住宅。
*2　ぶち：異なる色、異なる濃さのものが、不規則に混じっていること。

Vocabulary

□ 飼い主：その動物を飼っている人。
　（かいぬし／どうぶつ／か／ひと）

□ 髪型：hairstyle／发型／kiểu tóc
　（かみがた）

□ 中型：medium-size／中型／dáng người vừa phải
　（ちゅうがた）

□ 立ち話：立ったままで話すこと。
　（たちばなし／た／はな）

□ 認識（する）：(to) discern／共识／认知／nhận thức
　（にんしき）

〜やら〜やら

whether 〜 or 〜／比方〜啦〜啦／〜và〜và

E An expression that uses multiple examples to reflect a situation that has not been sorted or that is still confused.

C 列举几个例子，表示还未整理或不太清楚的样子。

V Cách nói liệt kê ví dụ, phản ánh sự không theo thứ tự, lộn xộn.

> **EX1** 初めて日本に来たときは、期待やら不安やらで胸がいっぱいでした。
> （はじ／に ほん／き／き たい／ふ あん／むね）
> (The first time I came to Japan, whether it was expectations or anxiety, my heart was full.／刚来日本的时候，心里充满了期待啦、不安啦等等。／ Khi lần đầu tiên đến Nhật Bản, cảm xúc hồi hộp bởi hy vọng lẫn lo lắng.)

> **EX2** スーパーで野菜やらお肉やら買わないと。
> （や さい／にく／か）
> (I need to buy things at the supermarket, whether that's vegetables or meat.／去超市一定要买蔬菜啦肉啦什么的。 ／ Phải ra siêu thị mua rau, mua thịt.)

🔍 Focus on the Structure

★《しかし、》〈＼［犬の 特徴］から／飼い主が わかっても、》　**仮定条件**（か ていじょうけん）

〔《［飼い主の 名前］までは わからない、》という ［可能性］の ほうが 高い。　**範囲**（はんい）　**引用**（いんよう）

CHECK

Q1 「私」はどうやって、「夫」が会った人が誰か、わかりましたか。
　（わたし／おっと／あ／ひと／だれ）

Q2 「A さん」とは誰ですか。
　（だれ）

Lesson

17 自転車の車道通行
じ てんしゃ　　しゃどうつうこう

Bicycles Riding on the Road ／自行车的车道通行
／ Xe đạp đi trên đường dành cho ô tô

〈A〉

　先日、歩いているとき、自転車とぶつかりそうになりました。歩道がある道路では、自転車は車道を通らなければならないと、道路交通法で決められています。★一部例外もあって、自転車が歩道を走ってもいい場合もありますが、歩道では歩行者が優先です。ところが、それを無視して、我が物顔*1で自転車に乗っている人が多いように思います。歩いているとき、スピードを出して向かって来る自転車には、恐怖を感じずにはいられません。自転車の通行に特に配慮していない道路が多いだけに、自転車が歩道を走るのはやむを得ないとは思います。しかし、自転車も一歩間違えると大変な事故を招く可能性があります。自転車に乗る人には、交通ルールをしっかり理解し、歩行者の安全を十分に考えてほしいものです。

〈B〉

　車道を走っている自転車を見ると、危ないなあと感じます。しかし、自転車は道路交通法では車やオートバイと同じ車両にあたります*2ので、法律上は、自転車は車道を走るのが正しいのです。とはいうものの、実際に自転車が車道を走ると、非常に危険です。自転車に乗る人には体を覆うものは何もないですから、車と衝突事故を起こすと、車の運転手のほうが多く責任を取ることがほとんどです。ですから、車の運転手からすると、自転車にはできるだけ近寄ってほしくないのです。法律で決まっているのだから仕方がないですが、自転車が車道を走る際は、十分に注意しなければならないと思います。

*1　我が物顔：自分の物や場所のような態度をすること
*2　～にあたる：～に当てはまる。～に含まれる。

Vocabulary

□ 車道：歩道に対して、車が通る部分。
□ 例外：規則からはずれるもの。
□ 優先（する）：(to) prioritize ／优先／ ưu tiên
□ 配慮（する）：相手のために、あれこれと気を使うこと。

□ やむを得ない：仕方がない。
□ 招く：ここでは、「よくない事態を引き起こす」。
□ 車両：車やトラック、自転車などの乗り物。
□ 覆う：cover ／覆盖／ bao trùm

🔑 〜ずにはいられない　can't help but／不〜不行／không thể không 〜 (không 〜 không chịu được)

🇪 Indicates that a certain action or feeling cannot be stopped.

🇨 表示无法阻止某种动作或心情。

🇻 Diễn đạt ý không thể kìm chế một hành động hay cảm xúc.

EX1 この映画を見ると、毎回、感動せ**ずにはいられない**。
(Every time I watch this movie, I can't help but be moved.／每次看这部电影都不禁会感动。／Mỗi lần xem bộ phim này tôi lại không thể không cảm động.)

EX2 ケーキを見たら、ダイエット中でも食べ**ずにはいられない**。
(When I see cakes, I can't help but eat them, even if I'm dieting.／看到蛋糕，即使在减肥也忍不住要吃。／Nhìn thấy cái bánh lại không thể không ăn dù đang ăn kiêng.)

🔑 〜が〜だけに　as 〜 is 〜／只是因为〜／Vì 〜

🇪 Means "it is natural, because ~ is ~." Describes a natural conclusion while also indicating its cause.

🇨 有「因为〜，当然〜」的意思。在叙述其理所当然的结果时，而举出其根据的表现。

🇻 Là cách nói mang ý "Vì ~ nên đương nhiên", để đưa ra bằng chứng khi nhắc đến kết quả đương nhiên.

EX1 家**が**金持ちな**だけに**、彼女はもう車を持っている。
(As her family is rich, she already has a car.／只是因为家里有钱，她已经有车了。／Vì nhà có tiền nên cô ấy đã sở hữu ô tô riêng.)

EX2 年**が**年（な）**だけに**、父は耳が遠くなってきた。
(As he is as old as he is, my father can no longer hear well.／只是因为上了年纪，父亲耳朵开始聋了。／Vì có tuổi nên bố tôi tai cũng nghễnh ngãng hơn.)

🔑 〜てほしいものだ　wish (they) would 〜／希望〜／muốn 〜

🇪 An expression that indicates feelings of wishing that something would happen, though one does not have strong expectations that it will happen.

🇨 表示「虽然不能如愿，但很希望」这种愿望。

🇻 Cách nói thể hiện cảm xúc "Không kì vọng lắm nhưng có hy vọng".

EX1 夫にはもう少し家事に協力し**てほしいものだ**。
(I wish my husband would help out with housework a little more.／希望丈夫能再帮着做点儿家务。／Tôi muốn chồng giúp đỡ việc nhà một chút.)

EX2 努力をしている人が、ちゃんと認められる社会になっ**てほしいものです**。
(I wish society would become a place where people who work hard are properly recognized.／希望社会对那些努力的人给予认可。／Tôi muốn xã hội này là xã hội người nỗ lực sẽ được công nhận.)

🔑 〜とはいうものの　　though 〜／尽管〜也要／ Dù 〜

Ⓔ Indicates feelings of "While ˜, it is such that still," and of recognizing a certain fact while also saying that it is not enough.

Ⓒ 表示「尽管〜、可还是要〜」及「认可某事实但却不充分」。

Ⓥ Diễn đạt cảm xúc "Là 〜 nhưng dù vậy 〜" hay "công nhận sự thật đó nhưng như thế vẫn chưa đủ"

EX1 面接会場がうちから近い**とはいうものの**、当日は早めに家を出るつもりだ。
(Though my interview site is close to my home, I intend on leaving early the day of my interview.／虽然说面试会场离我家很近，我打算那天还是早点儿出门。／ Dù chỗ phỏng vấn ngay gần nhà nhưng ngày hôm đó tôi vẫn định đi sớm.)

EX2 時間がなかったから**とはいうものの**、このレポートはひどすぎる。
(Though you may not have had any time, this report is simply awful.／虽然说没有时间，可这报告的内容也太差了。／ Dù lấy lí do không có thời gian nhưng bài báo cáo này quá tệ.)

🔍 Focus on the Structure

★ 〈 一部 例外も あって、／ 自転車が 歩道を 走っても いい 場合 〉も ありますが、

V てもいい
（許可）

歩道では／〈 歩行者が 優先です 〉。

Q1 AとBの筆者はそれぞれ、「歩行者」「自転車」「車の運転手」のどの立場で意見を言っていますか。

Q2 Aの筆者は何に怒っていますか。

Grammar Target
◆ ～を契機に
◆ ～はというと

Lesson
18 古くて新しい和食の魅力
ふる　　　　あたら　　　　　わしょく　みりょく

Attractiveness of Old but New Japanese Food ／新旧交织的"和食"魅力
／ Sức hút của món ăn Nhật truyền thống mới

2013年に「和食」がユネスコ*1 無形文化遺産*2 に登録された際、農林水産省は、以下の4点を和食の特徴として挙げた。

(1) 多様で新鮮な食材とその持ち味の尊重

日本は南北に長く、海、山、里*3 と表情豊かな自然が広がっているため、各地で地域に根差した多様な食材が用いられている。また、素材の味わいを活かす調理技術・調理道具が発達している。

(2) 健康的な食生活を支える栄養バランス

一汁三菜*4 を基本とする日本の食事スタイルは理想的な栄養バランスと言われている。また、「うま味*5」を上手に使うことによって動物性の油をあまり使わない食生活を実現しており、日本人の長寿や肥満防止に役立っている。

(3) 自然の美しさや季節の移り変わりの表現

食事の場で、自然の美しさや四季の移り変わりを表現することも特徴のひとつだ。季節の花や葉などで料理を飾りつけたり、季節に合った食器などを利用したりして、季節感を楽しむ。

(4) 正月などの年中行事との深い関わり

日本の食文化は、年中行事と深く関わって育まれてきた。自然の恵みである「食」を分け合い、食の時間を共にすることで、家族や地域のつながりを深めてきた。

今回の登録を契機に、日本の和食は、これまで以上に海外に広く知られるようになった。一方、国内はというと、日本人の和食離れが一時問題になっていたが、メディアを中心に和食を取り上げるのをよく目にするようになった。★どちらかというと古いものとされ、あまり現代的ではないと見られがちだったが、そんなことはない。和食はむしろ、今の時代に合った新たな魅力を持ち始めたといえる。

＊1　ユネスコ：UNESCO (United Nations Educational, Scientific and Cultural Organization)

＊2　無形文化遺産：Intangible Cultural Heritage

＊3　里：田や畑が広がり、人々が集まって暮らしている地域。

＊4　一汁三菜：一度の食事に、みそ汁などスープ類を一つと、それ以外の肉や魚、野菜を使った料理が3つあること。

＊5　うま味：調味料によらない、材料そのもののうまい味。だし汁に含まれるおいしい味の成分。

Vocabulary

□　農林水産省：Ministry of Agriculture, Forestry and Fisheries ／農林水产省（相当于中国的部）／ Bộ Nông Lâm Thủy Sản

□　多様（な）：diverse ／多样的／ Đa dạng

□　食材：食べ物の材料。

□　持ち味：それが持っている特徴的な良いところ。

□　素材：materials ／素材／ chất liệu

□　長寿：長く生きること。

□　肥満：太ること。

□　年中行事：毎年、同じ時期に習慣的に行われる行事。

□　共にする：ある物事をいっしょにする。

□　契機：変化を起こす要因・原因となったこと。きっかけ。

🔑 〜を契機に
used 〜 as a catalyst to／以〜为、原因／理由／契机／Sau dịp 〜／Sau lần 〜

ⓔ Used to express that something became the trigger for another occurrence or condition.

ⓒ 表示「促使什么事件或事情发生的原因、理由或契机」。

ⓥ Thể hiện ý nghĩa "một sự việc, tình trạng nào đó trở thành lí do, nguyên nhân".

EX1 彼は入院したの**を契機に**、会社をやめた。
（He used his hospitalization as a catalyst to quit his job.／他以住院为理由辞掉了工作。／Sau lần nhập viện thì anh ấy cũng xin thôi việc）

EX2 A社は昨年、社長が交替した。それ**を契機に**売上が伸び始めた。
（Company A changed presidents last year. They used it as a catalyst to begin increasing sales.／A公司去年换了总经理，以此为契机，营业额开始增长了。／ Năm ngoái công ty A thay giám đốc. Sau lần đó thì doanh thu bắt đầu đi lên. ）

🔑 〜はというと
when it comes to 〜／至于〜／ Nói về／ Nói tới 〜

ⓔ An expression used to indicate a topic, used in particular to direct one's attention to a situation or problem they would like to highlight.

ⓒ 表示提起主题，特别引起注意，用于提起某件事或问题时使用。

ⓥ Là cách nói đưa ra chủ đề, đặc biệt được sử dụng khi muốn đưa ra vấn đề để mọi người chú ý tới.

EX1 今年の目標**はというと**、とにかく全国大会で優勝することだ。
（When it comes to this year's goal, it would be to do whatever it takes to win this year's national tournament.／至于今年的目标，总而言之就是在全国大会上拿下冠军。／ Nói về mục tiêu năm nay thì trước tiên là vô địch ở giải thi đấu toàn quốc. ）

EX2 彼女**はというと**、参加するかどうか、まだ決めていないようだ。
（When it comes to her, it seems she still hasn't decided whether to participate or not.／至于她，似乎还没有决定是否参加。／ Cô ấy thì chưa quyết sẽ tham gia hay không. ）

🔍 Focus on the Structure

（和食は）

内容の引用

★ 〔〈どちらかというと／［古いもの］とされ、あまり／現代的ではない〉と

見られがちだったが、〕［そんなこと］はない。

〜がち　　　〈　〉の部分

CHECK

Q1 和食が日本人の長寿を支えているのはどうしてですか。

Q2 和食の無形文化遺産への登録によって、国内ではどんな影響がありましたか。

Lesson 19　映画のロケ地
A Movie Location ／电影的拍摄地／ Phim trường

　世界各国で、映画やドラマのロケ地を訪れる旅行が人気を集めている。日本でも近年、アニメ映画作品の舞台となった実在の場所をファンが訪れることが「聖地巡礼」と呼ばれ、話題となっている。舞台となった町は、観光客の増加により大きな経済効果が見込める。

　そのため、観光客の増加を期待して、外国映画のロケ地誘致を行った町もある。九州のある地方都市では、ロケ地誘致を地域活性化につなげようと積極的にアジアの映画製作会社に PR 活動を行い、タイの映画撮影を誘致することに成功した。その**かいがあって**、この町ではタイからの観光客が急増した。ロケ地として有名になった神社では、映画の主人公と同じポーズを取っ**ては**写真を撮影する人が後を絶たない*1。

　だが、ロケ地巡りは一時的なブームで終わることも多い。初めは町の名前を広め**てみせる**と意気込む*2 ものの、観光地としての知名度を定着させるのは、なかなか容易ではない。ブームが去った後、どうするかが問題なのだ。★観光客に継続的に来てもらういい方法が**ないものか**と、各地の担当者は頭を悩ませている*3 ことだろう。

*1　後を絶たない：ずっと起こり続けて終わらない。
*2　意気込む：（あることをするのに）気持ちを高め、力を入れる。
*3　頭を悩ませる：あれこれ考えて苦しむ。

Vocabulary

□ ロケ地：テレビの番組や映画を撮影する場所。

□ 舞台：stage／舞台／ sân khấu

□ 聖地：holy site／圣地／ thánh địa

□ 巡礼：聖地などを訪ねて回ること。

□ 見込む：anticipate／预料／ dự đoán

□ 誘致（する）：積極的に招いて来させること。

□ PR：(PR) public relations／公共关系／ quảng bá

□ 〜巡り　順番に回ること。例 美術館巡り、お寺巡り

□ 一時的：そのときだけで、長く続かない様子

□ ブーム：boom　急に人気が出た状態

🔑 〜かい（が）ある　worth ~ing／值得〜／ bõ công 〜

E An expression that indicates that something is hard but brings about effects or results that are commensurate.

C 表示「虽然很麻烦，但可以得到其效果或好的结果」。

V Diễn đạt ý "vất vả nhưng có hiệu quả và đạt được kết quả đáng kể".

> **EX1** 毎日たくさん勉強したかいあって、試験に合格した。
> まいにち　　　　　べんきょう　　　　　　　　　しけん　　ごうかく
> （It was worth studying a lot every day, as I passed the test.／因为有每天的努力用功，所以才有考上的结果。／ Bõ công hàng ngày chăm chỉ học hành nên đã thi đỗ.)

> **EX2** こんなきれいな景色が見ることができて、わざわざ来たかいがあった。
> けしき　み
> （It was worth coming all the way here, because I was able to see such a beautiful sight.／看到了这么漂亮的风景，真的是值得来一趟。／ Được ngắm cảnh đẹp thế này thật bõ công đi xa tới đây.)

🔑 〜ては（〜ては）　〜 again and again／〜又〜／ Cứ 〜 lại 〜

E Indicates that the same action or state occurs multiple times.

C 表示重复同样动作及状态。

V Diễn đạt ý cùng một động tác, trạng thái cứ lặp đi lặp lại

> **EX1** 雨が続くね。先週から降っては止み、降っては止みの繰り返しだね。
> あめ　つづ　　　せんしゅう　　　ふ　　　や　　　ふ　　　や　　　く　かえ
> （It hasn't stopped raining, has it? It's been raining then stopping again and again since last wee.／雨还在下啊！从上周开始就下了又停，停了又下，反来复去的。／ Mưa suốt nhỉ. Từ tuần trước cứ mưa lại tạnh, mưa lại tạnh.)

> **EX2** 手紙を書いているんだけど、書いては消し、書いては消しで、なかなか書けない。
> てがみ　か　　　　　　　　　　か　　　け　　　か　　　け　　　　　　　　か
> （I'm writing a letter, but I write it then erase it again and again, so it's hard to complete.／在写信呢，可是写了又擦，擦了又写，总是写不好。／ Tôi đang viết thư nhưng viết lại xóa, viết lại xóa nên mãi không xong.)

🔑 〜てみせる　show them when 〜／给〜看看／〜 cho xem

E An expression that means one will clearly indicate one's strong will or determination by carrying ~ out or making it a reality.

C 表示一定要实行或实现的强烈意志及愿望。

V Là cách nói thể hiện rõ quyết tâm, ý chí mạnh thực hiện điều gì đó.

> **EX1** 絶対に N2 に合格してみせる！
> ぜったい　　　　ごうかく
> （I swear I'll show them when I pass N2!／一定考上 N2给你看看。／ Chắc chắn tôi sẽ đỗ N2 cho mọi người thấy!）

> **EX2** 笑わないでください。ぼくたちだけで必ずやってみせますから。
> わら　　　　　　　　　　　　　　　　かなら
> （Please don't laugh. We'll show you when we do it all on our own.／别笑，我们一定做给你看看。／ Đừng có cười. Chúng tôi sẽ làm cho mọi người th)

🔑 〜ないものか

is it not somehow possible to 〜／难道没有〜／làm cách nào đó để

🇪 Indicates feelings of looking for alternate methods when reality is difficult.

🇨 表示对很难实现的事情，探求有没有什么办法去实现的愿望。

🇻 Diễn tả tâm trạng tìm tòi cách nào đó để thực hiện một việc khó.

EX1 なんとかそのツアーに参加でき**ないものか**、旅行会社に相談した。

（We talked to the travel company if it was not somehow possible to participate in the our.／我咨询了一家旅行社是否想方设法让我参加了这次旅行。／ Tôi thử tư vấn với công ty du lịch xem có thể làm cách nào tham gia được vào tour du lịch đó hay không.）

EX2 もっといい方法が**ないものか**といろいろ調べていたら、あった。

（We searched to see if it was somehow possible to come up with a better method, and there was.／我查找了一下是否有更好的方法，有了！／ Thử tìm xem có cách nào khác hay hơn không thì cũng tìm ra.）

🔍 Focus on the Structure

★ 〘〈\観光客に／\継続的に／来て もらう いい 方法〉が ない ものか〙と、 〔引用〕

Vてもらう

〘〔各地の 担当者〕は〈頭を 悩ませている〉〙こと だろう。 〔感嘆・感心〕

CHECK

Q1 ロケ地誘致を行うのは、何のためですか。

Q2 ロケ地巡りの観光客が増えた後、何をしなければなりませんか。

Lesson 20 コミュニケーション力①

Communication Abilities ①／沟通交流能力 ①／ Năng lực giao tiếp ①

Grammar Target
- ◆ 〜となると
- ◆ 〜かのよう（だ／な／に）

　コミュニケーション力をはかる基準としては、話す相手が幅広いという基準も挙げることができる。誰か特定の人間としか話せないとなると、コミュニケーション力は低い。お母さんとしか話すことのできない子ども、友達としか話せない若者、同年代・同性の仕事仲間としか話せない会社員など、会話の相手の幅が狭い人はコミュニケーション力が十分ではない。老若男女と接する機会が多いほど、柔軟なコミュニケーション力が養成される。幼児とはどんな話をしたらいいのか、二十代の女性とは、五十代の女性とは……といったように相手によって話題を変えて、会話の糸口を見つけ出していくことができれば、コミュニケーション力は相当高い。

　もちろん年齢や性別だけでは十分ではない。相手の置かれている社会的な状況や関心事を瞬時に察知して、対話関係を結ぶ。具体的な状況としては、マンションのエレベーターで二人きりになった場面を考えてみよう。五歳児と一緒になったときに、「何階まで行くの？」と聞く程度のことは普通だ。★まったく一言も交わさずに過ごすとすれば、コミュニケーションを煩わしく思っていると判断していい。「どこの幼稚園に行ってるの？」や「今日「ちびまる子ちゃん」やるよね、見る？」といった話題をふってみることができるかどうか。本当に上手くやれば、十秒ほどの間でも多少とも心の通い合う会話を交わすことはできる。

　世間話の効用というものがある。お天気の話から入り、とりとめもない世間話をする。そうすることで、お互いに素知らぬふりをしているよりは、ずっと気持ちが楽になる。一緒の空間にいて、相手がそこにいることは分かっているのに、あたかも誰もいないかのように振る舞い合う――そうした気まずい空気を過ごすよりは、さっと世間話をして、気持ちを交わし合って別れる。そのほうがずっと気分がいい。

　誰とでもすぐに世間話ができる。これは重要なコミュニケーション力である。

（齋藤孝『コミュニケーション力』岩波新書より）

Vocabulary

- 柔軟（な）：flexible ／灵活、柔软／ mềm dẻo, mềm mỏng
- 察知（する）：それだと気づくこと。
- 交わす：exchange ／交换／ trao đổi
- 煩わしい：面倒で気が重くなる、避けたい。
- 世間話：small talk; gossip ／闲谈、聊天儿／ chuyện phiếm
- とりとめ（も）ない：はっきりした目的や意図がない様子。

- 素知らぬ：知っているが知らないような態度。
- あたかも：まるで。そうではないのに、そう見えるように。
- 振る舞う：behave ／表现／ hành xử, cư xử
- 気まずい：相手と気持ちが合わず、よくない状況になる様子。

🔑 ～かのよう（だ／な／に） as if ～／好像～／ như là ～

E Expresses something that appears or feels to be a certain way even though it is not in reality. Often paired with adverbs such as「まるで」「いかにも」and「あたかも」.

C 表示实际不是那样子，看起来、感觉上好像那种样子。常与「まるで」「いかにも」「あたかも」等并用。

V Thể hiện trạng thái nhìn thấy hay cảm nhận như vậy dù thực tế không đúng như thế. Thường đi kèm với các phó từ như「まるで」「いかにも」「あたかも」.

> **EX1** 彼女はまるで、何でも知っている**かのように**説明を始めた。
> （She began explaining things as if she knew everything.／她好像什么都知道似地开始说明了。／ Cô ấy bắt đầu giải thích như cái gì cũng biết.）

> **EX2** 彼は何事もなかった**かのように**振る舞っていた。
> （He acted as if nothing had happened／他表现得好像若无其事地样子。／ Anh ấy hành xử như không có gì xảy ra.）

🔑 ～となると if ～／要是～／ Nếu ～

E An expression that gives a hypothesis of "Under these kinds of conditions" and offers a judgment.

C 表示假设「要是那样话话」，表达判断的一种表现。

V Là cách nói phán đoán thể hiện ý giả định "nếu là điều kiện như thế"

> **EX1** 来週の月曜日が締切**となると**、急がないといけない。
> （If the deadline is next Monday, I'm going to need to hurry.／截止日下周一的话，那必须得抓紧时间。／ Nếu thứ 2 tuần sau là hạn thì phải nhanh lên.）

> **EX2** 彼が行けない**となると**、じゃ、誰が行くことになるんだろう？
> （If he can't go, then who is going to go instead?／他去不了的话，那谁去呢？／ Nếu anh ấy không đi được thì ai sẽ là người đi?）

「会話の糸口を見つけ出していく」 Find a topic of conversation／找个话荏／Tìm thấy mở đầu cho hội thoại

⇒会話を始める最初の手がかりを得ていく

E To think of the first thing said when speaking to someone.

C 表示「想跟人说话时，最初想到的事」。

V Có ý nghĩa "Nghĩ ra lời đầu tiên khi nói chuyện".

「話題をふってみる」 Involve someone in a conversation／找个话题／Đá câu chuyện sang cho người khác

⇒相手に話題を向けてみる

E To offer a topic of conversation to someone. 「〜に振る」 means "to give work or a role to somebody.

C 表示「给对方找个话题」的意思。用「〜に振る」来表示「给〜提供工作或帮助」等意思。

V Có ý nghĩa "cung cấp đề tài câu chuyện cho đối phương". Cấu trúc 「〜に振る」 có nghĩa là giao công việc, nhiệm vụ".

> **EX** 彼女にその仕事を振る
> （I gave that job to her.／那个工作交给她做。／ Giao việc cho cô ấy.）

🔍 Focus on the Structure

（ある人が）

★ 〈＼まったく 一言も／交わさずに〉過ごす と すれば、　**内容の引用**　**仮定条件**

コミュニケーションを 煩わしく思っている と 判断していい。　**V ていい**

CHECK

Q1 この文章で、コミュニケーション力が高い人とは、どんな人ですか。

Q2 「世間話の効用」にはどんなものがありますか。

ふくしゅう　§2 (Lesson 11-20)

I　次の❶～❻の＿＿＿＿に合うものをa～fの中からえらんで、文をつくりましょう。

❶　あの人は、歌手にしては　＿＿＿＿＿＿＿＿＿＿＿＿＿。

❷　あまりよく眠れない　＿＿＿＿＿＿＿＿＿＿＿＿＿＿。

❸　一人でできるものなら　＿＿＿＿＿＿＿＿＿＿＿＿＿。

❹　あの人の話はいつも面白くて　＿＿＿＿＿＿＿＿＿＿＿＿＿＿。

❺　この町の名を世界に　＿＿＿＿＿＿＿＿＿＿＿＿＿。

❻　借金までしたのに　＿＿＿＿＿＿＿＿＿＿＿＿。

a．といった悩みが多い	b．笑わずにはいられない
c．やってみなさい	d．歌が下手だ
e．事業に失敗してしまった	f．広めてみせる

II　（　　　）の中に入れることばをa～dから選びましょう。

❶　明日は試験がない（　　　　　　）なると、今日は思いきり遊べる。

a．で　　　　　　b．に　　　　　　c．と　　　　　　d．を

❷　この問題を（　　　　　　）に、新しい法律を作ろうという動きが活発になった。

a．原因　　　　　b．目標　　　　　c．約束　　　　　d．契機

❸ さっきからなんでドアを（　　　　　）は閉めしているの。

  a．開ける　　　　　b．開き　　　　　c．開けて　　　　　d．開く

❹ もう少し休みを増やしてほしい（　　　　）。

  a．ことだ　　　　　b．ものだ　　　　　c．ほどだ　　　　　d．までだ

❺ 早く提出（　　　　）ものならしていたよ。

  a．しよう　　　　　b．して　　　　　c．できる　　　　　d．できて

Ⅲ 次の❶〜❺の＿＿＿＿に合うものをa〜fの中から選んで、文をつくりましょう。

❶ ＿＿＿＿＿＿＿＿＿＿＿＿＿＿＿　そろそろ出かけないと。

❷ ＿＿＿＿＿＿＿＿＿＿＿＿＿＿＿　シャツを着ています。

❸ ＿＿＿＿＿＿＿＿＿＿＿＿＿＿＿　教えるのがうまい。

❹ ＿＿＿＿＿＿＿＿＿＿＿＿＿＿＿　いつも自慢げです。

❺ ＿＿＿＿＿＿＿＿＿＿＿＿＿＿＿　風邪をひくとつらい。

❻ ＿＿＿＿＿＿＿＿＿＿＿＿＿＿＿　国のことを思い出す。

a．私は当日、白っぽい　　　　　b．頭が痛いやら、咳が出るやら
c．この写真を見るにつけ　　　　d．彼はこの話をすると
e．田中さんは先生なだけに　　　f．この話はさておき

モデル文章の訳

Model Sentence Translations
模式文章的翻译
Phần dịch của đoạn văn mẫu

Lesson 11

E An increase in overseas tourists has caused a shortage of hotels and a rush to construct more, leading to the rapid opening of capsule hotels in downtown areas.

A capsule hotel provides a simple sleeping space: a capsule 2 meters long, 1 meter wide and 1 meter tall, usually stacked in twos. Since their inception in Osaka in 1979, capsule hotels have been mainly utilized by men. However, their image of being a cheap sleeping space for salarymen who missed the last train hasn't made them all that appealing.

But, more recent capsule hotels are different. Their image is shifting to one of cleanliness and safety, with women-only floors and bright, charming exteriors. Hotels with special gimmicks such as a café-like atmosphere, or first-class airplane cabin design are beginning to appear.

In addition, these hotels being unique to Japan, capsule hotels are catching on with overseas tourists. Travelers stay at capsule hotels and share the experience on social media, which attracts more attention. They seem to enjoy the small space equipped with television, lighting and air conditioning like something out of a sci-fi film. People see others having fun in these capsules and want to try it for themselves, which means an increase in visitors.

Among newly-built capsule hotels, you are starting to see more and more capsules over 2 meters in length to accommodate overseas tourists. It will be interesting to see what 'hotels' will evolve into going forward.

C 随着国外观光客的增加，住宿酒店不足成了一个大问题，开始出现建造酒店的高峰。其中在东京都中心地带胶囊酒店的开业接踵而来。胶囊酒店是长两米，宽一米，高一米的两层床，如同睡在胶囊状的空间里的简易旅店。1979 年在大阪诞生以来，主要是男性客人利用。至今为止，胶囊酒店的印象说是因为便宜只是找个地方睡觉也好，说是没赶上末班电车的工薪族睡觉的地方也好，总之都没有什么好印象。可是，最近的胶囊旅店却不同，为女性专门设定了楼层，内装明朗时尚，印象变得即清洁又安全。有的设计得像咖啡店，有的设计得像飞机的商务舱，还有营造可以一帮人住的旅店也开始登场。

另外这种日本独有的胶囊酒店听说很受国外游客的欢迎。住过胶囊酒店的外国游客将其状况上传到 SNS 上，由此受到注目。狭窄的空间里布满了电视 、照明、空调等技能设备，让人联想起 FS 的电影世界。据说看到别人在 "胶囊" 里愉快的样子，自己也想体验一下的人在增加。

在新开业的胶囊旅店中，听说对国外游客，将胶囊的长度延长了两米以上的旅店在增加。不知今后会进化成什么样的旅店，很有兴趣。

V Do sự gia tăng của khách du lịch nước ngoài, vấn đề thiếu khách sạn trở nên trầm trọng, việc ồ ạt xây dựng các khách sạn đã diễn ra. Trong bối cảnh đó, có rất nhiều mô hình kinh doanh khách sạn con nhộng đã được mở ra ở trung tâm các đô thị.

Khách sạn con nhộng là khách sạn kiểu đơn giản nơi khách trọ ngủ lại trong không gian có hình dạng như viên thuốc con nhộng với chiều dài 2 m, độ rộng 1m, chiều cao 1 mét có 2 tầng. Kể từ sau khi được ra đời tại Osaka vào năm 1979, khách sạn kiểu này đã được sử dụng chủ yếu với đối tượng là nam giới. Tuy nhiên, ấn tượng về khách sạn con nhộng cho đến nay thường không phải là ấn tượng tốt, nó được xem là nơi rẻ tiền chỉ để ngủ hay là nơi dành cho những nam nhân viên văn phòng bị lỡ chuyến tàu cuối phải ngủ lại.

Tuy nhiên, khách sạn con nhộng hiện nay đã khác. Chúng đang dần mang hình ảnh của một nơi sạch sẽ và an toàn với sảnh chuyên dụng cho nữ giới, không gian nội thất sáng sủa và sành điệu hơn. Khách sạn con nhộng với không khí như quán cà phê, khách sạn con nhộng được thiết kế giống như khoang thương gia trên máy bay, khách sạn con nhộng có phòng nghỉ lại theo nhóm v.v…cũng đã ra đời.

Hơn thế nữa, loại hình khách sạn độc đáo của Nhật này lại được khách du lịch nước ngoài yêu thích. Do các khách du lịch đã đăng lên mạng xã hội hình ảnh nghỉ lại tại khách sạn con nhộng nên mô hình khách sạn này đã thu hút sự chú ý. Không gian nhỏ hẹp có đầy đủ các thiết bị tiện dụng như tivi, đèn chiếu sáng, điều hòa v.v…khiến du khách có cảm giác mình đang ở trong thế giới của phim khoa học viễn tưởng. Nhiều người sau khi xem các hình ảnh khách du lịch trải nghiệm không gian trong con nhộng một cách vui vẻ cũng muốn tự mình trải nghiệm vì vậy số lượng khách đến nghỉ tại khách sạn con nhộng ngày một tăng lên. Trong số các khách sạn con nhộng mới mở, có nhiều khách sạn đã tăng chiều dài của con nhộng lên trên 2m để hướng tới đối tượng du khách nước ngoài. Thật đáng mong chờ xem mô hình khách sạn sẽ tiến hóa hơn nữa như thế nào trong tương lai.

Lesson 12

E However, with the rapid expansion of places where online communication can take place thanks to the spread of cell phones, it has become harder to see the nature of children's relationships, causing some adults to surely worry. However, cell phone countermeasures meant to keep children safe seem to in fact come from the same idea as environmental management safety measures.

A law to restrict harmful websites was enacted in April 2009 that forces businesses to add filtering features. These harmful sites that are restricted have been deemed by adults to be inappropriate for the healthy education of children. Restricting access causes children to be unable to think about content, as they are unable to see it with their own eyes. Thinking that such measures are effective in raising healthy children seems to understand children as fixed, simple characters.

I am not unconditionally against use restrictions on cell phones. When I consider children who are harmed through dating sites, I do admit that emergency measures are effective. However, it almost seems as though people delude themselves into thinking that these are treatments for fundamental problems, and we must avoid falling into the easy trap of seeing restrictions as a solution.

So long as cell phones are used to maintain relationships between people, restricting them tends to not be limited to the filtering of simple sex work and other adult information, but to spread to shadow school sites and the filtering of other relationships that adults think of as unwanted. In that case, how are these "educational" measures any different from filtering children so that they only interact with those they get along with? Is enhanced security really all that we need to acquire safe and pleasant lives?

Ⓒ 然而，由于手机普及而导致互联网交际迅速增长，孩子们人际交往的真实情况变得难以琢磨，对此担忧的大人也很多吧。可是，即便是为保障儿童安全为目的的手机管理方法，实际上不也是基于对环境管理的治安对策一样的想法吗。

将具备过滤不良网站作为企业方义务的不良网站规章法，于 2009 年 4 月开始实施。作为规章对象的不良网站是指，不利于儿童身心健康教育的网站及大人判断的网站。运行机制即，不给孩子们自己鉴别网站内容的机会，直接将一些网站清除出孩子们的视线。这样的管理方法之所以被认为对儿童身心健康的教育行之有效，不正是因为把孩子们定义为固化的单纯性格吗。

我并非全盘否定手机的使用规则。针对一些在交友类网站上出现的儿童被害事件，这样的应急措施是有效的。但是，我们应该避免误认为，这好像就是根本的治疗方案，或者陷入一种简单的想法，以为制定了规则就可以解决问题。

手机除了维持人际关系以外，它的使用规则，不仅仅是简单的将性风俗行业等成人信息进行过滤，还经常延伸到学校内部网站等等，过滤大人认为不理想的人际关系。那么，那样的教育性的措施，与只和意气相投的人交友的孩子们对人际交往的过滤有何不同。究竟，我们是不是只要强化了安全措施，就可以安全舒适的生活呢。

Ⓥ Bên cạnh đó, do sự phổ cập của điện thoại di động làm cho nơi có thể thực hiện giao tiếp qua mạng được mở rộng một cách nhanh chóng, nên thực tế mối quan hệ của trẻ em trở nên khó nhìn thấy, và cũng có nhiều người lớn phải lo lắng. Tuy nhiên, biện pháp đối phó đối với điện thoại di động với mục đích là sự an toàn của trẻ em được hình thành giống với biện pháp đối phó đối với trị an theo cách quản lý môi trường.

Luật pháp quy định đối với các trang có hại yêu cầu các công ty phát triển phần mềm phải có nghĩa vụ thêm chức năng lọc đã được thực hiện từ tháng 4 năm 2009. Trang có hại thuộc đối tượng của quy định là trang mà người lớn phán đoán rằng không phù hợp với sự giáo dục lành mạnh của trẻ em. Quy định về việc truy cập không phải là việc tạo cơ hội để trẻ em suy nghĩ về nội dung của trang, mà là việc làm sao để trẻ em không nhìn thấy trang đó. Việc biện pháp đối phó này được cho là hữu hiệu đối với sự giáo dục lành mạnh của trẻ em là vì nó sẽ lấy mất tính cách thuần vốn có của trẻ em.

Không phải là tôi phản đối quy định về việc sử dụng điện thoại di động. Nếu nghĩ đến tình trạng có trẻ em bị ảnh hưởng bởi các trang liên quan đến việc hẹn hò thì có thể chấp nhận tính hữu hiệu của các quy định đó như là các biện pháp đối phó cấp bách. Tuy vậy, nếu quy định một cách ảo tưởng rằng đó là biện pháp điều trị căn bản thì không thể tránh khỏi việc bị rơi vào cách nhìn đơn giản rằng quy định đó có thể giải quyết được.

Ngoài việc điện thoại di động vẫn đang được sử dụng để duy trì mối quan hệ của con người, các quy định đó có khuynh hướng mở rộng sang không chỉ đơn thuần lọc thông tin người lớn ví dụ về tình dục mà còn lọc mối quan hệ mà người lớn không hề mong muốn, ví dụ như trang phía sau trường học. Vậy thì biện pháp "mang tính giáo dục" đó khác với việc lọc mối quan hệ của những đứa trẻ chỉ định kết nối với người bạn hợp tính ở điểm nào ? Nếu chúng ta tăng cường an ninh thì liệu chúng ta có thể có được cuộc sống an toàn và thoải mái không ?

Lesson ⑬

Ⓔ Many students who have decided to go ahead and work in this way then split into one of two extreme directions. One path is to feel a surprising amount of amusement even in a type of work that they were not interested in, and they work hard and with energy. Another path is to be unable to feel any attraction in their job or company after all, and they quit after a bit. Many of the latter end up becoming serial part-time workers. While I do not know which of the two is more common, I often get asked for advice by new employees who say that they want to quit.

When I ask why they want to quit, most people do not say that it is tiring or that the pay is low, but that "The work is simple," or "They won't listen to my opinions." In other words, it is a lack of meaningfulness or a lack of being able to feel like themselves that turns into dissatisfaction for their work.

[...]

If I ask, "In that case, what would allow you to work harder?" They answer, "It would be nice if I could easily understand how much closer to my goal I am because of the work I did that day." It seems that they imagine it something as a hit counter on a blog.

[...]

"Meaningfulness" or "Feeling like myself" to them seems to mean to be noticed by many people, which is understood through a number such as a hit counter, and for that number to increase each day, like a blog. To put it the other way around, now that they know the pleasure of many others having an interest in you thanks to the spread of the Internet, they may see their time working as new employees as "another one in the crowd" as being that much more boring and meaningless.

However, one will not find meaningfulness simply in being noticed and standing out. People often come to my doctor's office also worried that "I'm successful at work and now noticed by many people, but something seems pointless." When I ask these people, "In that case, what do you feel would be satisfaction for you?" They say the opposite of these young people who talk to me about leaving their job, "To live a calm life with well-regulated meals and a clean room, even if I'm anonymous and make less money."

Ⓒ 于是，很多就业的学生这之后就会走两条完全不同的路。一条是，即使是对职业不太满意，都会感到有兴趣，积极地去工作。而另外一

条路是，不能在工作和公司中感受到任何吸引力，进公司不久就离职。后者的多数人其结果是成为自由职业者，具体不清楚哪种类型比较多，但很多新入公司的人员都会跑来跟我商量说，"想辞职"。

问其辞职的理由，很多人都说不是因为工作累和工资低，而是因为"工作过于单调"、"自己的意见没人听"。他们感受不到工作的价值、自身的存在感，还存在很多对职场不满的问题。

（中略）

"那你怎么做才能好好工作呢？"，我问道。他们回答说，"通过今天的努力，我知道了自己离目标有多近了。"给我的感觉，这好像跟博客的点击率差不多。

（中略）

像博客这种，很多人都很关注的事物，其关注度是通过点击率这样的数字来把握的，并且会随着时间的增加而增加。这对他们来说，能从中感受到"工作的价值"、"自我的人生价值"。反之，通过网络普及，年轻人们从"更多的人对自己感兴趣"中得到满足，而将"其他人、很多人"工作的新员工时代变成了一种无聊的、毫无意义的东西。

但是，只要被关注，令人瞩目就会让人们得到"人生的价值"吗？也不是这样。很多带着这样烦恼的人来到医院向我诉说，"事业成功后受到大家的关注，但总感到空虚。我问他们，"那你认为的充实是什么？"，他们回答与过来进行离职咨询的年轻人们正好相反，"没名气、收入少也无所谓，只要过一种三餐正常、能整理房间、稳定的生活就行。"

Ⓥ Cứ như vậy, rất nhiều sinh viên đi làm rồi rẽ theo hai hướng rõ rệt. Hướng thứ nhất là dù ban đầu không thích công việc nhưng sau lại thấy thú vị và hăng hái làm việc. Hướng thứ hai là thấy công việc và công ty không hấp dẫn nên làm một thời gian là nghỉ việc. Nhiều người theo hướng thứ hai rút cuộc thành người lao động tự do. Tôi không biết hướng nào nhiều hơn nhưng tôi nhận được nhiều yêu cầu tư vấn từ những người mới đi làm đã "muốn nghỉ việc".

Khi tôi hỏi lý do muốn nghỉ việc, hầu hết mọi người trả lời là vì "công việc đơn điệu", "không được lắng nghe ý kiến" chứ không phải vì vất vả hay lương thấp. Nói cách khác, không thấy có động lực, không được là mình là nguyên nhân khiến không hài lòng với nơi làm việc.

(Lược)

Khi tôi hỏi "Vậy, thế nào thì sẽ cố gắng" thì nhận được câu trả lời là "Muốn biết với sự cố gắng hôm nay thì tiến gần tới mục tiêu chừng nào". Việc này có vẻ như giống với đếm số người truy cập blog.

Lược

Giống như blog, được nhiều người chú ý, biết được mức độ được chú ý thông qua con số gọi là "lượt truy cập", số lượt này sẽ tăng theo ngày. Với họ, đây chính là "động lực", là "cảm thấy được là chính mình". Ngược lại, biết được khoái cảm của việc "được nhiều người quan tâm" nhờ sự phổ biến của mạng internet có lẽ cũng đang biến thời đại những người trẻ làm việc với tư cách là "số khác, số đông" trở nên nhàm chán và vô nghĩa hơn.

Nhưng nếu hỏi, được chú ý và nổi bật thì thấy có "ý nghĩa sống" không thì lại là chuyện khác. Có nhiều người đến phòng khám của tôi với nỗi trăn trở rằng: "thành công trong công việc và được nhiều người chú ý mà vẫn thấy trống rỗng". Khi tôi hỏi: "vậy anh/chị nghĩ đầy đủ là như thế nào" thì câu trả lời của họ là: "kể cả vô danh hay thu nhập giảm đi, chỉ cần sống cuộc sống nhàn nhã, ăn uống điều độ, nhà cửa sạch sẽ là được", hoàn toàn trái ngược với những người trẻ đến tư vấn nghỉ việc.

("Nỗi trăn trở thực sự", Kayama Rika, NXB Iwanami Shinsho)

Lesson ⑭

Ⓔ "Are there eggs in that?" Every time my son sees food, he asks this. It's his way of saying "I wish I could eat that." My son has egg allergies. He was fine until he was 2 years old, but then suddenly one day, he had a terrible allergic reaction. In many cases, the cause of allergies is uncertain, and it could even have to do with the reaction of your body's condition in the moment. While we still don't know the cause, in any case, he couldn't eat eggs ever since that day. You hear people talk about allergies often, but the danger of food allergies in particularly may not be that widely known. For example, there are occasionally cases of foreigners coming to Japan and eating soba for the first time and having an allergic shock reaction. In these cases, it's easy to think that they only develop some hives or so, but the reality is much more frightening. In my son's case, he developed a strange cough about 40 minutes after eating eggs. After that, it got harder and harder for him to breathe, he got hives across his entire body, and we had to call an ambulance. It seems that his life may have been in danger if we had waited a few minutes longer.

If you eat something for the first time and feel strange within the next few days, you should go to the hospital at once. Allergies may show symptoms within a few dozen minutes, but in some cases they may take days. It is most of important of all to quickly discover what kinds of allergies you have. You may think, "It'd be a waste of time and money to go so far as to get a test, only to find out that it's nothing. However, this is something that involves your life. There are in fact many different substances that can cause allergies. Eggs and nuts are well-known, but fish and meat allergies exist as well. In order to prevent major incidents, I would like more people to know about the danger of allergies, not just the patterns and families of those with allergies, but society as a whole as well.

Ⓒ「这里放没放鸡蛋？」每当儿子看到吃的时都要问。这话里有「我也想吃啊！」的意思。我儿子有鸡蛋过敏症，以前没有，2 岁时，有一天突然出现了严重的过敏症状。过敏症多数原因不明，好像与当时的身体状况有关。现在也没找到原因，总之，从那天以后，他不能吃鸡蛋了。

常常听到过敏症这个词，特别是对食物的过敏。可能人们还不知道它的危险性吧。比如，第一次来日本吃荞麦的外国人很少有引起过敏休克反应。如国有轻微的荨麻疹出现的话，其实是非常可怕的。我儿子吃了鸡蛋大约 40 分钟后，开始出现不明的咳嗽，然后呼吸越来越困难，全身出现荨麻疹，我马上叫救护车送他去了医院。听说如果再晚几分钟，就没命了。

如果是第一次吃的东西，几天内身体出现异常的话，应该马上去医院。过敏症状有几分钟后就出现的，也有几天后出现的。自己对什么过敏，尽早发现是最重要的。也许会有人觉得「特意去检查，如果什么问题也没有的话，不是白浪费钱和时间了吗！」可是，这是性命相关的大事。引起过敏反应的物质里有许多种，除了大家都知道的鸡蛋及干果外，还有鱼肉类。为了防止重大事故的发生，有过敏症的家人当然不用说了，全社会都应对过敏症的危险性加以更多的了解。

Ⓥ Con trai tôi thường nói thế này khi nhìn thấy đồ ăn: "Cái này có trứng không?". Điều này có nghĩa là nó nói "con muốn ăn". Con trai tôi bị dị ứng với trứng. Trước đó rất khỏe mạnh thế mà lúc 2 tuổi, đột nhiên một ngày nó bị dị ứng rất nặng. Dị ứng thường không rõ nguyên nhân mà liên quan tới tình trạng sức khỏe lúc đó khiến cơ thể phản ứng. Bây giờ vẫn chưa nó nguyên nhân nên từ ngày đó cậu chàng không được ăn trứng.

Dị ứng là từ thường gặp, nhưng hình như mức độ nguy hiểm của nó ít được biết đến. Ví dụ, đôi khi hiếm nhưng cũng có trường hợp người nước ngoài lần đầu đến Nhật ăn mì soba và bị sốc phản vệ. Trường hợp như thế này mọi người thường nghĩ chỉ nổi mẩn một chút nhưng thực tế lại rất đáng sợ. Như trường hợp con trai tôi, sau 40 phút ăn trứng, nó bắt đầu có biểu hiện ho lạ. Sau đó dẫn khó thở, toàn thân nổi mẩn nên phải gọi xe cấp cứu. Nếu chậm vài phút thôi là có thể nguy hiểm đến tính mạng. Nếu lần đầu tiên ăn gì đó mà trong vài ngày cơ thể có biểu hiện lạ thì bạn nên đến bệnh viện ngay. Dị ứng có thể xuất hiện sau vài chục phút hoặc vài ngày sau. Quan trọng nhất là phát hiện sớm mình bị dị ứng với gì. Chắc có bạn sẽ nghĩ "mất công kiểm tra mà cuối cùng lại không làm sao thì vừa tốn tiền lại mất thời gian. Nhưng đây là vấn đề liên quan đến tính mạng. Nguyên nhân gây ra dị ứng thực tế rất đa dạng. Chúng ta thường biết tới trứng hay lạc đậu nhưng thịt và cá cũng có. Để tránh được những tai nạn lớn thì bố mẹ, gia đình của người bị dưng ứng mà toàn xaxc hội phải biết về độ nguy hiểm của dị ứng.

Lesson ⑮

Ⓔ It's long been said that "the tougher the time, the more you should smile." Some people might think, "I'd be smiling if I could!" It's true that it's not easy to smile during tough times. But working extra hard to smile at these times will help you not only in those moments, but in times to come as well.
This is said because recent research has shown that even a forced smile will confuse the brain into secreting hormones that help you relax and feel good. In other words, forcing a smile will move the face's muscles, stimulating the brain into putting out hormones. Also, smiling often will not only help your mood be stable, it can also help you lead a longer, healthier life. A positive mood puts genes that maintain your health to work. On the flip side, having negative feelings will cause these genes to not be active, making it easier to get sick and shortening your lifespan.
During hard times, you may find yourself complaining and grumbling without even meaning to. But try smiling once before you do. You should be able to feel your emotions calming down a bit.

Ⓒ 以前人们常说「苦时才要笑」。也许有人会说「能笑早就笑了！」。的确，苦的时候笑是很难做到的。可是，如果你能坚强地笑，不仅是对当时，而且对今后的自己都是有益的。
最近研究表明，即使是假笑，大脑会受到感应，会分泌使人放松、让人感到快乐的荷尔蒙。微笑能使脸部筋肉得到运动，刺激大脑分泌荷尔蒙的部分。另外，经常笑不仅能使心神安静，还有助于健康，能延年益寿。持有正能量的心态，能增强健康遗传基因。相反，如果是负能量心态，其遗传基因会衰弱，容易生病，寿命也会缩短。
人在苦的时候最容易气馁或发牢骚，在此之前先笑一下吧！什么样的笑都可以。那样，你一定会切实感受到心情会趋于平静的。

Ⓥ Từ ngày xưa người ta đã thường nói "càng đau khổ càng phải cười". Lại có người nghĩ rằng "Cười được thì đã cười rồi". Đúng là khi đau khổ thì khó có thể cười được. Nhưng lúc đó nếu cố cười thì không chỉ lúc ấy mà về sau cũng có lợi cho bản thân

Có thể nói vậy là vì trong những nghiên cứu gần đây cho thây ngay cả khi cười giả tạo thì não bị nhầm lẫn vẫn tiết ra hóc môn làm cơ thể thư giãn và hóc môn khiến ta thoải mái. Nghĩa là chỉ cần tạo khuôn mặt cười là cơ mặt vận động tạo kích thích cho phần tiết hóc môn trong não. Ngoài ra, hay cười không chỉ giúp tinh thần ổn định mà còn giúp ta sống thọ sống khỏe. Vây là nhờ việc luôn trong trạng thái tích cực thì gen di truyền duy trì sức khỏe sẽ làm việc. Ngược lại nếu trong tâm trạng tiêu cực thì gen đó sẽ không hoạt động nữa khiến ta dễ bị bênh, tuổi thọ rút ngắn lại.

Khi đau khổ con người ta thường nói ra những điều yếu đuối hay phàn nàn. Nhưng trước đó hay thử cười một lần bạn nhé. Cười thế nào cũng được. Làm như thế chắc chắn bạn sẽ cảm thấy tâm trạng dễ chịu hơn.

Lesson ⑯

Ⓔ The apartment complex where I live allows pets, so during mornings and evenings with good weather, you can often see dogs walking with their owners.
I've lived at this complex a while, so I naturally strike up a conversation with people I meet often on my walks and start exchanging information on our dogs' meals, illnesses and the like. The dogs have fun sniffing each other at first but grow tired of long conversation and start tugging at their owners to continue forward. However, the owners' conversation doesn't end so easily, and the dogs give up and wait patiently.
One day, while my husband was out walking the dog, a neighbor called out to him and they appeared to talk about all sorts of dog-related stuff. He came home and talked about what they had said but didn't know the other owner's name. He described the person to me—hair-style, height and other characteristics—but I didn't know who it was. When asked what kind of dog he had, my husband said it was 'a medium-sized dog with white and brown spots.' When I heard that, I knew immediately who my husband had talked to. Hearing the dog's description meant I could pinpoint the dog, and then, its owner.
However, there is a high probability that even if I knew the owner, I won't know their name. One day, when I was standing talking with a neighbor, they said, 'Ms. So-and-so complimented your garden.' I said I didn't know who that was, and they replied, 'Don't you talk with her all the time? It's Kuro's mother.' And that's when I first realized: I don't know

the names of most people in the neighborhood who don't live right next door, but if you tell me their dogs' names, I'll know who you're talking about.

I don't think I'm the only one who doesn't know a lot of neighborhood people's names. I'll bet to someone I'm just known as my dog M-chan's mother.

ⓒ 我住的团地（校区）因为可以养宠物，早晚天气好的时候，经常能看到人们带狗散步的光景。

因为在这里住得很久，散步时经常跟碰见的人聊聊天，互相交换有关狗吃的食物及生病等的情报。狗刚开始时还闻闻对方的狗的味道，互相玩耍。但后来渐渐忍受不主人们长时间的八卦，拽着主人要往前走。可是主人之间的话不是简单就说完的，狗狗们也没办法，只好静静等待。

有一天，老公带狗去散步时，邻居的人跟他搭话，聊了半天关于狗的话题。回家后，他跟我说了，可是老公不知道对方的名字。他把那人长的什么样、头型、个头及特征跟我说了，可是我还是不知道是谁。于是就问他那狗的特征，他告诉我说「白色茶色混合的中型犬」。我一听就知道跟老公说话的人是谁了。也就是说只要一听狗的特征，就知道是哪条狗，狗的主人是谁了。

可是，即使知道狗的主人也不知道姓什么这种可能性也很大。有一天，跟邻居的人站着聊天时，对方说「A 夸奖过你家的院子呢！」我不知道 A 是谁，一打听，对方说「就是那个你们经常说话的黑黑的妈妈呀！」啊！是那样啊！头一次知道。邻居如果离得稍远一点儿，基本上都不知道姓什么。可是，如果一提起狗的名字，就知道狗的主人了。

不知道邻里街坊姓什么的一定不光是我一个人，我一定也是作为「M 的妈妈」被别人认知的。

Ⓥ Chung cư nơi tôi đang sống có thể nuôi vật nuôi nên vào sáng hay chiều ngày nắng đẹp, tôi thường được nhìn thấy khung cảnh cho đi dạo với chủ của mình.

Tôi ở chung cư này đã lâu nên bắt đầu nói chuyện rất tự nhiên với những người hay đi bộ ở đây và trao đổi thông tin về thức ăn hay bệnh tật của chó. Con chó ban đầu cũng ngửi và tận hương mùi của đối phương nhưng sau đó nó sẽ không chịu đựng được độ dài của câu chuyện nên sẽ kéo chủ nó để tiến về phía trước. Nhưng những người chủ cũng không đơn giản kết thúc câu chuyện ngay. Con chó đành bỏ cuộc và ngoan ngoãn đợi.

Có một hôm, khi chồng tôi ra ngoài đi bộ cùng con cún thì người hàng xóm bắt chuyện và nói rất nhiều chuyện về chó. Sau khi về nhà, chồng có kể chuyện đó nhưng lại không biết tên của người kia. Anh ấy tả cho tôi người đó như thế nào, đặc điểm kiểu tóc hay chiều cao ra sao nhưng tôi vẫn không biết là ai. Nên tôi hỏi họ dắt theo con chó như thế nào thì anh ấy bảo "Loại trung bình màu khoang trắng và nâu". Chỉ cần nghe vậy là tôi biết ngay người đã nói chuyện với chồng mình là ai. Nói tóm lại, nếu hỏi đặc chưng của con chó tôi sẽ biết đó là con chó nào, chủ là ai.

Nhưng có cũng có khả năng biết chủ là ai nhưng không nhớ được tên. Một hôm, khi đứng nói chuyện với hàng xóm, họ bảo tôi "Chị A khen vườn nhà chị đấy". Tôi hỏi vì không biết chị A là ai thì được bảo: "Là người vẫn hay nói chuyện còn chị. Mẹ của con Kuro ấy", à, lúc đó thì tôi mới hiểu. Tên của hàng xóm, chỉ cần hơi cách nhà mình một chút là tôi hầu như không biết. Nhưng nếu nói tên con chó thì tôi nhớ ra.

Không biết tên hàng xóm chắc không chỉ có tôi. Chắc chắn tôi cũng đang bị nhân thức bằng tên con chó của mình rằng "Là mẹ của con M"

Lesson 🔟

Ⓔ A

When I was walking the other day, I nearly got in a collision with a bicycle. Bicycles are supposed to use the road on streets with sidewalks, according to the Road Traffic Act. There are some exceptions to this that allow bicycles to ride down sidewalks, but pedestrians have priority on sidewalks. However, there seem to be many people who ignore this and ride down them on bicycles looking like they own them. When I'm walking, I can't help but feel afraid of bikes that come toward me at a high speed. With all of the roads that do not give consideration to bicycles being ridden on them, I feel that bicycles cannot help but ride down sidewalks. But one wrong step from a bicycle could create a terrible accident. I wish that people who ride bicycles would get a good understanding of traffic rules and to give proper consideration to the safety of pedestrians.

B

I feel that it's dangerous whenever I see a bicycle riding on a street. However, according to the Road Traffic Law, they count as wheeled vehicles, just like cars and motorcycles, so legally speaking, it is right for bicycles to ride on the street. That said, when they actually do, it is extremely dangerous. People on bicycles have nothing covering their bodies, so if they get hit a car in an accident, the driver of the car is often the one who gets assigned more of the responsibility. Because of this, I wish that bicycles would stay as far away from me as possible as a driver of a car. While there is nothing I can do about this, because that is the way the law is, I think that bicycles need to be very careful when riding on streets.

Ⓒ A

前几天走路时，差一点儿就跟自行车撞上了。道路交通法规定:有人行道时自行车要走一般车道，一部分例外的也可以在人行道上行驶，不过一定是行人优先。可是，觉得很多骑车的人好像这路是自己的似的，目中无人。正走着路时，突然碰到加速过来的自行车，一定会感到恐怖的。的确对自行车通行考虑不周的道路有很多，自行车在人行道上行驶也是没有办法的。可是自行车也一样，一不注意就会导致重大事故的发生。希望骑自行车的人要好好理解遵守交通规则，要十分注意行人的安全。

B

看到行驶在车道上的自行车觉得很危险。可是，自行车在交通法上跟汽车及摩托车一样都属于车辆，因此法律上自行车在车道上行驶是正确的。尽管如此，可是真的看到自行车行驶在车道上，又觉得非常危险。骑自行车的人没有任何护身的，一旦与汽车发生碰撞事故，一般都是开车的人要承担主要责任。因此，对汽车司机来说，不希望自行车太靠近自己。法律规定的是没办法的，不过自行车在车道上行驶时，也必须要十分注意。

Ⓥ A

Hôm trước, khi đi bộ, tôi suýt bị va phải xe đạp. Luật giao thông đường bộ quy định rằng ở đường có vỉa hè thì xe đạp phải chạy ở đường dành cho ô tô. Cũng có một chút ngoại lệ cho phép xe đạp chạy trên vỉa hè, nhưng ở vỉa hè thì người đi bộ được ưu tiên. Thế nhưng, nhiều người trong chúng ta không để ý đến điều đó khi đi xe đạp. Khi đi bộ, tôi không thể không sợ chiếc xe đạp đang tiến tới với tốc độ cao. Tôi nghĩ rằng không thể tránh khỏi việc xe đạp chạy trên vỉa hè vì có nhiều con đường không đặc biệt quan tâm đến giao thông xe đạp. Tuy nhiên, ngay cả xe đạp nếu bị sai một bước cũng có thể gây ra tai nạn nghiêm trọng. Người đi xe đạp cần hiểu rõ các quy tắc giao thông và suy nghĩ đến sự an toàn của người đi bộ.

B

Nhìn chiếc xe đạp chạy trên đường dành cho ô tô , tôi cảm thấy nguy hiểm quá. Tuy nhiên, vì Luật Giao thông Đường bộ áp dụng cho xe đạp giống như cho xe hơi và xe máy, nên theo luật thì việc xe đạp chạy trên đường dành cho ô tô là hợp pháp. Nói vậy thì nói, thực tế việc xe đạp chạy trên đường dành cho ô tô là rất nguy hiểm. Vì không có gì che chắn cơ thể người đi xe đạp, nên nếu xảy ra tai nạn va quệt với ô tô thì hầu như là người lái xe ô tô phải chịu trách nhiệm nhiều hơn. Vì vậy, nhìn từ góc độ người lái xe ô tô thì nên cố gắng không đến gần xe đạp. Vì là luật đã quy định như vậy nên không có sự lựa chọn nào khác, tuy nhiên khi xe đạp chạy ở đường dành cho ô tô thì cần phải cẩn thận.

Lesson ⑱

Ⓔ When "Japanese Food" was registered as UNESCO's intangible cultural heritage in 2013, the Ministry of Agriculture, Forestry and Fisheries listed following 4 points as characteristics of Japanese food.

(1) Respecting diverse and fresh ingredients and their taste
Because Japan is long from the north to the south, and expressive rich nature spreads out, there is a wide variety of regional food ingredients. In addition, cooking techniques and cooking utensils to bring out the best use of ingredients have developed.

(2) Nutritional balance to support healthy eating habits
It is said that the Japanese meal style based on one soup and three dishes is the ideal nutritional balance. Moreover, by using "umami" well, we achieved a diet that does not use much animal oil, helping longevity and obesity prevention.

(3) Expressing natural beauty and changing seasons
One of the features is to express the beauty of nature, and the changing of the four seasons in dining places. To enjoy the sense of season by decorating with seasonal flowers and leaves, and also using dishes suitable for the season.

(4) Deep relationship with annual festival such as New Year

Japanese food culture has developed by having a deep relation with annual festivals. By sharing the "food" which is the blessing of nature, and eating together, the bonds of family and community were strengthened.
As a result of this registration, Japanese food became popular overseas more than ever. However, at one time there was a problem with the Japanese becoming distinct to Japanese food, but in recent years, Japanese food is taken up more and more by the media. Back then, Japanese food was thought as old thing, and not modern, but this is not true. Rather, it can be said that Japanese food has begun to have a new attraction that matches the modern age.

Ⓒ 2013 年「和食」在注册国际教科文组织认定的为无形文化遗产时，农林水产省将日本料理的特色归纳为以下四点。

（1）日本南北长，自然丰富，各地都有使用当地生产的多样食材的料理，还有能将这些食材做出美味可口的烹调技术及烹饪器具。
（2）以一汤三菜为基本的日本饮食方式被誉为是理想的营养搭配，巧妙地利用食材的美味，很少使用动物油的饮食生活对日本人的长寿及防止肥胖起着很重要的作用。
（3）用餐时，可以欣赏自然的美及四季变化也是日本料理的特征之一。用季节的花、叶点缀，使用和季节搭配的食器（餐具）等，使人可以享受到季节的变化。
（4）日本的饮食文化一直与年间的节日活动有着密切的关系。人们互相分享大自然所恩赐的"食"，共同享受"食"的时光，从而加深与家人及地域的交流。

以这此的注册为契机，日本的"和食"更为海外所周知。在日本国内日本人脱离"和食"一时成为一大问题，不过，最近，越来越多的媒体开始关注"和食"。虽然"和食"被认为是陈旧的，不现代的，但事实并非如此。相反，可以说当今的"和食"开始具有与时代相匹配的新魅力。

Ⓥ Năm 2013, món ăn Nhật "washoku" được công nhận là di sản văn hóa phi vật thể của Unesco, Bộ Nông Lâm Thủy Sản đã đưa ra 4 điểm đặc trưng của món ăn Nhật dưới đây.

1. Đa dạng, tôn trọng nguyên liệu tươi và hương vị vốn có.
Đất nước Nhật Bản trải dài Nam bắc, có thiên nhiên phong phú nên có thể sử dụng các loại nguyên liệu đa dạng gắn liền với vùng đó. Ngoài ra, kĩ thuật nấu nướng, dụng cụ nấu ăn cũng phát triển để khai thác triệt để được các nguyên liệu

2. Dinh dưỡng cân bằng cho bữa ăn khỏe mạnh
Cách ăn cơ bản 1 canh 3 thức ăn được coi là dinh dưỡng cân bằng lí tưởng. Ngoài ra, nhờ việc sử dụng tốt "vị ngọt" nên có thể có được bữa ăn ít sử dụng mỡ động vật, giúp người Nhật sống thọ và chống béo phì.

3. Lột tả được cái đẹp của tự nhiên và thay đổi của mùa
Một đặc trưng của món ăn Nhật là lột tả được vẻ đẹp của thiên nhiên và sự chuyển giao của mùa trên bàn ăn. Hoa lá theo

mùa được trang trí trong món ăn, dùng những bát đĩa hợp với mua để có thể thưởng thức cảm giác mùa đang tới.

4. Liên quan mật thiết tới các dịp lễ trong năm như Tết
Văn hóa ẩm thực của Nhật có liên quan mật thiết với các dịp lễ. Chia sẻ cùng nhau "món ăn" từ thiên nhiên, thời gian ăn bên nhau giúp sự kết nối trong gia đình và khu vực thêm sâu đậm.

Nhờ lần công nhận này mà món ăn Nhật được nước ngoài biết đến nhiều hơn trước. Trong khi đó, trong nước Nhật một thời gian lại có hiện tượng xa rời món Nhật, nhưng gần đây, phương tiện truyền thông đã đưa nhiều hơn về món Nhật. Món Nhật thường được coi là cũ, không hiện đại nhưng không phải vậy. Có thể nói món Nhật bắt đầu có sức hút mới hợp với thời đại.

Lesson 19

Ⓔ Traveling to the film locations of movies and dramas is becoming much popular all over the world. In recent years, visiting the actual scene which became the background of an animated film is called "pilgrimage to sacred places", and is becoming a popular topic in Japan. The towns where the movie was filmed, can expect a big economic effect by the increase of tourists.

For this reason, there are towns that made efforts to attract foreign movies to shoot in their own towns, expecting an increase of tourists. One provincial city in Kyushu, in an effort to revitalize its region, through being chosen as a movie location, actively engaged in promotion activities to the Asian film production companies, succeeding in calling in a Thai movie. This was quite effective, and Thai tourists increased rapidly in that town. Tourists continue to visit to shrines that became popular because of the movie, and take photos of themselves posing like the hero in the movie.

However, filming location tour often ends in a short boom. In the beginning, they are enthusiastic to spread the name of the town, but it is not easy to establish the popularity as a tourist resort. There is always a problem of what to do after the boom. People in charge of each tourist resort must be struggling and searching for some good ideas that will keep tourists coming.

Ⓒ 在世界各地，电影拍摄地很受游客们的欢迎。在日本近年也把影迷们参观动画片拍摄地这一现象叫做「聖地巡礼」而成为话题。作为电影舞台的地方，游客的增加会带来更大的经济效果。

为了增加游客，有的地方还提供作为外国电影的摄影地。九州的一个地方城市，为了带动地域的经济活性化，积极地向亚洲电影制作公司进行宣传，成功地吸引了泰国的一家电影公司。由于电影的影响，从泰国来观光的游客急增。因电影而有名的神社，摆着跟电影主角一样姿势照相的游客络绎不绝。

可是，很多摄影地只是热一时就完了。开始街的名字马上传开了，可是作为景点，扩大其知名度不是很容易的事。流行过后怎么办是个问题。有没有继续招揽游客的方法，是各地策划人的烦恼而又要思考的课题。

Ⓥ Du lịch thăm quan các địa điểm quay phim đang trở nên phổ biến trên toàn thế giới. Tại Nhật Bản, những năm gần đây việc người hâm mộ thăm những nơi thực tế đã trở thành bối cảnh của các bộ phim hoạt hình được gọi là "cuộc hành hương về thánh địa" và trở thành đề tài nóng. Con phố đã được sử dụng làm bối cảnh quay phim có triển vọng mang lại hiệu quả kinh tế lớn do sự gia tăng số lượng khách du lịch.

Do đó, một số thị trấn đã thực hiện thu hút để trở thành địa điểm quay phim nước ngoài với kỳ vọng tăng lượng khách du lịch. Một địa phương thuộc khu vực Kyushu đã tích cực tiến hành hoạt động PR đối với các công ty sản xuất phim châu Á để kết nối việc thu hút để trở thành địa điểm quay phim với việc phục hồi khu vực và đã thành công thu hút quay phim của Thái Lan. Kết quả là du khách từ Thái Lan đã tăng mạnh ở thị trấn này. Ở một ngôi đền đã trở nên nổi tiếng do là địa điểm quay phim, nhiều người tới thăm và chụp ảnh với tư thế giống như nhân vật chính của bộ phim.

Tuy nhiên, việc thăm quan các địa điểm quay phim thường chỉ là bùng nổ nhất thời. Ban đầu rất sẵn sàng quảng bá tên của thị trấn, nhưng việc tạo tên tuổi cho thị trấn như là một điểm tham quan thì không phải là dễ dàng. Phải làm gì sau khi đã qua thời kỳ bùng nổ là một vấn đề. Những người phụ trách ở các nơi đang suy nghĩ đồng thời lo lắng nhiều điều về việc liệu có cách nào tốt để khách du lịch tiếp tục đến hay không.

Lesson 20

Ⓔ One standard given of measuring communication abilities is that one speaks to a broad range of individuals. If one is only able to speak to a certain kind of person, their communication abilities are poor. A child who can only speak with his or her mother, young people who can only speak with their friends, company employees who can only speak with work friends of their age or gender, and other individuals whose range of people they speak to do not have sufficient communication skills. The more opportunities one has to interact with people of all ages and genders, the more it helps foster flexible communication abilities. Changing topics of discussion based on how to speak to an infant, a 20-something woman, and a 50-something woman and being able to find topics of discussion means that one's communication skills are quite high.

Age and gender are of course not enough. One must also be able to converse with someone after quickly understanding their social standing and interests. To give a specific example, think of being alone with someone in an apartment televator. It's normal to be able to at least ask a five-year-old child "What floor are you going to?" To not say a single word would make others think that you find communication to be troublesome. Try coming up with topics of discussion, such as "What kindergarten do you go to?" or "Chibi Maruko-chan is on today, isn't it? Do you watch it?" If you are truly good at it, you will be able to put your heart into a conversation that only lasts ten seconds.

Small talk also has its uses. Starting with talk about the weather and rambling on is much more comfortable than acting like you and someone else are completely uninterested in one another. Rather than spending time in an awkward situ-

ation where you act as if no one is there despite you being in the same space with them, knowing that they are there, it feels much better to use some quick small talk, commune with them, and leave.
The ability to quickly make small talk with anyone is an important part of the ability to communicate.

C 衡量沟通交流能力的标准之一是交流的对象多。只和某个固定的人说话，那说明这个人的沟通能力低。只和母亲交流的孩子、只与朋友说话的年轻人、只和同一年代、同性的同事说话的公司职员，说话对象范围狭窄的人，沟通交流能力就不强。与男女老幼接触的机会越多，灵活的沟通交流能力越强。如何与幼儿对话、与二十岁的女性、五十岁的女性交流，交流对象不同，话题也不同，如果能找到说话的突破口，就能提高沟通交流能力。

当然，仅仅通过谈及年龄或是性别是不够的。还应该能立刻以对方的社会情况、所关心的事情作为话题进行谈话，我们来看一个具体的事例吧，比如，公寓的电梯里只有两人的场合。如果和一个五岁的孩子在一起时，人们一般会问，"你去几楼啊？"。如果一句话都不说，会让人觉得这个人嫌跟人交流起来麻烦。这就看你会不会把话题转入"在哪儿上幼儿园呐？"、"今天播'樱桃小丸子'，你看吗？如果沟通巧妙，大概 10 秒左右，两人就会有真心的交流。

聊天有其功效。从天气的话题进入，就会有毫无止尽的聊天话题。比起装出一副相互对对方毫不关心的样子，人们心情会更好一些。大家在一个空间，明明知道对方的存在，却当作对方不存在一样的一些相互的行为———与其在这样的尴尬的气氛中渡过，还不如互相交心沟通，再说再见。这样会更让人心情舒畅。

与谁都能立刻聊起来，这就是重要的沟通交流能力。

V Một trong những tiêu chuẩn để đo năng lực giao tiếp là tiêu chuẩn "đối tượng trò chuyện phong phú đa dạng". Trường hợp chỉ nói chuyện được với một vài đối tượng đặc thù nào đó thì năng lực giao tiếp thấp. Những đứa trẻ chỉ nói chuyện được với mẹ, những người trẻ chỉ trò chuyện được với bạn bè, những nhân viên chỉ giao tiếp được với đồng nghiệp cùng lứa tuổi – cùng giới v.v…những người có đối tượng giao tiếp ít ỏi như vậy được coi là không đủ năng lực giao tiếp. Càng có nhiều cơ hội tiếp xúc với nam phụ lão ấu thì năng lực giao tiếp linh hoạt càng được rèn rũa. Nếu có thể thay đổi chủ đề theo đối tượng giao tiếp như nếu nói với trẻ nhỏ thì nên nói chuyện thế nào, với nữ giới tầm 20 tuổi thì sao, với phụ nữ tầm 50 tuổi thì sao v.v…và có thể tìm ra đầu mối để dẫn dắt câu chuyện thì có thể nói năng lực giao tiếp đã đạt đến mức khá cao.

Tất nhiên, chỉ tuổi tác và giới tính thôi vẫn chưa đủ. Cần nắm bắt được ngay tình trạng xã hội của đối phương và những điều họ quan tâm để trò chuyện. Ví dụ về tình trạng cụ thể, hãy hình dung ra cảnh chỉ có hai người trong thang máy của chung cư. Khi ở cùng với đứa bé 5 tuổi, thường người ta sẽ hỏi "Cháu muốn lên tầng nào?" Nếu hoàn toàn không trao đổi một lời nào thì có thể đoán định được rằng người ấy cảm thấy giao tiếp rất phiền phức. Người ta sẽ kiểm tra xem có thử gợi ra các chủ đề nói chuyện như "Cháu học ở nhà trẻ nào" hay "Hôm nay có phim hoạt hình "Nhóc Maruko" nhỉ, cháu có xem không?" v.v…hay không. Nếu là người có năng lực giao tiếp tốt chỉ trong khoảng 10 giây cũng có thể có những cuộc hội thoại ăn ý.

Có một thứ gọi là công dụng của các câu chuyện phiếm. Hai bên mở đầu bằng câu chuyện về thời tiết rồi nói các câu chuyện phiếm vu vơ không đầu không cuối. Bằng cách đó tâm trạng của hai phía sẽ thấy nhẹ nhõm hơn rất nhiều so với việc vờ như không quan tâm đến nhau. Cùng ở trong một không gian, biết rằng người kia cũng ở đây mà hành động cứ như thể là không có ai ở đó – thay vì trải qua bầu không khí khó chịu như vậy thì hãy nhanh nhảu nói những câu chuyện vu vơ, giao lưu tình cảm rồi chia tay. Làm như vậy lòng sẽ thấy sảng khoái hơn nhiều.

Có thể nói chuyện phiếm với bất cứ ai. Đó là một năng lực giao tiếp quan trọng.

ふくしゅうのこたえ　Review Answers／复习答案／Đáp án bài ôn tập　　**§2** (Lesson 11-20)

I	❶ d	❷ a	❸ c	❹ b	❺ f	❻ e					
II	❶ c	❷ d	❸ c	❹ b	❺ c						
III	❶ f	❷ a	❸ e	❹ d	❺ b	❻ c					

Lesson 21 芥川龍之介
あくたがわりゅうのすけ
Akutagawa Ryūnosuke ／芥川龙之介／ Akutagawa Ryunosuke

　「芥川賞」は日本で最も有名な文学賞で、特にすぐれた小説を発表した新人作家に与えられる。この賞のもととなった芥川龍之介は日本を代表する小説家の一人で、日本の文学史に大きな足跡を残した。

　芥川龍之介は1892年に東京に生まれ、中学時代から優秀な成績をおさめ、東京帝国大学（現在の東京大学）に入学した。そして、学生時代に「新思潮」という同人誌*1 をつくり、①そこで発表した『鼻』が夏目漱石*2 に認められたことをきっかけに、広く人々に知られるようになった。その後、教師をしながら作家活動を続け、妻と子どもにも恵まれて幸せな生活をしていたように思われるが、1927年に35歳の若さで自ら命を絶った。

　どうして自ら命を絶ってしまったのか、現在でも、いろいろな議論がされている。本人の遺書には「ただ、ぼんやりした不安があった」とある。しかし、死を迎えようとしている時期に書いた『河童』という作品では、河童の社会という例をもとに、人間の社会を厳しく批判している。そのことから、当時の芥川の思想に日本の社会が追いついていなかったために、生きているのが辛くなってしまったのではないかと推測されている。

　そんな悲しい最期で短い人生を終えた芥川だが、数々の名言を残していることでも有名だ。例えば、「人生は一箱のマッチに似ている。重大に扱うのはばかばかしい。重大に扱わねば危険である。」という言葉だ。私はこれを「たかがマッチ棒だが、扱い方を間違えると火事になりかねない。人生も同じで、気楽に生きたほうがいいが、気を抜いてはいけない」という意味で理解する。また、こんな言葉もある——「幸福とは、幸福を問題にしない時をいう。」。これは「何気ない日々の中にこそ、幸せがある」ということだろうか。

　作品については、人間の本質をあぶり出しながら*3、自らの価値観を追求するという彼の基本姿勢が感じられる。★それだけに、人の複雑な内面が描かれ、深く考えさせられるが、どれも短編なので読みやすい。人間の本質を描くことと、自らの価値観を表現すること、この②2つのテーマに沿って読むことで、彼の作品をより深く味わえるのではないだろうか。

*1 同人誌：同じ趣味や目的を持つ者が、資金を出し合って出版する本。
*2 夏目漱石：1900年代初期に活躍した小説家で、日本文学を代表する作家の一人。芥川 龍之介とは師弟関係。
*3 あぶり出しながら：（火に当て）隠されていたものを浮き出たせながら。

Vocabulary

- 新人：newcomer ／刚参加工作的人／ nhân viên mới
- 絶つ：続いているもの、つながっていたものを切る。
- 遺書：自分が死んだあとのために書いておく手紙。
- 推測（する）：(to) guess ／推测／ suy đoán, dự tính
- 最期：死ぬ直前。死ぬ時。死。
- 遂げる：したいと思っていたことを最後まですること

- 数々の：多くの。数や種類が多いことを表す。
- 名言：wise saying ／名言／ danh ngôn
- ばかばかしい：非常にくだらない。
- 何気ない：特に考えたり意識したりしない様子。
- 本質：true nature ／本质／ bản chất
- ～観：それについての見方や考え方。

🔑 ～かねない　may even ～／恐怕会～／ Có thể ～

E An expression that means "the possibility that the bad result of ~ may occur."

C 表示「可能出现不好的结果」。

V Diễn đạt ý "có khả năng dẫn đến kết quả xấu".

EX1 人が大勢いたら、大事故になりかねない状況だった。
（It was a situation where there may have even been a big accident if many people were there.／人太多了，可能会发生重大事故。／ Nhiều người thế này nên có thể xảy ra tai nạn lớn rồi.）

EX2 このまま何もしないと、無責任だって言われかねない。
（We may even be called irresponsible if we don't do anything about this situation.／什么也不管的话，会被说不负责任。／ Cứ thế này không làm gì thì có thể bị nói là người vô trách nhiệm. ）

🔑 ～だけに　as one is a ～／只～／ Vì, do ～

E Used in the form「AだけにB」where a judgment or result, B, naturally follows from a fact, A. More conversational than「～だけあって」.

C 是「AだけにB」的形式，表示由 A 的事实当然导致 B 的判断及结果。比「～だけあって」更口语化。

V Có dạng「AだけにB」,thể hiện ý từ sự việc A sẽ đương nhiên dẫn tới khẳng định hay kết quả B . Dùng trong văn nói nhiều hơn dạng「～だけあって」.

EX1 田中さんは 20 年も勤めているだけに、会社のことに詳しい。
（As Tanaka-san has worked here for 20 years, she knows a lot about the company.／就田中工作了 20 年这一点，就能说明他对公司的情况很了解。／ Anh Tanaka đã làm việc những 20 năm nên nắm rõ công ty.）

EX2 彼は子どものころ、アメリカに住んでいただけに、英語がうまい。
（As he lived in America as a child, his English is good.／他小时候只是因为在美国住过，所以英语很流利。／ Hồi nhỏ anh ấy từng sống ở Mỹ nên giỏi tiếng Anh .）

🔑 ～に沿って
そ

along ～ ; according to ～／沿着／按照～／theo ～

E To move forward according to something else, not straying from it.

C 与什么相吻合，不要脱离而进行某事。

V Tiến hành công việc theo đó, không tách rời

> **EX1** この線に沿って並んでください。
> せん　そ　　なら
> (Please line up along this line. ／沿着这条线排队。／ Hãy xếp hàng theo đường này.)

> **EX2** 選手たちは、チームの計画に沿って練習をしている。
> せんしゅ　　　　　　　　　けいかく　そ　　れんしゅう
> (The players practice according to the team's plans. ／选手们按照队里的计划进行训练。／ Các cầu thủ luyện tập theo kế hoạch của đội.)

🔍 Focus on the Structure

文全体
ぶんぜんたい

★〔＼それだけに、／〈〔人の 複雑な 内面〕が 描かれ、〉〈深く 考えさせられる〉が、〕

＝そうであるからいっそう

使役受身
しえきうけみ

理由
りゆう

どれも 短編なので 読みやすい。

Vやすい

Lesson ㉒ ワンオペ育児
いくじ

One-Person Child Rearing ／一个人带孩子／ Tự chăm sóc nuôi dạy con

Grammar Target
- 〜をめぐって
- 〜のだ（〜んだ）

〈意見 A〉
いけん

　ワンオペ育児をめぐって、さまざまな議論がされているが、正直なところ、少し騒ぎすぎではないかと感じてしまう。確かに、一人で小さな子どもを育てるのは大変だ。しかし、昔から「亭主元気で留守がいい」という言葉があるように、私にとっては、夫が家にいるほうが大変なのだ。子どもと私だけだったら、疲れた日は食事は簡単なもので済ませて、早めに寝てしまえばいい。だが、夫がいるとそうはいかない。それなりの料理を出さなければならないし、寝るのも遅くなってしまう。何かあったときのことを考えると不安だが、私の場合は、ワンオペ育児のほうが向いているように思う。

〈意見 B〉
いけん

　近年、「ワンオペ育児」という言葉がよく使われるようになった。そうしたことを背景に、一人で子育てをして悩んでいる親が愚痴を言ったり弱音を吐いたりしやすくはなった。しかし、それで事が足りるものではない。昔のように家族が多かったり、地域の結びつきが強かったりして、みんなで子育てをしていた時代とは違う。★今は、一人親や共働きの家庭が多いうえに、ちょっと子どもの泣き声がすると通報されてしまうような時代だ。いろいろな人に気をつかい、不安や緊張と戦いながら子育てが行われている。ただ SNS などで不満を述べたり弱音を吐いたりするだけでは、だめなのだ。親が本当に困ったときに SOS を出しやすい環境を一日も早く整える必要があると私は考える。

Vocabulary

- □ 亭主：夫。主に親しい間で使われ、少し古い表現。
- □ 物菜：おかずとされる料理。また、それが売られているもの。
- □ それなり：ある程度の評価はできる様子。
- □ 近年：最近の数年、近ごろ。
- □ 背景：background ／背景／ bối cảnh, nền

- □ 愚痴：complaint ／抱怨／ cằn nhằn, phàn nàn
- □ 世帯：household ／家庭、世代／ hộ gia đình
- □ 共働き：夫婦がともに働いていること。
- □ 事が足りる：必要なことが十分されていること。
- □ 通報（する）：警察などに情報を知らせること。
- □ 整える：arrange ／调整／ chuẩn bị đầy đủ

🗝 ～をめぐって　regarding ～／关于～／xoay quanh ～

🇪 Has the same meaning as「～について」. Indicates that there is a disagreement regarding a certain problem.

🇨 与「～について」意思相同，表示以某个问题为对象而进行争执。

🇻 Ý nghĩa giống với「～について」, thể hiện trạng thái có sự tranh cãi, đấu tranh về một vấn đề.

EX1 この豊かな土地をめぐって、長年争いが続いた。
（The conflict regarding this fertile land continued for many years.／针对这片富饶的土地，争执持续了很多年。／ Tranh chấp kéo dài nhiều năm về khu đất màu mỡ này.）

EX2 空港の建設をめぐって、賛成派と反対派が激しく対立している。
（Regarding the airport, those for and against its construction were fiercely opposed.／关于机场的建设，赞成派与反对派形成了激烈的对立。／ Xoay quanh việc xây dựng sân bay, phe đồng tình và phản đối đang đối đầu quyết liệt）

🗝 ～のだ（～んだ）　is ～ ; was ～／是～／Bởi vì, do

🇪 An expression that judges a fact or situation to give a conclusion.

🇨 关于某个事实及事情而得出的结论及判断。　🇻 Là cách nói khẳng định đưa ra kết luận về một sự việc hay thực tế.

EX1 期待にこたえ、彼らは見事に実験を成功させたのだ。
（They were able to meet expectations and make the experiment a stunning success.／是为了不辜负大家的期待，他们成功完成了实验。／ Đáp lại sự mong đợi, anh ấy đã thực hiện được thành công thí nghiệm một cách rực rỡ.）

EX2 田中さんは忙しくて返事ができなかったんだと思う。
（I think Tanaka-san was busy and not able to reply.／我想田中是因为太忙才没回音的。／ Tôi nghĩ anh Tanaka bận nên mới không trả lời được.）

🔍 Focus on the Structure

文全体（ぶんぜんたい）
NのN
★ ＼今は、／〈［一人親や 共働きの 家庭］が多い うえに、〉
～うえに

文全体（ぶんぜんたい）
〔＼ちょっと／［子どもの 泣き声］が する と〉通報されて しまう］ような 時代だ。
仮定条件（かていじょうけん）　Vてしまう　～ようなN

CHECK

Q1 ワンオペ育児について A と B はそれぞれ肯定的ですか、否定的ですか。

Q2 ①の答えについて、それぞれの理由を簡単にまとめてください。

Lesson 23 「既読」表示の意味するもの

The denotation of "read" icon ／「既読」所表示的意思
／ Ý nghĩa của chế độ hiển thị "Đã đọc"

※タイトルはこの本の中でつけたものです。

　たとえば近年は、先述したコミュニケーション・アプリの LINE 利用者が急激に増大し、その機能の一つである「既読」表示のプレッシャーから、四六時中メッセージをチェックし続けてしまう若者も目立つようになっている。その結果、LINE 疲れと呼ばれる状況に追い込まれる者も増えている。このような状況に陥り**ながら**、それでも彼らがネットへの接続を断ち切れずにいるのは、日々の交友関係から自分だけが外されるのではないかと不安に駆られる[*1]からである。あるいは、一人でいるのはその人物には魅力がないからだと周囲から思われはしないだろうかと不安に駆られるからである。

　LINE の「既読」表示は、東日本大震災時の経験から、たとえ受信者が返事を出せるような状況になくても、とりあえずメッセージを読んだことだけは送信者にわかるように考案された機能である。★しかし、若者たちの多くは、むしろ「既読」表示があるからこそ、返事をすぐに送らないと相手に悪いと感じてしまう。アプリの開発側の想定からすれば、見事なまでに[*2]反転した使用法が見受けられるのは、何か具体的な用件を伝えるための道具としてではなく、つながっていることそれ自体を確認しあうための道具として駆使されているからである。

（土井隆義『変容する子どもの関係（岩波講座 教育 変革への展望3）』岩波書店より）

*1　不安に駆られる：不安な気持ちが急に高まる。
*2　見事なまでに：見事なくらいに、見事に思えるほど。

Vocabulary

□ 先述：先に述べたこと。

□ アプリ：application software ／応用／ ứng dụng

□ 既読：すでに読んだこと。

□ 四六時中：一日中、いつも。

□ （～に）陥る：よくない状態になる。

□ 考案：新しく考え出すこと。

□ 想定（する）：仮に考える

□ 反転（する）：ちょうど反対の状態になること。

□ 駆使（する）：持っているもの（物や能力、機能など）を思いどおりに使うこと。

🔑 ～ながら　while ～／虽然～／Tuy là / Mặc dù ～

E A somewhat dry way term that means something similar to「～のに」. Comes from the term's meaning of "doing two things at the same time."

C 与「～のに」的意思相同，是比较生硬的表现。是从「同时进行两个行为」的意思中派生出来的。

V Có cùng ý nghĩa với「～のに」, là cách nói cứng rắn hơn một chút. Xuất phát từ ý nghĩa "Hai sự việc cùng diễn ra một lúc".

> **EX1** 彼の言うことが正しいと思い**ながら**、つい反対してしまった。
> (While what he's saying is right, I found myself opposing it.／虽然觉得他说得对，但还是反对了。／ Tuy tôi nghĩ rằng điều anh ấy nói là chính xác nhưng tôi lỡ phản đối mất rồi.)
>
> **EX2** 弟は、食事の後に勉強すると言い**ながら**、まだテレビを見ている。
> (While my little brother said he'd study after eating, he's still watching TV.／弟弟吃完后说要学习，可是还在看电视。／ Em trai tôi mặc dù nói rằng sẽ học bài sau bữa ăn nhưng nó vẫn đang ngồi xem tivi.)

🧩 見受けられる　Be seen／有待观察／Nhận thấy

⇒見て（そう）確認できる。

E There are similar terms such as「見比べる：compare」「見間違える：mistake」「見逃す：overlook」and so on.

C 同样的表现还有「見比べる：用眼比较」「見間違える：看错」「見逃す：看漏」等。

V Có những cách nói tương tự như「見比べる：nhìn so sánh」「見間違える：nhìn nhầm」「見逃す：bỏ sót, bỏ qua」.

> **EX1** 彼は何も知らないと**見受けられ**た。
>
> **EX2** 昨日はかなり暑かったですから、半袖の人も多く**見受けられ**ました。

🔍 Focus on the Structure

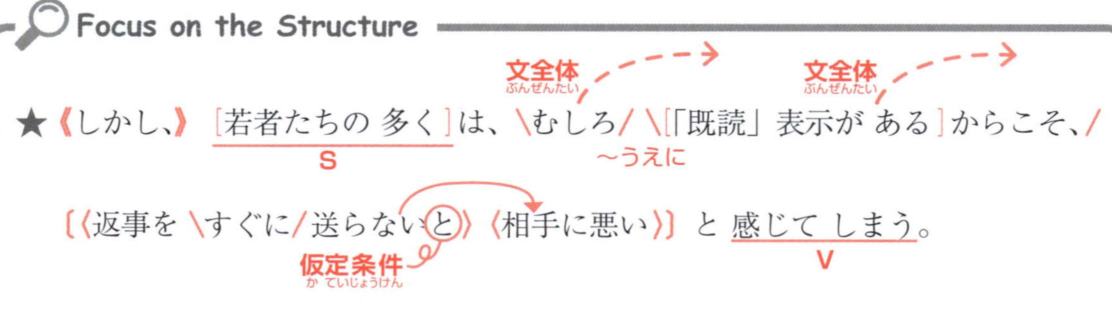

Q1　「既読」表示のプレッシャーとはどのようなことですか。

Q2　LINE はどのような道具として使われていますか。

Lesson 24 カラス

Crows ／乌鸦／ Quạ

「最近、東京でカラスを見なくなったね」と、耳にすることがある。これは、「増えすぎたカラスの数を減らす」という東京都による環境対策の「成果」だ。カラスの場合、「ゴミを荒らす」「騒々しく鳴く」「人を攻撃する」などの「迷惑行為」が問題となり、駆除*¹の対象になっている。ハトやスズメが平和的なイメージなのに対し、すっかり悪者のイメージだ。

　日本にすむカラスは主に２種類で、くちばしの大きいハシブトガラスと、くちばしが小さく体も少し小柄なハシボソガラスだ。ハシブトガラスは、山や森にすむが、生活圏を都市部にまで広げるようになった。都会で見られるカラスのほとんどがこれだ。一方、ハシボソガラスは川や田畑の周辺を生活圏としてきた。そのため、昔はカラスといえば、身近にいたハシボソガラスを指すことが多かったが、今ではほぼ逆転している。

　どんなカラスにせよ、昔は大した「迷惑行為」をするわけでもなく、むしろ親しみを感じる存在だったようだ。例えば、サッカー日本代表チームのシンボルになっているヤタガラスは、神話の中で天皇の道案内をしたとされ、「導き」の神として神社に祀られている*²。また、カラスのことを歌った童謡「七つの子」は、日本人に広く愛されている。

七つの子（作詞：野口雨情、作曲：本居長世）

　　　からす　なぜなくの　　からすは山に
　　　かわいい七つの　　子があるからよ
　　　かわいい　　かわいいと　　からすはなくの
　　　かわいい　かわいいと　　なくんだよ
　　　山の古巣へ　　行って見てごらん
　　　まるいめをした　　いい子だよ

日が暮れかかり、鳥たちが山や森に帰るころ、子どもたちも遊び疲れて家に帰りはじめる。そんな時に子どもたちが口ずさむ*3歌だ。歌詞とメロディーがとても優しく、心温まる曲だが、実はこの歌には大きな謎がある。「七つ」が何を意味しているか、わからないのだ。「七羽」なのか、「七歳」なのか。「七歳説」の有力な根拠になっているのは、作詞者の雨情の息子が7歳のころにこの作品が書かれた、ということだ。また、雨情自身が7歳のころに、母親との別れがあったという。「七つの子」の十数年前に書いた「山烏」という詩の中にも、次のような一節がある。

　　からす　なぜなく

　　からすは山に　かわいい七つの　子があれば

　結局のところ、「七羽」か「七歳」か、正解は不明なのだが、この歌が、親の子への愛情に満ちたものであることに間違いはない。
　カラスの「迷惑行為」は、食べて生きるためのものであり、ヒナや巣を守るためのものだ。それは、人間がスーパーの特売商品に群がったり、PTAで親が学校相手に文句を言ったりする行為とどれほど違うものだろうか。
　★都会に嫌気がさした*4カラスが、元のすみよい場所に戻って平和に暮らせるよう、願うばかりだ。

*1　駆除：害になるものをそこからいなくなるようにすること。
*2　祀られている：神とされたその姿を形にした像が神社などに置かれている。
*3　口ずさむ：歌う。
*4　嫌気がさした：すっかり嫌になった。

Vocabulary

- □ カラス：crow ／乌鸦／ quạ
- □ 騒々しい：うるさい。
- □ ハト：dove ／鸽子／ bồ câu
- □ スズメ：sparrow ／麻雀／ chim sẻ
- □ 小柄(な)：体が小さめな。
- □ 圏：一定の範囲、地域。
- □ 逆転(する)：(to) reverse ／逆转／ đảo ngược tình thế
- □ 身近(な)：自分がいるところの近く。
- □ 神話：myth ／神话／ thần thoại
- □ 天皇：emperor ／天皇／ thiên hoàng

- □ 導く：lead ／引导／ dẫn tới
- □ 童謡：子どものための歌。
- □ 謎：mystery ／谜／ ẩn số
- □ 説：theory ／一说／ thuyết
- □ 有力(な)：influential ／有力的／ đáng tin cậy
- □ 根拠：basis ／根据／ bằng chứng
- □ 不明(な)：わからない。
- □ 満ちる：fill with ／充满／ đầy ắp
- □ ヒナ：chick ／雏鸡／ gà con
- □ 群がる：throng ／成群／ túm tụm, tập trung lại

🔑 〜にせよ（〜にしろ）　even if 〜 ; no matter〜／不管〜／Cho dù〜

E An expression that indicates a hypothetical condition to state that the result will not change even in that case.

C 表示假设「不管怎样」也不会改变其结论。

V Cách nói đưa ra điều kiện giả định nhưng kết luận không thay đổi.

> **EX1** どんな相手にせよ、返事はしたほうがいい。
> (No matter who it is, you should reply.／不管对方是谁，都应该给个回复。／ Dù đối phương là người thế nào thì cũng nên trả lời .)

> **EX2** いずれにせよ、今日はもう時間がないから明日にしよう。
> (No matter what, there's no time left today, so let's do it tomorrow.／不管怎样，今天已经没时间了，明天再说吧。／ Dù thế nào thì hôm nay cũng không còn thời gian nữa, để mai làm.)

🔍 Focus on the Structure

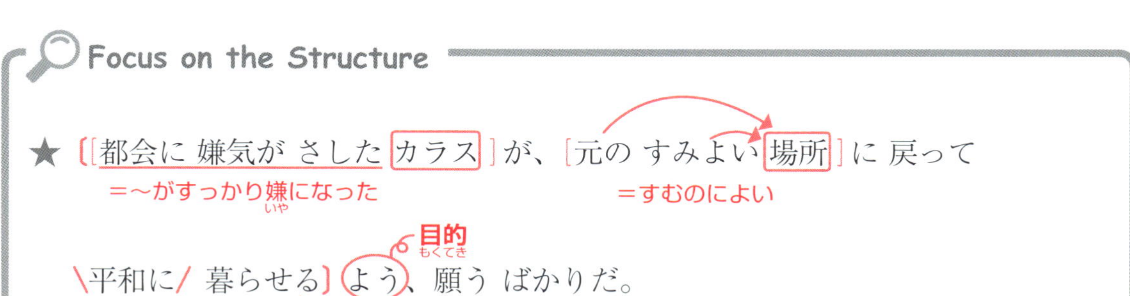

CHECK

Q1　カラスはどうして駆除されていますか。

Q2　カラスの「迷惑行為」と人間のどんな行為を比べていますか。

Lesson 25 コミュニケーション力②

Communication Abilities ②／沟通交流能力 ②／ Năng lực giao tiếp ②

Grammar Target
◆〜にもかかわらず

方言は日本語の宝だ。日本は狭い国土ながら、南北に長く伸びている。気候・風土が相当異なる。そこで培われた人間性や人間関係の取り方も相当差異がある。方言には、そうした風土の違いが色濃く染み込んでいるのだ。

方言で話されると、どこの方言でもその人の人柄が出ているような気がしてくる。体温が伝わってくる言葉なのである。★個人としての体温というよりは、風土全体がからだの温もりとして伝わってくるというイメージだ。今時は共通語はテレビを通して十分身につけることができる。共通語が話せなくて困るということは、ほとんどない。いま必要なのは、むしろ方言の教育だ。ところが、生徒手帳にかつては「方言の使用を禁止する」という項目を掲載していた地方もあるほどで、その方言撲滅運動の成果もあってか、全国で方言能力の急激な低下が見られる。

この衰退は深刻だ。現在八十代の方は、方言を使いこなすことが相当できる。五十代になると、その三分の一程度の方言能力しか有していない感じがする。これは、各地を訪れるたびに、自分と八十代の人を比較してどの程度の差があるか、と私が聞いた際の答えを参考にしている。二十代になると、方言能力は急速な低下傾向を見せる。関西の言葉のように、テレビで大きな勢力を持っている言葉は比較的廃れていない。しかし、鹿児島弁などは、方言の代表選手のような魅力を持っているにもかかわらず、若い人は喋らなくなってきているのだ。これはまったく看過することのできない事態である。

（齋藤孝『コミュニケーション力』岩波新書より）

Vocabulary

□ 風土：climate ／风土／ phong thổ

□ 培う：育てる。

□ 差異：違い。

□ 染み込む：中まで入り込む。

□ 人柄：その人の性格や性質、全体的に感じられる印象など。

□ 掲載（する）：(to) publish ／刊載／ đăng tải

□ 撲滅（する）：完全になくすこと。

□ 衰退（する）：力や勢いがなくなり弱くなること。

□ こなす：仕事などを不足なく終わらせる、処理する。

□ 廃れる：（時代に合わなくなるなどのために）使われなくなる、行われなくなる。

□ 看過（する）：それを見たのに放っておくこと。それを目でとらえられず、気づかないこと。

🔑 〜にもかかわらず　regardless of 〜／尽管〜／dù 〜 , mặc dù 〜

E A phrase that means "in contrast to that fact or situation."
C 表示「与其事实及状况相反」的意思。
V Mang ý nghĩa "ngược lại với hiện thực hay thực trạng như thế".

EX1 長年英語を勉強している**にもかかわらず**、なかなか上手く話せない。
ながねんえいご　べんきょう　　　　　　　　　　　　　　　うま　はな
（Regardless of the many years I've spent studying English, I still have trouble speaking it well.／尽管学了好多年英语，可还是说不好。／Dù đã nhiều năm học tiếng Anh nhưng mãi không nói được giỏi）

EX2 けがをしている**にもかかわらず**、彼は今日も試合に出た。
かれ　きょう　　しあい　で
（He played in today's game as well, regardless of being injured.／尽管他受伤了，可今天还是参加了比赛。／Dù bị thương nhưng anh ấy vẫn tham gia trận đấu ngày hôm nay。）

その人の人柄が出ている
ひと　ひとがら　で
What guts. What tenacity when it comes to words.／显露出那个人的人格。／Thấy được con người của người đó.

⇒その人の人柄が表れている／その人の人柄が反映されている
ひと　ひとがら　あらわ　　　　　　　ひと　ひとがら　はんえい

E「出る」also means "be expressed in it.
で
C「出る」是「表现出」的意思。
で
V「出る」có nghĩa "xuất hiện" "hiện ra".
で

🔍 Focus on the Structure

「からだの温もり」と対比
ぬく　　　　たいひ

★〈個人としての 体温と いう よりは、

〈風土全体が ＼からだの 温もりと して／ 伝わってくる〉と いう イメージだ。

内容の引用
ないよう　いんよう

CHECK

Q1 <u>そうした</u>とはどのような意味ですか。
い　み

Q2 この文章によると、関西の方言が廃れていないのはなぜだと考えられますか。
ぶんしょう　　　　　かんさい　ほうげん　すた　　　　　　　　　　　　かんが

Lesson 26　お風呂に入ってもいい？

Should I Get in the Bath?／可以洗澡吗？／Tắm bồn có được không ?

　風邪をひいて熱が出たとき、日本人は皆、風呂に入ろうか入るまいか悩むことが多い。なぜなら、日本では、昔から風邪をひいたら風呂には入ってはいけないと言われてきたからだ。しかし、ドイツなどのヨーロッパでは、風呂に入るのが良いとされている。しかも、熱を下げるために水風呂に入ることを医師に勧められることもあるそうだ。

　さすがに水風呂には入りがたいが、熱が出て汗をかいたときにさっぱりしたいと思う人は少なくないのではないだろうか。本当に風呂に入ってもいいのか、あるいは、だめなのか。長年、漠然と疑問に思っていたことなので、実際に医師に聞いてみた。すると、あっさり「大人も子どもも、お風呂に入れるぐらいの元気があるならいいですよ」と言われた。つまり、あまりにも熱が高くて動けないような場合を除けば、何の問題もないらしい。

　では、なぜ日本では昔から、風邪をひいたら風呂に入るなと言われてきたのだろうか。それは、日本の生活文化と建物の造りに深い関係がある。昔、日本の家は狭く、風呂がなかった。だから、風呂に入ろうと思ったら、銭湯＊に行くのが普通だったのだ。そのため、風呂に入った後、必ず屋外に出る必要があった。★せっかく銭湯で温まった体が風に当たって冷えてしまい、かえって風邪を悪化させることになりかねない。そんな心配があったのではないか。実際、風邪をひきやすい寒い季節は、要注意だろう。

　現代では、家の中に風呂がある家がほとんどだ。だから、風呂に入る前に、自分の部屋と脱衣所、風呂場を十分に温めて、体が冷えないように注意すればいいということだ。また、銭湯のように熱めのお湯に長く入ると体力が奪われてしまうため、40度以下のお湯で、体がリラックスできる程度に入るのがいいそうだ。そうすることで、かえって鼻やのどが楽になったり、腹痛が治まったり、リフレッシュできるなど、さまざまな効果が期待できるそうだ。

＊銭湯：一般の人が客としてお金を払って利用できる風呂。風呂屋。

Vocabulary

□ 長年（ながねん）：長い年月（ながねんげつ）。

□ 漠然（ばくぜん）：vague／模糊／không rõ, mơ hồ

□ あっさり：時間（じかん）や手間（てま）をかけず、簡単（かんたん）に。

□ 悪化（あっか）(する)：状況（じょうきょう）や状態（じょうたい）が悪（わる）くなること。

□ 要注意（ようちゅうい）：注意（ちゅうい）が必要（ひつよう）なこと。

□ 脱衣所（だついじょ）：風呂（ふろ）やプールの手前（てまえ）にある服（ふく）を脱（ぬ）いだり着（き）たりする場所（ばしょ）。脱衣場（だついじょう）とも。

□ 治（おさ）まる：痛（いた）みがなくなる。

🔑 ～（よ）うか～まいか　whether to ～ or not／做～还是不做～／Có ～ hay không

E An expression showing hesitation about whether or not to perform an act.

C 对要不要进行的行为表示犹豫。

V Diễn đạt sự băn khoăn về một hành động có thực hiện hay không.

EX1 パーティーに出席（しゅっせき）し**ようか**、し**まいか**、まだ迷（まよ）っている。
(I still don't know whether to go to the party or not.／还在犹豫参不参加那个派对。／Tôi vẫn đang băn khoăn có tham gia bữa tiệc hay không.)

EX2 最近（さいきん）、太（ふと）りすぎなので、ケーキを食（た）べ**ようか**食（た）べ**まいか**、迷（まよ）う。
(I've been getting too fat recently so I don't know whether to eat the cake or not.／最近太胖了，在犹豫吃不吃蛋糕。／Dạo này mập quá nên băn khoăn không biết có nên ăn bánh ngọt hay không.)

🔑 ～がたい　difficult to ～／难～／Khó ～

E A written expression showing that doing something is difficult.

C 表示做某事很难，是书面语。

V Cách dùng trong văn viết diễn đạt ý khó làm một việc nào đó.

EX1 そのドラマの話（はなし）はあまりに非現実的（ひげんじつてき）で、理解（りかい）し**がたい**ものだった。
(That drama's story is so unrealistic that it was difficult to understand.／那个电视剧太不现实了，难以理解。／Câu chuyện này quá phi thực tế nên khó mà lí giải được.)

EX2 子（こ）どもにあんなことを言（い）うなんて、本当（ほんとう）に許（ゆる）し**がたい**。
(It's difficult to forgive someone saying that to a child.／对孩子说那样的话，真是太不能容忍了。／Thật khó có thể tha thứ khi nói điều đó với đứa trẻ.)

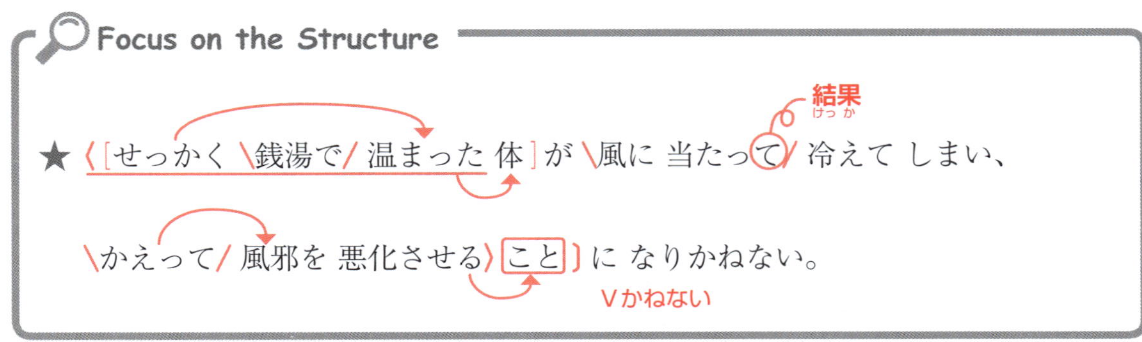

CHECK

Q1 日本で、昔から風邪をひいたら風呂に入ってはいけないと言われてきたのはなぜですか。

Q2 風邪のときは、どんな風呂の入り方をするといいですか。

Lesson 27 舟を編む

Compiling a Boat ／编舟记／ Đan thuyền

　辞書は必ずしも万能ではないと知り、荒木は落胆する**どころか**、ますます愛着を深めた。★かゆいところに手が届ききらぬ箇所があるのも、がんばっている感じがして、とてもいい。決して完全無欠ではないからこそ、むしろ、辞書を作ったひとたちの努力と熱気が伝わってくるような気がした。

　一見しただけでは無機質な言葉の羅列*1だが、この膨大な数の見出し語や語釈や作例はすべて、だれかが考えに考え**抜いて**書いたものなのだ。なんという根気。なんという言葉への執念。

　小遣いが貯まるたび、荒木は古本屋へ走った。辞書は改版される*2と、それ以前の版が古本屋で安価で売買されることが多い。異なる出版社のさまざまな辞書を、少しずつ集めて読み比べた。使いこまれて表紙がちぎれた*3もの。まえの持ち主の書き込みや赤線の残るもの。古い辞書には、作り手と使い手の言葉との格闘の跡が刻印されて*4いる。

　国語学か言語学の学者になって、俺も自分の手で辞書を編みたい。高校二年生の夏に、荒木は大学に進学させてくれと父親に頼んだ。

　「はあ？　国語学って、なんだそりゃ。おまえ、日本語しゃべれるじゃねえか。なんで大学行ってまで国語を勉強する必要がある」

　「いや、そうじゃなくて」

　「そんなことより、店の手伝いしろ。母ちゃん腰痛めちゃってんだぞ」

　てんで話の通じない父親を説得したのは『岩波国語辞典』をくれた叔父だった。

　「まあまあ兄貴」

　数年に一回しか実家の荒物屋に顔を出さない叔父は、鷹揚に仲裁した。叔父は捕鯨船の乗組員で、長い航海のあいだに辞書の味を覚えたらしい。親戚のあいだでは変わりもので通っていた。

　「公ちゃんはわりと賢い子じゃないか。思いきって大学へやったらどうだい」

（三浦しをん『舟を編む』光文社より）

＊1　羅列（する）：同じような物が並んでいる、並べていること。

＊2　改版（する）：本の内容を新しくして出版すること。

＊3　ちぎれる：切れて離れる。

＊4　刻印（する）：

Vocabulary

☐ 万能：どんなことにも役立つ様子。

☐ 落胆（する）：期待通りにならなくてがっかりすること。

☐ 愛着：attachment ／对～很有感情／ gắn bó, có tình cảm gắn kết

☐ 完全無欠：absolute perfection ／完整美无缺／ hoàn hảo không khuyết điểm

☐ 無機質（な）：inorganic ／无机的／ vô hồn

☐ 語釈：言葉の意味を明らかにして示すこと。

☐ 根気：飽きたりあきらめたりせず、物事をやり続けようとする気力。

☐ 執念：tenacity ／韧性／ ám ảnh, bám vào

☐ 版：edition ／版／ bản

☐ 格闘（する）：(to) fight ／格斗／ giao đấu

☐ 編む：knit ／编／ đan

☐ 刻印（する）：(to) engrave ／刻图章／ khắc

☐ てんで：まったく、まるで。

☐ 兄貴：「兄」の親しみを込めた言い方。兄のように親しみを感じる相手に対する言い方の一つ。

☐ 荒物屋：家庭用品の雑貨店。

☐ 鷹揚：小さいことは気にせず、ゆっくり落ち着いている様子。

☐ 捕鯨船：whaling ship ／捕鯨船／ tàu săn bắt cá voi

☐ 乗組員：仕事のために船に乗る人。

☐ 仲裁（する）：争いをしている人の間に入って解決にあたること。

🔑 ～どころか　forget ～／别说～就连～／ đến cả ～ cũng không

E Used to indicate that expectations or predictions are completely different from reality. Often said with feelings of being appalled or unsatisfied.

C 表示期待或预想与实际完全不同。多用于表示失望和不满。

V Biểu hiện việc hoàn toàn khác so với mong đợi, dự đoán, thức tế. Thường dùng trong câu nói hàm chứa cảm giác bất mãn, khó chịu.

EX1 忙しくて、海外**どころか**、近くの温泉にも行けない。
(I'm so busy that forget going overseas, I can't even go to a nearby hot spring.／太忙了，别说国外了，就连近处的温泉都去不了。／ Bận quá nên chẳng đi tắm nước nóng gần nhà chứ đừng nói đến du lịch nước ngoài)

EX2 彼は謝る**どころか**、文句を言っていたそうだ。
(Forget apologizing, it sounds like he was even complaining.／他别说道歉了，听说还发牢骚了呢。／ Nghe nói anh ta chỉ cằn nhằn chứ nói gì đến xin lỗi)

🔑 ～抜く　～ to the end／坚持～／～ đến cùng

E Indicates that an action was continually done until the end.

C 表示不停止某行为，一直持续到最后。　**V** Không bỏ cuộc, tiếp tục đến cùng.

EX1 これが、彼らが考え**抜いて**出した結論だった。
(This was the conclusion he reached after thinking about it to the end.／这是他一直思考得出的结论。／ Đây là kết luận mà anh ấy đã nghĩ thấu đáo .)

EX2 途中で何度かあきらめかけたが、最後まで走り**抜いた**。
(I was on the verge of giving up partway through time and time again, but I ran to the end.／中途多次想放弃，可是还是坚持走到最后。／ Đã vài lần suýt bỏ cuộc nhưng cuối cùng cũng chạy đến cùng.)

🧩「なんという根気。なんという言葉への執念。」What guts. What tenacity when it comes to words. ／多么有耐力，对词语的执着是多么的强烈。／Quá có khí chất. Không lời nào tả được sự cấu kì về ngôn từ.

⇒すごい根気。すごい言葉への執念。

🅔「なんという」 means "incredible to the point where it cannot be described in words."

🅒「なんという」 是表示「用语言无法表示的一种了不起」的意思。

🅥「なんという」 nghĩa là "Quá tuyệt tới mức không thể thể hiện thành lời".

🔍 Focus on the Structure

★ {〈[かゆい ところ]に 手が 届き きらぬ 箇所 〉が ある]の も、

　〜ないの書き言葉的表現

　V＋きる＋〜ない

　＝こと（名詞化）

＼ [がんばっている 感じ]が して、／とても いい。

CHECK

Q1 荒木は辞書のどんなところに愛着を感じていますか。

Q2 荒木は辞書を作った人たちのことをどう思っていますか。

Lesson 28 ぼくは勉強ができない①

I Can't Study ①／我不会学习①／Tôi không thể học ①

「どうする時田、ぼくは勉強ができない、なんて開き直ってる*場合じゃないぞ」

桜井先生は、溜息をついて、ぼくの成績表をめくった。彼は、とても情けない表情を浮かべている。本当に心配しているようだ。ぼくも困っている。今頃、進学すべきか就職すべきかを迷っているのは、ぼくだけに違いないのだ。と、いうより誰も悩んだりしない。誰もが、当然のことのように、大学に進学するのだ。ぼくの高校はそういうところなのだ。

「いったい、どうしたいんだ、時田は」

ぼくは、ますます困ってしまい下を向いた。

「わかんないんです。皆と同じに大学へ行くべきなのかなあって思うこともあるし、でも、大学で何を勉強していいのかさっぱり……ぼくって、皆より遅れてんのかな。高校が五年ぐらいあるといいんだけど」

「甘ったれてるな」

「その通りです」

ぼくの言葉に桜井先生は力が抜けたようだった。ぼくは、彼が、ぼくのことをとても好きなのを知っている。彼は、沢山のことを教えてくれた。サッカーや食べもののことや、女の子のことはともかく、本を読むことや、そうだ、本だ。

「先生、ぼくは、それでは文学部に進みます」

「……思いつきで、その場しのぎをしようったって駄目だ。★女にもてそうにもない哲学者の本なんて信用出来ないと言っていたのは誰だ」

「すみません」

「なあ、時田、先生は、おまえを追い詰める気はないぞ。誰だって、確信を持って進路を決める訳じゃないんだ。だいたい、十七、十八で、そんなこと確信するのは、おこがましいよ。未来なんて誰にも解りゃしないんだ。だけどね、時間は、いつも動いてるんだ。立ち止まってる訳には行かないぞ。簡単なことじゃないか。大学に行くにしても、行かないにしても、準備をしなきゃいけない。失敗したって、やり直せる程度のことなんだから、早目に決めた方が便利だぞ」

失敗する以前の問題なのだが、と、ぼくは思いながら外に出た。陽ざしが熱い。

遠くでサッカー部の後輩たちが柔軟体操をしている。ぼくは、もうあそこで、ボールを蹴ることが出来なくなるのだ。

（山田詠美『ぼくは勉強ができない』文春文庫より）

＊開き直る：急に強気の態度に変わり、心配するのをやめて、このままでいいとする。

Vocabulary

□ めくる：turn over ／翻／ vén, lật

□ 甘ったれる：とても甘える。

□ その場しのぎ：とりあえず目の前の問題を避けること。それでいいとする態度。

□ もてる：possess ／有人气／ đào hoa

□ 哲学者：philosopher ／哲学家／ nhà triết học

□ 追い詰める：相手を追って、逃げられないようにする。

□ 確信（する）：(to become) certain ／确信／ chắc chắn, tin chắc

□ おこがましい：自分の立場もわからず、出すぎている。

〜はともかく
putting 〜 aside／〜先不说 / 先不管／ không tính đến 〜

E A phrase meaning "not counting a certain fact or circumstance."
C 表示「莫事实或事情先不管」的意思。
V Thể hiện ý nghĩa "bỏ qua sự việc hay sự tình nào đó".

EX1 値段はともかく、デザインがすごく気に入った。
(Putting price aside, I liked the design a lot.／价格先不说，样式非常满意。／ Không tính giá cả còn mẫu mã thì tôi rất thích.)

EX2 それはともかく、早く始めたほうがいい。
(Putting that aside, I think you should start soon.／那不管怎样，应该早点儿开始。／ Không nói đến chuyện đó nữa mà nên nhanh chóng bắt đầu.)

〜にしても
even if 〜／即使〜也／ cho dù là 〜 , dù biết là〜

E Discusses a certain situation, person, group, or so on, and states that something holds true even for them.
C 举一个特定的状态或人物，表示那种情况也是同样的意思。
V Đưa ra sự việc, nhân vật cụ thể để thể hiện nghĩa cũng vậy mà thôi.

EX1 興味がないにしても、行くか行かないか、返事をしてほしい。
(Even if you aren't interested, I'd like you to reply saying whether you'll go or not.／即使没兴趣也希望能通知一下去还是不去。／ Không có hứng thì cũng phải trả lời đi hay không chứ.)

EX2 社長にしても、彼を責めているんじゃないと思う。
(I think that even the president is blaming him.／即使是社长我想也会责怪他的。／ Tôi nghĩ không nên đổ lỗi cho anh ấy cho dù có là giám đốc.)

その場しのぎ　Stopgap／当时／Cho qua đận đó

E To deal with something without thinking about what comes next, only thinking about that moment.

C 不考虑过后，只考虑当时而做出的对应。

V không nghĩ sau này thế nào mà chỉ nghĩ cách đối phó cho việc hiện tại.

Focus on the Structure

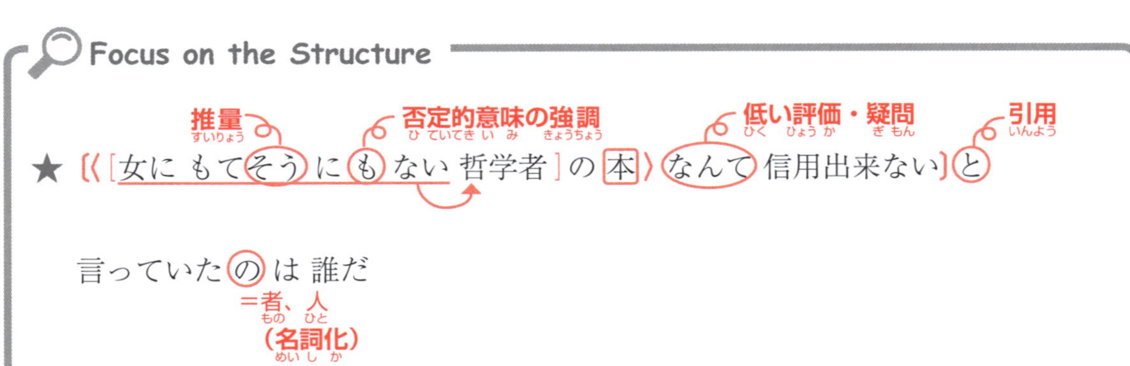

CHECK

Q1 「ぼくの学校」はどんな学校ですか。
　　　　がっこう　　　　　　　　がっこう

Q2 「失敗したって、やり直せること」とは、何のことですか。
　　　しっぱい　　　　　なお　　　　　　　　なん

Grammar Target
◆〜つつある

Lesson
㉙ ぼくは勉強ができない②
I Can't Study ②／我不会学习②／Tôi không thể học ②

　放課後久し振りに、ぼくは、サッカー部の部室を訪れた。全員が集合して、夏の合宿の計画を立てていた。強化合宿と銘打っているが、ぼくの知る限り、このチームが、合宿によって強く生まれ変わったことはない。皆で、何が何だか解らないけど、ボールを追いかけて走り回ろうという意欲を持つ日々なのだ。そして、それが、この上もなく幸せなのだった。何が何だか解らない。しかし、それを解明するつもりは誰にもない。★走ること、ボールを追うこと、そして、そうすることで作り上げる空間を味わい尽くすのだ。

　「あれ、時田先輩、どうしたんですか、珍しい」

　後輩の安部が声を上げた。桜井先生も、どうしたのか、というように眉を上げて、ぼくを見た。ぼくは、初めて、この部屋を①窮屈だと感じた。

　「ちぇーっ、ぼくが来ちゃいけねえの？」

　皆、笑って、ぼくのために席を空けた。ぼくは、合宿計画を書き込んだ紙を手に取って見た。もちろん、そこには、ぼくのための計画はない。けれど、ぼくが蹴ったボールは、いつも部室に転がっているし、ぼくが書いた落書きもロッカーのドアにある。

　「なーんか、練習してえな。いいでしょ、先生、たまには」

　「かまわないよ。ただし、足手まとい*1 になるなよ、ずっと練習してないんだから」

　「そういうのって、強いチームの言葉でしょ」

　ぼくは、久し振りにグラウンドを駆け巡った。マネージャーの女の子たちが、嬉しそうに叫んでいた。ここには心地良いものが確かに存在している、とぼくは思った。死に至る孤独も、とらえどころのないダンディズム*2 も姿を現さない。ユニフォームは相変わらず、体に吸い付き、気持良い。それなのに、ぼくは、②それらをやがて失う。ぼくは、ここで、確かに勉強していた、と今になって思う。ここを離れることになって初めて、そのことに気付く。永遠に、グラウンドを走っていたのでは解らなかったであろう何かを、ぼくは確実に、体の内に残しつつある。汗が目に入って痛い。しかし、それが痛みだけではないことを、今、ぼくは、走りながら悟って行く。

（山田詠美『ぼくは勉強ができない』文春文庫より）

＊１　足手まとい：動きをじゃまするもの。
＊２　ダンディズム：態度や服装などに表される男性の美意識。

Vocabulary

□　〜と銘打つ：〜と名前や題名をつける。

□　この上もなく：これ以上ないくらい。

□　〜尽くす：完全に〜する。全部〜する。

□　眉：eyebrow(s)／眉毛／lông mày

□　窮屈（な）：constrained／拘束／buồn tẻ, tẻ nhạt

□　ちぇーっ：不満の気持ちを表すときの声。舌打ちをする音。

□　落書き：graffiti／涂鸦／viết bậy

□　駆け巡る：走り回る。

□　とらえどころのない：判断の材料がない。理解するポイントがわからない。

□　悟る：本当の意味を理解する。

🔑 〜つつある　　is 〜ing／正在〜／đang〜

Ⓔ Indicates that something is proceeding toward a certain state.

Ⓒ 表示事情正在朝着某种状态发展。

Ⓥ Thể hiện sự việc đang diễn ra, hướng tới một trạng thái khác.

EX1 このレポートが示すとおり、地球の人口は限界に近づき**つつある**。
（Just as this report indicates, the population of the Earth is nearing its limit.／正如这个研究报告所示，地球上的人口正在接近极限。／Như bài báo cáo này cho thấy, dân số trái đất đang đến gần tới ngưỡng giới hạn.）

EX2 会社の業績は、少しずつ改善され**つつある**。
（The company's results are gradually improving.／公司的业绩正在逐步改善。／Thành tích của công ty đang được cải thiện từng chút một.）

「練習してえな」 I'd like to exercise／想练习／Muốn được tập quá 〜

⇒ 練習したいなあ。

E A change in sound from「-ai」→「-ee」. Something that was once Tokyo dialect that has spread. Primarily used by men, and a slightly rough expression.

C 是「-ai」→「-ee」的音节变化。东京地区使用较广的一种方言表现。主要是男性使用，有种粗暴的感觉。

V Biến âm từ "-ai" sang "-ee". Là cách nói của Tokyo nhưng đã lan rộng ra nhiều vùng. Chủ yếu được năm giới sử dụng, là cách nói hơi thô lỗ.

> **EX** 行きたい→行きてえ、痛い→痛え、遅い→遅え

Focus on the Structure

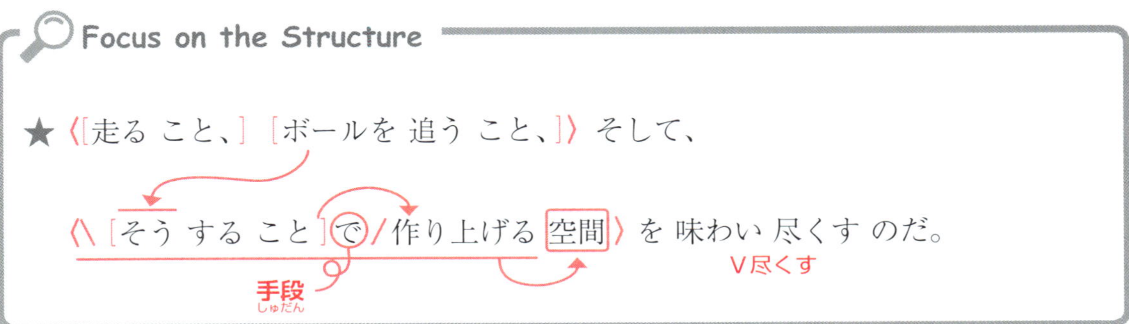

CHECK

Q1 「ぼく」がサッカー部の部室を①窮屈だと感じたのはなぜですか。

Q2 ②それらとは何のことですか。

Lesson
30 こころ

Kokoro ／心／ Kokoro

普通の人間として、私は女に対して冷淡ではなかった。けれども、年の若い私の今まで経験してきた環境からいって、私はほとんど交際らしい交際をしたことがなかった。それが原因かどうかは疑問だが、私の興味は、道で出会う知りもしない女に向かって多く働くだけであった。先生の奥さんには、この前玄関で会った時、美しいという印象を受けた。それから会うたびに、同じ印象を受けないことはなかった。★しかし、それ以外に、私はこれといってとくに奥さんについて語るべき何ものも持たないような気がした。

これは奥さんに特色がないというよりも、特色を示す機会が来なかったのだと解釈するほうが正当かもしれない。しかし、私はいつでも先生に付属した一部分のような心持ち*1で奥さんに接していた。

（中略）

ある時、私は先生のうちで酒を飲まされた。その時、奥さんが出て来て傍で酌*2をしてくれた。先生はいつもより愉快そうに見えた。奥さんに「お前も一杯飲みなさい」と言って、自分の飲み干した盃を差し出した。奥さんは「私は……」と遠慮しかけた後、迷惑そうにそれを受け取った。奥さんはきれいな眉を寄せて、私の半分ばかり注いであげた盃*3を、唇の先へ持っていった。奥さんと先生の間に下のような会話が始まった。

「珍しいこと。私に飲めとおっしゃったことはめったにないのにね」
「①お前は嫌いだからさ。しかし、稀には飲むといいよ。いい心持ちになるよ」
「ちっともならないわ。苦しいばかりで。でも、あなたはたいへん御愉快そうね、少しお酒を召し上がると」
「時によると、たいへん愉快になる。しかし、いつでもというわけにはいかない」

「今夜はいかがです」
「今夜はいい心持ちだね」
「これから毎晩少しずつ召し上あがるといいですよ」
「そうは行かない」

「召し上がってくださいよ。そのほうがさびしくなくっていいから」

先生のうちは夫婦と下女*4だけであった。行くたびにたいていはひっそりとしていた。高い笑い声などの聞こえるようなことはまるでなかった。ある時は、うちの中にいるものは先生と私だけのような気がした。

「子供でもいるといいんですがね」と奥さんは私のほうを向いて言った。私は「そうですね」と答えた。しかし、②私の心には何の同情も起こらなかった。子どもを持ったことのないその時の私は、子どもをただうるさいもののように考えていた。

「一人もらって*5やろうか」と先生が言った。

「もらいっ子じゃ、ねえ、あなた」と、奥さんはまた私のほうを向いた。

「子どもはいつまでたったってできっこないよ」と先生が言った。

奥さんは黙っていた。「なぜです」と私が代わりに聞いた時、先生は「天罰*6だからさ」と言って高く笑った。

（夏目漱石『こころ』より）

*1 心持ち：気持ちや心の状態。
*2 （お）酌をする：相手にお酒を注ぐ。
*3 盃：お酒を注いで飲むための小さな食器。
*4 下女：家事の仕事をする女性。
*5 もらって：ここでは、（親子関係を持つために）他人の子を引き取って。
*6 天罰：神から受ける罰。

Vocabulary

□ 冷淡（な）：cool ／冷淡／ lạnh lùng, lạnh nhạt

□ 特色：characteristic ／特色／ đặc sắc

□ 正当（な）：just ／正当／ chính đáng

□ 付属（する）：(to) attach ／附属／ kèm, thuộc

□ （人と）接する：contact (a person) ／接触／ tiếp xúc, va chạm (với con người)

□ 差し出す：物を相手の方に出す。

□ 眉：eyebrow(s) ／眉毛／ .lông mày

□ ひっそり：その辺り全体が、音や声がしないで静かな様子。

□ まるで〜ない：全然〜ない。

□ 同情：かわいそうに思うこと。他人のつらい気持ちを自分のことのように感じること。

～もしない　not even ～／也不～／Không ～

E A strong expression of negation, saying 「それも～ない」.

C 是「それも～ない」的强调否定表现。

V Cách nói nhấn mạnh thể phủ định của 「それも～ない」.

EX1 あんなことを言われるとは、思いもしなかった。
(I did not even expect him to say something like that.／真没想到会被那样说。／Không ngờ lại bị nói như thế.)

EX2 社長はよく見もしないで、「全然だめだ。もう一回、全部書き直せ」と言う。
(The president often does not even look at things before saying, "This isn't good at all. Write it all over again from the start."／社长根本也不好好看，就说「根本不行，全部重写一遍。」／Giám đốc không thèm nhìn mà nói "Không được! Viết lại toàn bộ".)

～っこない　could never ～／不可能～／Sao mà có thể ～

E A conversational expression emphasizing that something is not possible. Often used self-deprecatingly.

C 强调没有其可能性的会话表现。多用于谦逊表现。

V Là cách dùng trong văn nói để nhấn mạnh khả năng không thể xảy ra. Thường dùng với ý coi thường, hạ thấp.

EX1 無理です。私なんかにはできっこありません。
(That is impossible. I could never do that.／这是不可能的。我肯定做不了。／Vô ích thôi. Tôi đây chắc chắn không thể làm được.)

EX2 相手は前回の優勝校だよ。勝てっこないって。
(We are against the school that won last time. I'm telling you there's no way we could win.／对方是上次的冠军校，我们肯定赢不了。／Đối thủ là trường đoạt giải lần trước. Chắc chắn không thể thắng được đâu mà.)

🔍 Focus on the Structure

文全体（ぶんぜんたい）

★ 《しかし、》〔＼それ 以外に、／

私は 《＼これといって／ ＼とくに／ ＼奥さんに ついて／ 語る べき 何もの 〕も
＝これと取り上げるほど　　Vべき

持たない〕 ような 気 が した。
～ような気がする

CHECK

Q1 「①お前は嫌いだからさ」 とあるが、どういう意味ですか。

Q2 「②私の心には何の同情も起らなかった」 のはなぜですか。

※ 本文は『こころ』（岩波文庫）を底本とし、特に日本語学習の便を考慮し、一部の表記・表現について必要最小限の範囲で改めました。

ふくしゅう　§3 (Lesson 21-30)

I 次の❶〜❻の＿＿＿に合うものをa〜fの中からえらんで、文をつくりましょう。

❶ 誰にとっても　＿＿＿＿＿＿＿＿＿＿＿＿＿＿＿＿＿。

❷ 彼は朝から何も食べていない。きっと　＿＿＿＿＿＿＿＿＿＿＿＿＿＿＿。

❸ 市民の希望に沿って　＿＿＿＿＿＿＿＿＿＿＿＿＿＿。

❹ いくら忙しいにせよ　＿＿＿＿＿＿＿＿＿＿＿＿＿。

❺ 彼女は英語どころか　＿＿＿＿＿＿＿＿＿＿＿＿＿。

❻ 彼がそんなことをするなんて、　＿＿＿＿＿＿＿＿＿＿＿＿＿。

a．子どもの入学式には出るべきだった	b．私にはとても信じがたい
c．日本語も中国語も話せる	d．具合が悪いに違いない
e．健康より大切なものはない	f．新しい施設が建てられた

II （　　）の中に入れることばをa〜dから選びましょう。

❶ 2つのテーマ（　　　　）めぐって議論が繰り返されている。

　　a．は　　　　　　b．で　　　　　　c．に　　　　　　d．を

❷ そんなこと私には（　　　　）っこない。

　　a．やり　　　　　b．し　　　　　　c．でき　　　　　d．され

❸ 母の言う通りだと思い（　　　　　）、言い返してしまった。

 a．でも   b．ながら   c．が   d．ても

❹ 相手がだれに（　　　　　）、必ず勝つつもりだ。

 a．でも   b．せよ   c．つつ   d．して

❺ 彼と結婚しようか（　　　　　）か悩んでいるんだろう。

 a．しない   b．しまい   c．すべき   d．するしかない

Ⅲ　次の❶〜❺の＿＿＿＿に合うものをa〜fの中から選んで、文をつくりましょう。

❶ ＿＿＿＿＿＿＿＿＿＿＿＿＿＿　適当なことを言わないでほしい。

❷ ＿＿＿＿＿＿＿＿＿＿＿＿＿＿　朝寝坊してしまった。

❸ ＿＿＿＿＿＿＿＿＿＿＿＿＿＿　まじめに勉強をしなくてはいけない。

❹ ＿＿＿＿＿＿＿＿＿＿＿＿＿＿　命は大切なものだ。

❺ ＿＿＿＿＿＿＿＿＿＿＿＿＿＿　よく頑張ったと思う。

❻ ＿＿＿＿＿＿＿＿＿＿＿＿＿＿　出した結論だった。

a．それは彼が考えに考え抜いて   b．ちゃんと見もしないで

c．大学に行くにしても行かないにしても d．どんな動物にせよ

e．結果はともかく   f．昨日早く寝たにもかかわらず

モデル文章の訳
ぶんしょう やく

Model Sentence Translations
模式文章的翻译
Phần dịch của đoạn văn mẫu

Lesson ㉑

E The Akutagawa Prize is Japan's most famous literary award, giving particularly to novice writers that produce superb novellas or short stories. The prize is named after Akutagawa Ryūnosuke, who was one of Japan's preeminent writers and who left a large impact on Japanese literary history.

Akutagawa Ryūnosuke was born in 1892 in Tokyo and showing great ability from his junior high school days, enrolled at Tokyo Imperial University (now University of Tokyo). As a student, he made the Shinshichou literary journal and published The Nose, which garnered acclaim from Natsume Sōseki and catapulted Akutagawa to fame. Afterwards, he worked as a teacher and continued writing, and seemed to make a happy life for himself with his wife and child, but he took his life in 1927 at the age of 35.

The reason Akutagawa took his own life is still debated. His suicide note said he 'had a vague insecurity.' However, in Kappa, which he wrote just before his death, he uses kappa society as an allegory to harshly criticize human society. From this, we can infer that at the time, Akutagawa's ideology was not keeping pace with changes in Japan's society, and living was becoming more difficult.

Despite living such a short life with a tragic end, Akutagawa has left us many famous quotes. For example, 'Life is like a box of matches. Ridiculous to take seriously, but dangerous to take lightly.' My interpretation is even a single match handled improperly can cause a fire. Life is the same, in that you should be care-free, but not careless. Akutagawa also said, 'Happiness is when you are unconcerned with happiness.' I think this means that happiness comes specifically on days when nothing concerns your mind.

Akutagawa's works reveal the truth of human nature, and you can get a sense of his views as he seeks to pursues his own values. They illustrate human complexity, make you think, and are all short and easy to read. Akutagawa looks to understand the human condition and express his values, and if you read with these two themes in mind, you will be able to enjoy his work on a deeper level.

C "芥川奖"是日本最著名的文学奖，特别是授予给发表优秀小说的新人作家。作为此奖源头的芥川龙之介是代表日本的小说家之一，他在日本文学史上留下了深刻的足迹。

芥川龙之介 1892 年出生于东京，中学时期成绩优秀,后进入东京帝国大学（现在的东京大学）。学生时代与志同道合的同学一起创办《新思潮》,发表了《鼻》,受到夏目簌石的赞赏而一举成名。这之后，一边做教师，一边继续作家活动。人们都认为他有妻有儿家庭美满，但是，却在 1927 年，正值年轻之际的 35 岁，终结了自己的一生。

为何自杀，直到现在人们都争议不断。遗书上写着，"只是感到隐约的不安"。但是，死前所著的《河童》一书中，通过河童的社会，严厉地批判了人类社会。从这里，人们推测，当时的日本社会追不上芥川的思想，这让他感到生存下去非常痛苦。

结束了短暂而悲惨人生的芥川，留下了各种各样的名言。例如，"人生如同一盒火柴。过于慎重太愚蠢，过于轻视太危险"。我的理解是，"虽然只不过是跟火柴棍儿一样，但是，用错了就容易造成火灾。人生也一样，轻松快乐地生活虽然很好,但是不能掉以轻心。"他还说过———"所谓的幸福，就是不把幸福当作问题的时候。"这大概是"在毫不起眼的每一天中才存在着幸福。"

关于他的作品，我们能感受，他一边在深挖着人们复杂的内心世界，一边追求着自己的价值观。描述的人们复杂的内心世界，让我们陷入沉思。此外，他写的都是短篇小说，方便阅读。通过描写人性，表达出自己的价值观，沿着这两个主题去阅读他的文章，就能深刻地理解他的作品。

V "Giải thưởng Akutagawa" là giải thưởng văn học nổi tiếng nhật Nhật Bản được dành tặng cho các tác giả mới đã xuất bản những cuốn tiểu thuyết đặc biệt xuất sắc. Akutagawa Ryunosuke – khởi nguồn của giải thưởng này – là một trong những nhà văn tiêu biểu của Nhật Bản, người đã để lại những dấu tích to lớn trong lịch sử văn học Nhật Bản.

Akutagawa Ryunosuke sinh năm 1892 tại Tokyo, từ thời trung học cơ sở ông đã có thành tích học tập xuất sắc, thi đỗ vào Đại học Đế quốc Tokyo (tiền thân của Đại học Tokyo hiện nay). Thời còn là sinh viên ông và các bạn bè cùng chí hướng lập ra tạp chí văn nghệ cá nhân Shishinchou, tác phẩm "Mūi" đăng ở cuốn tạp chí này đã được Natsume Shoseki đánh giá cao, cũng nhờ vậy ông được biết đến rộng rãi. Sau đó ông vừa giảng dạy vừa tiếp tục hoạt động sáng tác, ông lấy vợ và sinh con, tưởng chừng như có một cuộc sống rất hạnh phúc thế nhưng vào năm 1927, ông đã tự kết liễu đời mình khi mới ở tuổi 35.

Cho đến nay vẫn còn nhiều tranh luận về lý do tại sao ông lại kết liễu đời mình. Di chúc của ông chỉ ghi rằng "Chỉ vì tôi cảm thấy bất an khó diễn tả được bằng lời". Tuy nhiên trong tác phẩm "Kappa" được viết trước khi mất, ông đã phê phán rất gay gắt xã hội loài người thông qua hình ảnh xã hội loài yêu tinh tên Kappa. Từ đó có thể suy đoán được xã hội Nhật Bản thời bấy giờ không theo kịp tư tưởng của Akutagawa khiến cho ông cảm thấy khó sống.

Tuy kết thúc cuộc đời ngắn ngủi với khoảng thời gian cuối đời buồn đau như vậy nhưng Akutagawa đã để lại cho đời rất nhiều danh ngôn. Ví dụ như câu "Đời người giống như một hộp diêm. Dùng cẩn thận thì thật ngớ ngẩn. Dùng không cẩn thận thì thật nguy hiểm". Tôi hiểu câu này có nghĩa là "Tuy chỉ là những que diêm thôi nhưng nếu nhầm cách sử dụng có thể gây cháy nhà. Đời người cũng vậy, tuy rằng nên sống một cách thoải mái, nhưng nếu quá chủ quan thì cũng không được". Akutagawa còn có danh ngôn như sau "Hạnh phúc là từ để chỉ những khoảnh khắc con người ta không trăn trở xem mình có hạnh phúc hay không". Phải chăng "Hạnh phúc tồn tại chính trong những khoảnh khắc bình dị mỗi ngày"?

Qua các tác phẩm có thể thấy tâm thế của ông khi vừa làm rõ bản chất của con người vừa theo đuổi đến cùng giá trị quan của bản thân mình. Chính vì thế mà phần nội tâm đầy phức tạp của con người đã được hiện lên, mang đến cho người đọc những suy nghĩ sâu sắc nhưng mặt khác tất cả các tác phẩm đều là truyện ngắn nên rất dễ đọc. Dựa trên hai đề tài là nói lên bản chất của con người và biểu hiện giá trị quan của bản thân khi đọc các tác phẩm của Akutagawa, ta có thể cảm nhận và hiểu một cách sâu sắc hơn nữa các tác phẩm của ông.

Lesson ㉒

E 〈Opinion A〉

While there are various discussions around one-person child rearing (someone raising a child entirely on their own), honestly I feel that people are a little too noisy about it. It's true that it is a lot of work to raise a small child all alone. But just as the old saying goes, "The head of the household is best when he's energetic and away," I feel it's more work when my husband is at home. If it's just my child and me, it's okay for us to eat something simple on days when I'm tired, and I can go to bed early. But that's not something I can do when my husband is around. Not only do I have to make reasonably good food, I also go to bed later. While I feel anxious about what to do if something were to happen, I think that in my case, I'm more cut out for one-person child rearing.

〈Opinion B〉

In recent years, the phrase "one-person child rearing" has gotten to be used frequently. This has helped make it easier for parents having trouble rearing a child on their own to complain and grumble. However, that is not enough. We now live in a different age from when people raised children together, such as when families were larger and local communities were stronger. Now, there are not only many single parents and households where both parents work, we are even in an age where people nearly call the police just because a child cries for a little bit. People raise their children while being considerate of many other people, and while they fight against anxiety and nervousness. You can't simply state your dissatisfaction and complain on social networking sites and other locations. I think that we need to create an environment as soon as possible where parents can easily send out an SOS when they are in real trouble.

C 〈意见 A〉

围绕着"ワンオペ育児"（一个人带孩子）的话题，有着各意见。说心里话，我觉得是不是有点小题大做了。确实一个人带孩子的确不容易，可是俗话说「亭主元気で留守がいい」（老公健康，不在家好），对我来说，老公在家才辛苦。就孩子和我的话，累了可以简单做点什么就可以了，可以早点儿休息。可是，老公要是在家就不能那样了。要做差不多的饭菜，睡得也很晚。虽然想到要是有什么事情的话会感到不安，可是，对我来说，更适合"ワンオペ育児"。

〈意见 B〉

近年「ワンオペ育児」常常被使用。在这样的背景下，因一个人带孩子而烦恼的父母很容易发牢骚或气馁，这样并不能解决问题。从前是大家族，邻里交流深，大家一起带孩子。现在则不同。现在单亲家庭及双职工家庭很多，甚至就连因邻居家孩子哭闹也要打 110 的人也有。所以带孩子的家长要介意各种人，在不安紧张中带孩子。我觉得光在 SNS 上叙述不满、泄气是不行的，家长真正有困难的时候，社会应尽早提供给他们一个 SOS 的环境。

V 〈Ý kiến A〉

Đã có nhiều thảo luận được thực hiện xung quanh việc tự chăm sóc nuôi dạy con, nhưng thành thật mà nói, tôi cảm thấy hơi ồn ào một chút. Chắc chắn là việc nuôi dạy một đứa trẻ nhỏ một mình là rất vất vả. Tuy nhiên, đối với tôi thì chồng ở nhà còn vất vả hơn, đúng như câu nói từ xa xưa rằng "chồng mà khỏe thì vợ ở nhà tốt hơn". Nếu chỉ có con và tôi ở nhà thì vào những ngày mệt mỏi, việc ăn uống đơn giản cũng xong, nên chỉ cần ăn xong và đi ngủ sớm. Tuy nhiên, nếu có chồng ở nhà thì không thể như thế được. Tôi vừa phải nấu ăn đàng hoàng và đi ngủ muộn. Nếu nghĩ đến việc chẳng may có điều gì đó xảy ra thì sẽ thấy rất là bất an, nhưng trong trường hợp của tôi, tôi thiên về việc chăm sóc nuôi dạy con một mình.

〈Ý kiến B〉

Trong những năm gần đây, từ "chăm sóc nuôi dạy con một mình" được sử dụng thường xuyên. Trong bối cảnh như vậy, những ông bố bà mẹ tự chăm sóc nuôi dưỡng con một mình và bị lo lắng trở nên dễ phàn nàn hoặc lẩm bẩm hơn. Nhưng không chỉ dừng ở đó. Khác với thời đại ngày xưa khi mà gia đình đông người, sự liên kết giữa mọi người trong khu vực chặt chẽ, mọi người cùng chăm sóc nuôi dạy con, thời đại ngày nay khi mà có nhiều cha mẹ đơn thân hoặc gia đình có cả cha và mẹ cùng làm việc, nên khi con khóc một chút thôi là sẽ được thông báo. Thực hiện việc chăm sóc nuôi dạy con trong khi quan tâm đến nhiều người người và chiến đấu với sự lo âu và căng thẳng. Thật vô ích khi chỉ phàn nàn về sự không hài lòng với SNS hoặc lẩm bẩm một mình. Tôi nghĩ rằng dù chỉ là một ngày cũng cần sớm tạo một môi trường để các ông bố bà mẹ dễ dàng gửi tín hiệu SOS khi thực sự đang gặp rắc rối.

Lesson ㉓

E For example, in recent years, as the users of the above-referenced Communication Apps LINE rapidly increased, there is a noticeable issue among the young people keeping their eyes on their messages throughout the day, which is caused by the pressure from one of the Apps function - "read" icon. As a result, there are an increasing number of people who are in a situation called LINE fatigue. Despite falling into this situation, they are unable to sever the network connection, for fear that they would be the only one excluded from the daily circle of friends, or from their concern, that they would be thought as charmless if they stood aloof.
The LINE's "read" icon function was invented from the experience of the Great East Japan Earthquake, so that the sender would know that the message has been read, even if the recipient cannot reply. However, many young people feel they are being rude toward the sender unless they reply immediately, because of the "read" icon. The usage totally contrary to the apps developer is seen here, because it is not being used as a tool to convey important messages, but is used as a tool to just connect, and to feel connected.

C 比如，近年利用前面提到的社交通信应用 LINE 的人急速增加，由于其功能之一「既読」显示的压力，整天都在查阅留言的年轻人比较突出。其结果，陷入"LINE 疲劳"状态的人也在增加。尽管如此，他们也不能跟网络绝缘。其原因是担心自己会从交友关系中被排挤出去。还有如果孤单一个人的话，担心会被周围人认为没有魅力。
LINE 的「既読」显示是从日本东部大震灾时开始的，即使接到信息的人处于不能回复的状态，只要能让发信息的人知道信息已经被看到就可以，从这个出发点而开发了这个「既読」功能。可是年轻人正因为有了这个「既読」的显示，如果不马上回信的话，会觉得对对方不太好。超过这个应用开发者的预想，现在这个功能的使用，不是作为传达具体信息的工具，而是作为一种联系，互相确认的工具被使用。

V Ví dụ như những năm gần đây, số người sử dụng ứng dụng giao tiếp LINE như đã nói ở trên tăng lên nhanh chóng, và do áp lực của chế độ hiển thị "Đã đọc" - một trong những tính năng của nó, đã khiến giới trẻ phải liên tục kiểm tra tin nhắn Line trong cả ngày. Kết quả là, những người bị tình trạng được gọi là mệt vì Line đang tăng lên. Dù bị rơi vào tình trạng này nhưng họ vẫn không thể ngừng truy cập vào internet, bởi vì họ cảm thấy bất an liệu mình có bị tách ra khỏi mối quan hệ bạn bè hàng ngày hay không. Hoặc là, bởi vì họ cảm thấy bất an sẽ bị những người xung quanh nghĩ họ chỉ có một mình vì họ không có sức lôi cuốn. Chế độ hiển thị "Đã đọc" của Line là tính năng được tạo ra từ kinh nghiệm trong trận động đất lớn ở phía Đông Nhật Bản, giúp người gửi tin biết được rằng người nhận đã đọc được tin nhắn cho dù người nhận đang trong tình trạng không thể trả lời được. Tuy nhiên chính chế độ hiển thị "Đã đọc" lại khiến nhiều người trẻ cảm thấy có lỗi với người gửi nếu không trả lời ngay lập tức. Điều đó cho thấy cách sử dụng gần như đối lập lại hoàn toàn với ý định ban đầu của người phát triển ứng dụng. Đây không còn là công cụ để truyền đạt vụ việc gì đó cụ thể nữa mà nó đã được dùng như một công cụ để kiểm tra xem hai phía có kết nối với nhau hay không.

Lesson ㉔

E I've heard people say that recently they don't see crows anymore in Tokyo. This is the result of an environmental measure in the Tokyo metropolitan area to bring down the overpopulation of crows. Crows cause many problems by messing up garbage, cawing loudly and attacking people, and so became the target of extermination. Compared with peaceful-like pigeons and sparrows, crows have quite the negative image.
There are two main types of crows in Japan: the large-billed crow and smaller carrion crow. Large-billed crows live in mountains and forests but have extended their habitat into cities. Most of the crows you see in the city are large-billed crows. Carrion crows, however, live near rivers and cultivated fields. So, in the old days, the carrion crow was more familiar and what people thought of when you said 'crow,' but nowadays, it's almost the opposite.
No matter the crow, long ago they weren't a source of nuisance, but rather had a friendly image. For example, one soccer team uses as their symbol the yatagarasu crow of legend, which was said to have guided the emperor and is now enshrined as a deity of guidance. There is also a widely beloved nursery rhyme on crows, called the 'Seven Children.'

> Seven Children（Lyrics: Noguchi Ujō, Composer: Motoori Nagayo）
>
> Mother crow, why do you squawk so?
> Because high on the mountain
> I have seven cute children.
> "Cute, cute,"
> This mother crow sings.
> "Cute, cute,"
> Cries the mother crow.
> You should behold the old nest
> On the mountain. And there you'll see such
> Round-eyed, good children.

This song is sung as the sun sets, when crows return to the mountains and forests, and children head home worn out from play. The lyrics and melody are gentle and warm, but the song itself hides a deep riddle. The meaning behind 'seven' is not clearly understood. Is it 'seven crows' or is it one crows 'seven years of age?' The basis for the 'seven years old' theory is that lyricist Ujō's son was seven around the time of writing. Also, Ujō was seven when he lost his mother. The poem 'Mountain Crow,' which he wrote almost a decade prior also contains this line:

> Mother crow, why do you squawk so?
> If I had (seven cute children / a child of seven) upon the mountain…

In the end, it's unknown whether 'seven crows' or 'seven years old' is correct, but what is clear is that the mother crow of the song loves her child deeply.
The so-called 'nuisance' caused by crows is just them eating to survive and protecting their nests and offspring. It's perhaps no different than people crowding over sale items at the supermarket or PTA parents lodging complaints at their child's school.
I just wish that crows tired of the city are able to return to a comfortable habitat where they can live peacefully.

C "最近，慢慢看不到东京的乌鸦了。"有时候会听到人们这么说。这是东京都环境对策 ----"减少剧增的乌鸦数量"之成果。乌鸦的"乱翻垃圾"、"叫声吵闹"、"攻击人"等"麻烦行为"成为社会问题，于是，人们想办法驱除它们。相比鸽子或麻雀的和平形象，乌鸦完全是坏人的化身。在日本居住的乌鸦主要有两种，一种是嘴喙比较大的长嘴乌鸦，一种是嘴喙比较小、身材也爱小的细嘴乌鸦。长嘴乌鸦住在大山和森林里，但后来它们把自己的生活圈扩展到了大都市。在大都市见到的乌鸦几乎都是这种。而细嘴乌鸦生活在河流或者田地周边。所以，过去所指的乌鸦，一般都是指我们身边经常出现的细嘴乌鸦。但现在完全不同了。

不管是什么类型的乌鸦，过去并没有给人类带来多大的"麻烦行为"，它们的存在，反而让人们感到有种亲切感。例如，日本足球队的象征八咫乌，就是在神话中给天皇之路的"引导"之神，一直都被人们供奉在神社里。此外，歌颂乌鸦的童谣"七子之歌"，也被日本人广为传唱。

> 七子之歌（作词　野口雨情、作曲　本居长世）
>
> 乌鸦啊 为什么歌唱 因为在那高山上
> 有七个 可爱的孩子等着她回家
> 可爱啊 可爱啊 乌鸦唱着歌
> 多可爱 多可爱 乌鸦继续唱
> 你可看见 鸟窝里面
> 可爱的孩子们 一双双圆圆的眼睛

天快黑了，鸟儿们都回到大山和森林里了，孩子们也玩耍得疲惫不堪，陆续回家的时候所唱的歌。这是一首歌词和旋律都非常优美，温暖人们内心的歌曲。实际上，这首歌有一个很大的谜团。人们不知道"七个"是什么意思。是"七只鸟"？还是"七岁"？"七岁说"比较有根据是因为，作词者雨情在儿子七岁的时候写的这个作品。而且，雨情七岁时，与自己的母亲分开了。早于"七子之歌"十几年前的"山鸟"一诗中，也有如下的一个小节。

> 乌鸦啊 为什么歌唱
> 远处的高山上，可爱的七个孩子 等着它

结果是"七只"还是"七岁"，答案不明。但这首歌确实包含着妈妈对孩子们满满的爱。

乌鸦的"麻烦行为"只不过是为了找寻食物而生存，为了守护自己的孩子和巢穴。这与人们聚集在超市的特卖商品前，或者家长通过PTA向学校表示不满的行为有何区别呢？我只希望，在大都市遭到嫌弃的乌鸦，能回到自己原来居住的地方，和平美好地生活下去。

Ⓥ Tôi đã từng nghe nói rằng "Gần đây không thấy loài quạ ở Tokyo nữa nhỉ?" Đó chính là "thành quả" của giải pháp môi trường do thủ đô Tokyo thực hiện mang tên "Giảm số lượng quạ đang tăng quá nhiều". Quạ mang đến những vấn đề như "bới rác", "kêu ầm ĩ""tấn công người" nên trở thành đối tượng bị loại trừ. Trái ngược với bồ câu và chim sẻ mang hình ảnh hòa bình, quạ hoàn toàn mang đến ấn tượng của một kẻ xấu.

Quạ sống ở Nhật có hai loại, quả mỏ lớn có mỏ to lớn và quả mỏ nhỏ có chiếc mỏ bé, cơ thể cũng nhỏ bé hơn. Quạ mỏ lớn sống ở trong rừng núi nhưng chúng đã mở rộng vùng sinh hoạt đến tận đô thị. Những con quạ bắt gặp được ở đô thị phần lớn là loài này. Trong khi đó quạ mỏ bé sống quanh bờ sông và đồng ruộng. Vì thế ngày xưa nhắc đến quạ mọi người thường dùng để ám chỉ loài quạ mỏ bé sống gần mình nhưng bây giờ thì hầu như ngược lại.

Cho dù là loài quạ nào thì ngày xưa chúng không hẳn có những "hành vi gây phiền nhiễu" gì to lớn, ngược lại còn mang lại cảm giác thân thiết. Ví dụ như loài quạ Yatagarasu biểu tượng của đội tuyển bóng đá Nhật được coi là có vai trò dẫn đường cho thiên hoàng trong thần thoại, được thờ cúng ở đền như một vị thần "dẫn lối". Ngoài ra, bài đồng dao hát về loài quạ mang tên "Đứa trẻ 7 tuổi" cũng được người Nhật yêu thích rộng rãi.

> Đứa trẻ 7 tuổi (Lời Noguchi Ujyo, nhạc Motoori Nagayo)
>
> Tại sao con quạ lại hót, ở ngọn núi kia
> Vì có đứa trẻ lên 7 xinh xắn đấy.
> Nó hót rằng xinh xinh, xinh xinh
> Nó hót rằng xinh xinh, xinh xinh
> Hãy đến chiếc tổ ấm ở núi xưa mà xem
> Đứa trẻ có đôi mắt tròn xoe xinh xắn

Chiều xuống, khi loài chim bay về lại núi rừng, lũ trẻ cũng bắt đầu về nhà sau khi đã chơi mệt nhoài. Bài hát được chúng hát lên vào khoảnh khắc ấy. Đây là một bài hát ấm áp với lời và giai điệu rất dịu dàng tuy nhiên trong bài ca này ẩn chứa uẩn khúc lớn. Vì không ai biết "7" ở đây mang ý nghĩa gì. "7 con chim" hay "7 tuổi". Cuối cùng giả thuyết 7 ở đây là "7 tuổi" trở nên thuyết phục hơn khi người ta biết rằng tác phẩm được viết khi con trai của tác giải Ujyou lên 7 tuổi. Ngoài ra bản thân tác giả Ujyou cũng chia tay mẹ khi ông lên 7. Trong bài thơ "Chim núi" được viết khoảng mười mấy năm trước bài "Đứa trẻ 7 tuổi" cũng có đoạn như sau:

> Tại sao quạ lại hót
> Nếu có đứa trẻ xinh xắn lên 7 ở núi kia

Cuối cùng vẫn chưa có câu trả lời rõ ràng rằng 7 ở đây là "7 con chim" hay "7 tuổi" tuy nhiên có một điều có thể khẳng định đó là bài hát này tràn đầy tình yêu của cha mẹ dành cho con.

Hành vi gây phiền nhiễu" của loài quạ là để chúng có cái ăn mà tồn tại, là để bảo vệ tổ và con cái của chúng. Hành vi ấy khác bao nhiêu so với việc con người tụ lại ở quầy bán thực phẩm giảm giá hay hành động phụ huynh than phiền với nhà trường trong các buổi họp phụ huynh?

Tôi chỉ mong loài quạ bị khinh ghét ở đô thị có thể quay về nơi dễ sống trước kia và sinh sống được trong cảnh thanh bình.

Lesson Ⓩ5

Ⓔ Regional speech is a Japanese treasure. Japan is narrow, but it is long from north to south. Its temperatures and cultural climates differ quite a lot. The personalities and human relationships fostered in these different places are quite different as well. Regional speech is strongly colored by such changes in cultural climate.

Using regional speech, whatever it is, gives people the feeling of one's personality. They are words that communicate human warmth. It seems to communicate not a personal kind of warmth, but the warmth coming from a cultural climate as a whole. In recent years, standard Japanese has been taught to people quite well through television. There are barely any cases of people who have trouble because they cannot speak standard Japanese. What is needed now is in fact education in regional speech. Yet there are movements to get rid of regional speech, to the point where some areas had rules in student handbooks prohibiting regional speech, and we now see a rapid drop in regional speech abilities around the country.

This is a serious decline. People now in their 80s can make full use of regional speech quite well. Once you go to people in their 50s, it feels like only about 1 in 3 can use regional speech. I say this based on the answers I hear when traveling to various regions and asking people the differences they feel between themselves and those in their 80s. Once you go to people in their 20s, you see a rapid declining trend in the ability to use regional speech. Words such as those in Kansai-ben that have major influence on television are relatively not in decline. But young people are losing the ability to use regional speech such as Kagoshima-ben, regardless of the fact that they are attractive, leading examples of regional speech. This is a situation that we cannot ignore

C 方言是日语中的宝贝。日本国土面积狭窄，南北细长。气候，风土人情林林总总。在当地所孕育出来的人性与人际关系的处理方式当然各不相同，方言中，渲染着浓郁的、各自迥异的地方特色。

说方言的时候，不管是哪个地方的方言，人们都会感受到说话人的人品。这是传递身体温度的语言。与其说是个人的身体温度，不如说是感受到传递给人们的当地温暖的风土人情。如今，人们已经完全能够通过电视掌握普通话。没有人会因为说不了普通话而感到痛苦。现在有必要进行的应该说是关于方言的教育。但是，在有些地方，还能看到过去的学生笔记本上记载的"禁止使用方言"字样，这有舍弃方言的倾向，而且在全国都能看到方言能力的急速下降。

这种衰退现象很深刻。现在80岁的老人几乎都能熟练地使用方言。50岁左右的人们却让人感到他们只有三分之一的方言能力。我问他们，和80岁的人相比，他们的方言水平有多大差距？上面就是我在拜访各地的时候，参考他们的回答所得出的结论。到了20岁左右的年轻人，其方言能力更是急速下降。像关西方言那种，电视上占有强大市场的语言是不会衰退的。但是，像鹿儿岛的方言，尽管拥有着能代表所有方言的语言魅力，但年轻人们也慢慢不再说了。这是不能完全置之不理的状况。

V Phương ngữ là báu vật của Nhật. Nước Nhật có diện tích nhỏ nhưng trải dài về phía Nam Bắc. Khí hậu và phong thổ cũng khá khác nhau. Đặc tính con người và cách thức giao tiếp giữa người với người được nuôi dưỡng ở từng vùng đó cũng khác biệt. Phương ngữ thấm đẫm sắc màu khác biệt của từng loại hình phong thổ đó.

Khi ai đó nói bằng phương ngữ, dù có là phương ngữ ở đâu cũng khiến ta cảm nhận được bản chất của người đó. Đó là thứ ngôn ngữ truyền đạt được hơi ấm của cơ thể. Nó mang đến cảm giác không phải là hơi ấm cơ thể của cá nhân, mà là hơi ấm cơ thể của toàn bộ phong thổ vùng đất đó. Ngày nay qua tivi ta có thể học được tiếng phổ thông. Hầu như không còn chuyện ai đó gặp khó khăn vì không thể nói được tiếng phổ thông. Điều cần thiết bây giờ ngược lại lại chính là phương ngữ. Tuy nhiên trước đây đã từng có phong trào tiêu diệt phương ngữ đến mức có cả những địa phương viết trong sổ tay của học sinh rằng "Cấm sử dụng phương ngữ", năng lực sử dụng phương ngữ trên toàn quốc đã suy giảm với tốc độ chóng mặt.

Sự suy giảm này rất nghiêm trọng. Các vị tuổi tầm 80 hiện nay đương nhiên có thể sử dụng thành thạo phương ngữ. Đến thế hệ tầm 50 tuổi có cảm giác năng lực sử dụng phương ngữ chỉ bằng một phần ba so với thế hệ tuổi 80. Điều này được kết luận dựa trên câu trả lời cho câu hỏi tôi đưa ra mỗi khi đến thăm các địa phương rằng các vị cảm thấy bản thân mình và thế hệ tầm 80 tuổi có sự khác biệt thế nào. Có thể thấy sang đến lứa tuổi 20, năng lực sử dụng phương ngữ có xu hướng suy giảm nghiêm trọng. Những phương ngữ có uy lực lớn trên tivi như tiếng địa phương vùng Kansan so với các vùng khác ít bị mai một hơn. Tuy nhiên, những phương ngữ như tiếng địa phương đảo Kagoshima v.v…mặc dù có đầy đủ sức hấp dẫn để trở thành tiêu biểu cho phương ngữ nhưng không còn được người trẻ nói nữa. Đây là một thực trạng không thể bỏ qua.

Lesson ㉖

E When Japanese catch a cold and break out in fever, they often worry whether they can take a bath or not. This is due to an old saying that you shouldn't take a bath with a cold. However, in Germany and other areas of Europe, it's fine to get in the bath. Not only that, but some doctors even recommend it to bring down a fever.

While getting in a cold bath is certainly tough, there are probably many people who want a way to feel refreshed after sweating from fever. The question of whether one can get in the bath has been around many years, so we decided to talk to doctor about it. They said it's OK to enter the bath "if you feel healthy enough to do so." In other words, unless we're talking about someone immobilized by a high fever, there should be no problem.

So, then why have people in Japan been saying not to enter the bath with cold for so long? It has to do with life in Japan and building construction. Long ago, Japanese homes were narrow and had no bath, so it was normal to go to a public bathhouse. This means after bathing, you would have to venture back outdoors. After getting all nice and warm, your body would be chilled by the wind and your cold could end up getting worse. Chilly seasons when it was easy to catch a cold likely required extra caution.

Nowadays, most homes have a bath inside. So, if you make sure the bathing area or where you remove your clothing is warm and take care not to let your body cool down, you should be fine. Also, spending a long time in hot bathwater can sap your strength, so be sure to keep the water temperature under 40 degrees Celsius. If you do this, you should find a bath has many benefits to soothe your nose, throat or upset stomach.

C 感冒发烧时，日本人多数都犹豫该不该洗澡。因为在日本自古以来被认为感冒是不能洗澡的。可是，在德国等欧洲国家被认为洗澡是可以的。而且听说为了退烧，有的医生还劝病人洗凉水澡。

的确很想洗个凉水澡，发烧出汗时，很多人都想清爽一下吧。究竟可不可以洗澡，抱着多年的疑问，我问了一下医生。医生随口说"如果有体力洗澡的话是可以的。"也就是说，除了发高烧不能动以外，洗澡没什么大问题。

那么为什么日本人以前感冒不能洗澡呢？那是和日本的生活文化及房屋建造有很大的关系。以前日本的房屋都很小，室内没有浴室，普遍都去公共澡堂洗澡，所以洗完澡后一定要到外边去，好容易暖好的身子又着了凉容易使感冒更加厉害。容易患感冒的寒冷季节还是要注意的。

现在，基本上家里都有浴室，所以洗澡前，把浴室和脱衣的地方弄暖和后，注意别着凉就可以。另外长时间泡在热水里会消耗体力，水温设在 40 度就行。这样的话，鼻子和嗓子会舒服些，腹痛也会减轻，据说有好多效果可以期待。

V Khi bị cảm lạnh và bị sốt, người Nhật thường băn khoăn là không biết có nên tắm bồn hay không. Bởi vì ở Nhật Bản từ ngày xưa đã quan niệm rằng không nên tắm bồn khi bị cảm. Tuy nhiên, ở châu Âu ví dụ như Đức thì lại cho rằng tắm bồn được. Hơn nữa, cũng có trường hợp bác sỹ khuyến khích tắm bồn để làm hạ nhiệt độ.

Chẳng phải là không ít người không thích tắm bồn nhưng khi bị sốt và đổ mồ hôi thì lại muốn tắm cho thoải mái. Thực sự là tôi đã đặt câu hỏi trong nhiều năm rằng có thực sự là tắm bồn không sao không vì vậy tôi đã thử hỏi bác sĩ. Và tôi đã được trả lời rằng "Nếu đủ khỏe để tắm bồn thì vẫn tắm bồn được". Nghĩa là, ngoại trừ việc bị sốt cao không thể cử động được thì có vẻ như không có vấn để gì.

Vậy tại sao ở Nhật Bản từ ngày xưa đã quan niệm rằng đừng tắm bồn khi bị cảm? Điều đó có một mối quan hệ sâu sắc với văn hóa sinh hoạt và cách xây nhà của Nhật Bản. Ngày xưa, nhà của Nhật Bản rất hẹp và không có bồn tắm, nên thường là đi tắm ở nhà tắm công cộng. Vì vậy, sau khi tắm thì lại phải ra ngoài. Cơ thể đã được làm ấm lại bị gió làm lạnh thì ngược lại có thể khiến cho cảm lạnh trở nên tồi tệ hơn. Thực tế, vào mùa lạnh khi dễ bị cảm thì cần thận trọng.

Trong thời hiện đại, hầu hết các ngôi nhà đều có bồn tắm trong nhà. Vì vậy, trước khi tắm, sưởi ấm phòng tắm và phòng thay quần áo để cơ thể bạn không bị lạnh là được. Ngoài ra, tắm lâu trong bồn nước nóng sẽ làm mất sức, vì vậy nên giữ cho nước nóng dưới 40 độ. Bằng cách làm như vậy có thể có nhiều hiệu quả ví dụ như mũi và họng sẽ thoải mái hơn hay không còn bị đau bụng.

Lesson ㉗

E Learning that dictionaries were not infallible did not cause Araki to feel dispirited. In fact, it made his attachment to them all the deeper. When he saw that there were some needs that it just couldn't meet, he loved the feeling he got of its creators putting in their time and effort. If anything, it was the fact that dictionaries were not perfect, that allowed him to feel the hard work and passion of their creators.

While they may have appeared on first glance to be a lifeless string of words, the vast number of headings, explanations, and examples were all written by someone who had thoroughly thought about them. What perseverance. What an attachment to words.

Araki ran to the used book store every time he had saved up enough allowance. Whenever a new edition of a dictionary came out, its previous edition would often be cheaply sold at used book stores. He gradually collected various dictionaries from many different publishers, reading them and comparing them to one another. Well-worn dictionaries with torn covers. Dictionaries with notes and words underlined in red left behind by a previous owner. Old dictionaries are marked with traces of battles against words fought by creators and users.

Araki wanted to become an academic in the field of Japanese or linguistics and compile a dictionary himself. During the summer of his second year in high school, he asked his father if he could be allowed to go to college.

"Huh? Japanese? What do you mean by that? You can already speak Japanese, can't you? Why do you need to go all the way to college just to study Japanese?"

"No, it's different."

"Forget about that and help out with the store. Mom's got a hurt back, you know."

While his father wouldn't listen to him at all, he was convinced by his uncle, who gave him the Iwanami Japanese Dictionary.

"Come on, brother."

Araki's uncle only came by his family's general goods store once every few years, and he serenely stepped in to mediate. His uncle was a crew member on a whaling ship, and it seemed he developed a taste for dictionaries during his long voyages. He was seen as strange among his relatives.

"Ko-chan is a pretty smart kid. Why not let him go off to college?"

C 当知道了辞典并非是万能的之后，荒木非但没有失望，反而更增加了他对辞典的爱惜之情。对于痛痒之处自己虽然力不能及，但是尽力的感觉也很好。正因为不是那么完美，才会感到编写辞典的人们的努力和热情。

乍一看，是毫无感情而言的语言之罗列，但是，这些数量庞大的词条、词语解释以及举的例，都是编者们冥思苦想出来的结果。这需要何等的毅力和对词语的坚持和执着啊！

每次存到零钱，荒木都会去旧书店。辞典改版后，以前的版本在旧书店就会被卖得很便宜。他把各个出版社的各种不同辞典，一点点收集起来，对比着阅读。有被用旧的、封面破烂不堪的辞典，还有之前的主人的笔记和画红线标记的地方。旧辞典上刻印着编者和使用者与语言搏击的痕迹。

"啊？学国语，那是啥啊？你不是会说日语吗？为什么还要上大学学国语，有这必要吗？"

"不，不是这样的。"

"还不如去店里帮忙。正好你妈妈腰疼得直不起来。"

说服完全讲不通的父亲的人，是给他《岩波国语辞典》的叔父。

"哥，算了吧。"

多少年来，只在老家的山货店露过一次面的叔父爽快地调解了这件事。叔父是捕鲸船的船员，长期以来，在航海之际，记住了辞典的味道。在亲戚中被认为是个怪人。
"小公是个比较乖的孩子，下决心上大学怎么样？"

Ⓥ Khi biết rằng từ điển không phải là vật báu vạn năng, Araki không những không thất vọng mà trái lại lại càng yêu thích chúng. Ngay cả việc có những chỗ giải thích cho cảm giác vẫn chưa gãi đúng chỗ ngứa nhưng cậu cảm nhận rõ ở đó có sự cố gắng, và cậu thích cái cảm giác đó. Chính vì từ điển không hoàn hảo nên nó lại càng truyền tải được thực tế hơn sự nỗ lực và nhiệt tình của những người làm từ điển.

Thoại nhìn từ điển mang cảm giác những câu chữ nằm la liệt một cách vô cảm, thế nhưng tất cả những gạch đầu dòng, những giải thích hay ví dụ ấy đều được viết ra sau những trăn trở suy nghĩ thấu đáo của người viết. Thật là một sự kiên trì hiếm có. Thật là một sự tỉ mẩn nâng niu hiếm có đối với từng con chữ.

Cứ mỗi lần tích đủ tiền Araki lại chạy đến hàng sách cũ. Thường thì mỗi khi từ điển được sửa đổi, bản cũ trước đó hay được bán lại với giá rẻ tại hiệu sách cũ. Cậu cần mẫn sưu tập từng cuốn từng cuốn từ điển khác nhau của các nhà xuất bản, đọc và so sánh chúng. Có cuốn đã sờn bìa vì được dùng quá nhiều. Có cuốn còn lưu những dòng chữ viết chèn vào hay những đường gạch chân màu đỏ của người chủ trước. Những cuốn từ điển cũ in hằn dấu tích của những trận đấu về ngôn từ giữa người soạn từ điển và người dùng từ điển.

Mình cũng muốn trở thành học giả chuyên ngành quốc ngữ hay ngôn ngữ học để tự tay soạn từ điển. Vào mùa hè năm lớp 11, Araki xin bố được học tiếp lên đại học.

"Cái gì? Chuyên ngành quốc ngữ là cái gì cơ? Mày chẳng nói tiếng Nhật được đấy thôi? Cần gì phải vào tận đại học để học quốc ngữ?"

"Không, không phải với mục đích đó"

"Dẹp mấy cái ấy đi mà giúp bố trông cửa hàng. Mẹ mày gần đây bị đau lưng đấy"

Ông chú –người đã tặng cuốn "Từ điển quốc ngữ Iwanami" cho Araki đã giúp cậu thuyết phục người bố hoàn toàn không có ý định thấu hiểu.

"Anh từ từ đã nào"

Người chú mấy năm mới về nhà bố mẹ đẻ - cũng là tiệm tạp hóa – một lần hòa giải một cách ôn hòa. Ông là thuyền viên tàu đánh bắt cá voi, có vẻ như ông đã thấm thía được cái hay của từ điển trong những chuyến ra khơi dài đằng đẵng. Họ hàng thường nhìn ông như một kẻ không bình thường.

"Thằng Kou nó là đứa thông minh đấy. Hay anh thử quyết chí cho nó học lên đại học xem sao?"

Lesson ㉘

Ⓔ "What are you going to do, Tokita? You can't act defiant and say, 'I can't study,'" Sakurai-sensei said as he sighed and looked over my report card. A very pathetic look had come over his face. It seemed that he really was worried. I was in a difficult place, too. I was certain I was the only person unsure of whether to continue on to college or find work. Rather, no one even had second thoughts. Everyone made it seem as though it was natural that they would go on to college. That's the kind of high school I went to.
"What exactly do you want to do, Tokita?"
I look down, only finding myself more troubled.
"I don't know. Part of me thinks that I ought to go to college like everyone else, but I don't have a clue what I want to study in college... Maybe I'm slower than everybody. If only I had another five years of high school."
"You're acting so spoiled."
"You're exactly right."
The strength seemed to leave Sakurai-sensei's body when he heard my words. I knew that he likes me very much. He taught me many things. About soccer, food, and of course about girls, but also how to read. That's it, books.
"Sensei, in that case, I'll go on to study literature."
"...You can't just say the first thing you think of in order to make it through this situation. Who was it again who said that he couldn't trust books by a philosopher who didn't even seem like girls liked him?"
"I'm sorry."
"Listen, Tokita. I'm not trying to run you down. It's not as if everyone is certain when they choose what to do after high school. In fact, it's presumptuous to be certain about that at 17 or 18. No one knows what's going to happen in the future. But you see, time is always moving forward. You can't stand still. Isn't it simple? Whether you go on to college or you don't, you need to get ready. Even if you fail, it's going to be something you can still start over from, so it's better if you choose early."
As I went outside, I thought that it's not even a question of whether I fail or not. The sun's rays were hot. In the distance, my juniors in the soccer club were stretching. I wasn't going to be able to kick a ball around there any longer.

Ⓒ "怎么办？时田，你不会学习，这可不是将错就错的时候啊。"
樱井老师叹了叹气，翻开了我的成绩表。他的脸上浮现出一副无奈的表情，看来他很担心我，其实我自己也很烦恼。如今，苦于思考是应该升学还是就职的，恐怕就只有我了吧。别人都不会烦恼与此。因为大家都会自然而然地升入大学。我的高中就是如此。
"你究竟想怎么办？时田。"
我低着头，感到越来越为难。
"不知道，我有时候也想和大家一样上大学。但是，不知道在大学里学什么好？……我是不是比大家都笨啊，高中再有五年就好了。"
"真是娇生惯养的孩子啊！"

"确实是。"
樱井先生对我说的话好像有些失望。我知道他喜欢我。老师也教给我很多。足球、美食，甚至女孩，还有阅读，对了，读文学作品。
"老师，我还是进文学系吧。"
"……你是想到那儿说哪儿吧，敷衍对付可不行，是谁说过不受女人欢迎的哲学家所写的书，是不可信的？"
"对不起"
"呐，时田，老师不是想逼你。不管是谁，都不可能很肯定地决定自己的将来。如果十七、十八岁就能决定这一切，那就是狂妄。谁都不可能知道未来。但是，时间总是在前进。我们不能停下来不往前走。这不是很简单吗？不管是上大学还是不上大学，我们都必须有所准备。即使失败，我们还能重新来过，所以早点做决定是有好处的。"
我一边想着失败之前会出现的各种问题，一边走了出来。阳光炽热地照射着大地，远处足球队的师弟们正在做柔软体操训练。我已经不能在那里踢球了。

V "Em tính sao hả Tokita? Giờ không phải lúc bướng bỉnh nói em không thể học đâu."
Thầy Sakurai thở dài, lật sổ học bạ của tôi. Trông thấy rất buồn. Thầy thực sự đang rất lo lắng. Tôi cũng thấy khó xử. Thời điểm này chắc chắn chỉ mình tôi đang do dự không biết nên học tiếp hay nên đi làm. Chẳng có ai phải đau đầu suy nghĩ. Ai cũng vào đại học như một điều đương nhiên. Trường cấp 3 của tôi là như vậy.
"Em định làm gì hả Tokita?"
Tôi càng thấy khó xử hơn, cúi đầu xuống.
"Em không biết. Em cũng nghĩ nên học đại học giống các bạn nhưng lại không biết phải học gì ở đại học…Chắc em chậm chạp hơn các bạn. Giá mà được học cấp 3 thêm 5 năm nữa."
"Em suy nghĩ đơn giản quá."
"Đúng như vậy ạ."
Hình như thầy Sakurai thấy nhẹ người với câu nói của tôi. Tôi biết là thầy rất quý tôi. Thầy đã dạy tôi nhiều thứ. Về bóng đá, về thức ăn, chuyện con gái thì không tính, về việc đọc sách. À, phải rồi, sách.
"Thưa thầy, vậy thì em sẽ thi vào khoa văn."
"….Không được hứng lên làm vậy để đối phó tình thế đâu. Ai đã nói không thể tin sách của những triết gia không hấp dẫn nổi phụ nữ?"
"Em xin lỗi."
"Này Tokita, thầy không định dồn ép em. Không phải ai cũng chắc chắn về quyết định hướng đi của mình. Nhìn chung, mới 17, 18 mà chắc chắn được thì tự mãn quá. Tương lai là chuyện không ai biết được. Nhưng có điều, thời gian luôn chuyển động. Em không thể dừng lại. Chuyện này đơn giản mà. Dù học đại học hay không thì em vẫn phải chuẩn bị. Dẫu thất bại thì đây là việc có thể sửa chữa nên em quyết định sớm thì sẽ thuận lợi hơn."
Thầm nghĩ "đây là chuyện trước khi thất bại cơ", tôi bước ra ngoài. Ánh nắng chói chang. Xa xa, các em lớp dưới trong câu lạc bộ bóng đá đang luyện giãn cơ. Tôi sẽ không còn được đá bóng ở đó nữa.

Lesson 29

E For the first time in a while, I visited the soccer club room after school. Everyone was gathered there and making plans for their summer training camp. They were calling it a camp to get better, but as far as I know, this team has never come out of a camping trip reborn as a stronger one. No one is sure exactly what they're doing, but they spend their days doing whatever they want, chasing after balls and running around. And that is something that makes us happier than anything else could. No one knows what's happening. But no one even tries to explain. We run, chase after balls balls, and savor the space created by that.
"Oh, Tokita-senpai. It's rare to see you here, what is it?" My junior Abe said.
Sakurai-sensei also raised his eyebrows and looked at me, as if to ask what was going on. It was the first time I'd felt like the room was a cramped on.
"What, am I not allowed to come here?"
Everyone laughed and gave me a place to sit. I took the sheets of paper they were using to plan their camp and looked at them. There were of course no plans for me. But the balls that I'd kicked were still rolling around the club room, and the scribbles I'd written on the locker door were still there as well.
"I kind of feel like practicing. It's okay for me to do that once in a while, right, Sensei?"
"That's fine with me. Just don't drag anyone down. You haven't practiced in a while."
"That's something a strong team says, isn't it?"
I ran around the field for the first time in a while. The girls who managed teams sounded happy as they yelled. There was indeed something comforting here, I thought. There were no signs of mortal isolation or subtle dandyism. The uniforms were the same as ever as I breathed air into my body, and it felt good. And yet I would some day lose this. I did indeed study here, I now thought. I only realized that now that I would be leaving. There was definitely something unknown left in my body from eternally running around this field. The sweat stung my eyes. But now, as I ran, I realized that this wasn't all pain.

C 放学后，我去了好久没有涉足的足球队房间。队员们集中在一起，在制定夏季的集训计划。被称之为强化集训，据说所知，足球队并没有因为集训而水平渐长。大家聚在一起，不知道为什么，就会有意识地追着球到处跑，这样日复一日。其实，不知为何，大家都觉得这才是最幸福的。谁都不想去解释这一切。大家奔跑、追逐足球，尽情享受踢足球所带来的空间。
"咦，时田学长，你怎么过来了？真是难得啊！"
安倍学弟大声说道。樱井老师也扬起眉毛，看着我，好像在问我，你怎么过来了？我第一次觉得这个房间给我一种压迫感。

"切，我不能来吗？"
大家笑着给我让了个空座。我把写着集训计划的纸拿起来看了看。当然，那里写的不是我的计划。但是，我踢的足球，会一直在房间里躺着，而我胡乱涂写的画也会一直待在寄存柜的门上。
"真想踢踢球啊，可以吧？老师，偶尔踢一下。"
"没问题。不过，可不要碍手碍脚的，你已经好久没训练了。"
"您说的是我们强队的口号吧！"
我好久没在球场上奔跑了。当经纪人的女生们高兴得大叫。这确实让人心情爽快。致死的孤独、一无是处的纨绔子弟完全不会出现。球服还是紧紧地贴着身体，让人感到酣畅淋漓。不过，我终将失去这一切。现在想来，我确实在这里学习过。要离开这里的时候，才会第一次体会到这种心情。在操场上飞奔着，心里有些自己都搞不清的某种东西，确实永远地留在了我身体里。汗水流进眼睛里，我感到有些疼痛。但一边跑，一边意识到，这并不完全是疼痛。

Ⓥ Một thời gian lâu sau, sau giờ học tôi ghé phòng của câu lạc bộ bóng đá. Tất cả các thành viên đều tụ lại và đang lên kế hoạch đi tập huấn cho mùa hè. Gọi là tập huấn để tăng sức mạnh nhưng theo như những gì tôi biết thì đội bóng này không thể mạnh hơn chỉ bởi đi tập huấn. Chỉ là những ngày tất cả chạy vòng quanh đuổi theo trái bóng mà chẳng hiểu để làm gì. Và chính điều đó lại là điều hạnh phúc không có gì sánh nổi. Chẳng hiểu để làm gì. Tuy nhiên chẳng ai có ý định làm rõ điều đó. Tất cả đều cật lực chạy, đuổi theo bóng, và tận hưởng hết sức bầu không khí được tạo ra bởi các hành động ấy.
"Ôi, anh Tokita kìa, có chuyện gì thế, lâu lắm mới gặp anh"
Yabe học khóa dưới cất tiếng chào. Thầy Sakurai cũng nhướng mày lên nhìn tôi như thể muốn hỏi có chuyện gì vậy. Lần đầu tiên tôi cảm thấy căn phòng này thật chật chội.
"Chậc, anh đến đây không được à?"
Tất cả đều cười và xích ra nhường chỗ cho tôi. Tôi cầm tờ giấy viết kín đặc kế hoạch tập huấn lên xem. Tất nhiên ở đó không có kế hoạch nào cho tôi cả. Thế nhưng quả bóng mà tôi đã đá vẫn luôn lăn ở trong phòng này, những nét vẽ bậy của tôi vẫn in trên cửa để đó.
"Em luyện đá được không? Được chứ thầy? Lâu lâu em mới xin mà"
"Được thôi. Nhưng đừng làm vướng chân đồng đội đấy, chú mày lâu lắm không luyện rồi"
"Đấy là những lời dành cho những đội bóng mạnh chứ thầy?"
Tôi lại chạy vòng quanh sân vận động sau một thời gian dài. Các cô bé làm quản lý hò hét đầy phấn chấn. Nơi này quả có cái gì đó rất dễ chịu, tôi nghĩ. Sự cô độc đến chết, cũng không có bóng dáng quý ông điệu đà khó với tới. Đồng phục vẫn bám chặt lấy cơ thể mang lại cảm giác thoải mái. Ấy vậy mà một ngày nào đó tôi sẽ mất đi những thứ này. Giờ đây tôi chợt nhận ra rõ ràng ở nơi này mình đã học. Lần đầu tiên tôi nhận ra điều ấy khi phải xa nơi này. Có cái gì đó rõ ràng đang in dấu trong cơ thể của tôi, cái gì đó mà tôi sẽ không thể nhận ra nếu cứ mãi mãi chạy vòng vòng quanh sân vận động. Mồ hôi chảy vào mắt thật xót. Nhưng đó không đơn giản chỉ là xót, giờ đây, vừa chạy, tôi vừa nhận ra.

Lesson ㉚

Ⓔ I was never uninterested in women, just as one might expect. But I had barely had any true relationships with women in my youth. It's hard to say if that was the reason why, but my interests were mostly limited to women I would meet on the street.
When I met Sensei's wife in the front of their home, I was struck by her beauty. I felt the same way every time we met after that, as well. But it also felt as though there was nothing else in particular to say about her.
This is not to say that there was nothing unique about her, but perhaps that she never had an opportunity to show what made her special. Yet I always approached her as if she was nothing more than a part of Sensei.
[...]
One time, I was invited to drink at Sensei's home. His wife came and served us. With her nearby, Sensei seemed happier than usual. He told his wife to join us and handed her his empty cup. She first hesitated before eventually taking it, seeming somewhat bothered. She knit her beautiful brows as she took the cup, this one only about half-filled, to her lips. A conversation began between her and Sensei.
"How unlike you. It's quite uncommon for you to ask me to drink."
"That's because you hate sake. But it's good to drink every now and then. It puts you in a good mood."
"I wouldn't say so at all. It's nothing but unpleasant for me. But you do seem so happy when you have a bit to drink."
"Yes, I do at times. But that's not always the case."
"What about tonight?"
"I do feel good tonight."
"You ought to start drinking just a bit each night."
"That I cannot do."
"Please. Things will be less lonely that way."
Aside from Sensei and his wife, only a maid lived at their home. It was usually quiet there, and you would never expect to hear a laugh or a shout of joy. It felt like at times, Sensei and I were the only ones there.
"It would be nice if we had a child," his wife said to me. Though I told her I agreed, I could not empathize with her. Childless myself, I only saw children as loud little creatures.
"Why don't we take one in?" Sensei said.
"Adopt? Well, dear, you know," she said before turning to me again.
"It's not as if we'll ever be able to have one on our own," he said.

His wife was silent. "Why?" I asked in her place, to which Sensei replied with a laugh.
"Divine punishment."

ⓒ 我是个普通人，对女人也并非冷淡。可是从我那么一个年轻人过去所经历过的境遇来看，几乎没有同女人有过真正的来往。我不知道是不是这个缘故，才对大街上相遇却不相识的女人特别感兴趣。前些日子在门前见到先生的夫人时，留下了非常美丽的印象。以后每次见面，都有着同样的感受，可除此以外，我似乎觉得对于夫人也没什么特别要提及的事情。
这也不是说夫人没什么优点，也许应该解释为，没有机会展露她的优点更为恰当。我总是把她当成附属于先生的一部分来看待。
（中略）
有一次，我在先生家里喝酒。夫人出来在一旁给我们斟酒。先生好像比往常高兴，对夫人说道，"你也喝一杯吧"，把自己喝完的杯子递了过去。"我……"，夫人推辞不过去，为难地把杯子接过来。夫人皱了皱眉，样子很美，把我斟了半杯酒的杯子端过去，送到唇边。于是，夫人和先生之间有了以下的对话。
"真是难得，你以前很少叫我喝酒啊？"
"因为你讨厌嘛。不过偶尔喝一点儿也没关系，会让人心情愉快的。"
"一点儿都不舒服，反而难受。不过，你好像喝了酒挺高兴的。"
"有时候会开心。但也不是总是这样。"
"今晚怎么样？"
"今晚心情不错。"
"以后每晚都喝一点儿吧。"
"那可不行。"
"喝吧，只要你不寂寞就好。"
先生家里就只有他们夫妇和女佣。我每次去都静悄悄的。从来没听到过有大声谈笑的时候。有时我感觉屋子里就只有先生和我。
"要是有个孩子就好啦。"夫人对我说。"是啊。"我虽然这样回答，可心里却没有任何感觉。我没孩子，只会觉得有孩子会很吵闹。
"去抱养一个吧，"先生说。
"那不就是养子了，是吧，你说呢"，夫人又对着我说。
"孩子永远都要不了。"先生说道。
夫人沉默了。"为什么啊？"我问道，"因为老天爷的惩罚啊。"先生说着放声笑了。

Ⅴ Là một con người bình thường, tôi không thờ ơ với phái nữ. Tuy nhiên, vì còn trẻ ít kinh nghiệm, tôi chưa từng yêu đương ai thật sự theo đúng kiểu hẹn hò yêu đương. Cũng không biết có phải vì thế không mà sở thích của tôi thường hoạt động rất nhạy bén đối với những người phụ nữ không quen biết gặp ở trên đường. Lần trước khi gặp vợ thầy tại cửa vào nhà thầy, tôi đã có ấn tượng đó là một phụ nữ đẹp. Và mỗi lần gặp sau đó tôi vẫn giữ nguyên ấn tượng ấy. Tuy nhiên tôi có cảm giác ngoài điều ấy ra chẳng có gì đặc biệt để nói về vợ của thầy.
Không phải là vì vợ thầy không có gì đặc sắc, mà đúng hơn là vì vợ thầy không có cơ hội để cho tôi thấy sự đặc sắc đó. Tuy vậy tôi luôn tiếp xúc với vợ thầy như thể đó là một phần của thầy.
(Lược bỏ một đoạn)
Một lần nọ, tôi được mời uống rượu tại nhà thầy. Lần đó vợ thầy đến bên tôi và rót rượu cho tôi. Thầy trông có vẻ dễ chịu hơn hẳn so với mọi khi. Thầy bảo vợ "Em cũng uống một chén đi" và đưa chiếc chén đã uống cạn của mình về phía vợ. Vợ thầy sau khi từ chối đầy ngại ngần "Thôi, em không…" đành cầm lấy chiếc chén một cách bất đắc dĩ. Bà nhăn đôi lông mày đẹp, nâng chén rượu được tôi rót quá nửa một chút lên miệng. Câu chuyện giữa vợ và thầy bắt đầu như sau.
"Hiếm có quá. Hầu như chẳng bao giờ anh bảo em uống rượu cả"
"Vì em ghét rượu mà. Nhưng thỉnh thoảng uống cũng hay đấy. Tâm trạng sẽ phấn chấn hơn đấy!"
"Em chẳng thấy thế. Chỉ thấy khó chịu thôi. Nhưng anh thì trông sảng khoái nhỉ, chỉ cần uống chút xíu rượu vào"
"Thỉnh thoảng anh trở nên rất sảng khoái. Nhưng không phải lúc nào cũng thế đâu"
"Tối nay thì thế nào?"
"Tối nay thật thoải mái dễ chịu"
"Thế thì từ nay mỗi tối anh nên uống một chút rượu đấy"
"Không được"
"Anh hãy uống đi mà. Như vậy anh sẽ không cảm thấy buồn nữa"
Nhà thầy chỉ có hai vợ chồng và một nữ giúp việc. Lần nào đến tôi cũng thấy rất yên ảng. Hoàn toàn không nghe thấy tiếng động như tiếng cười đùa. Có lúc, tôi có cảm giác trong nhà chỉ có mỗi thầy và mình.
"Có thêm đứa trẻ thì chắc sẽ vui hơn cậu nhỉ?"- vợ thầy quay về phía tôi nói. Tôi gật gù "Chắc là thế ạ". Tuy nhiên, trong lòng tôi hoàn toàn không thấy đồng cảm. Một người chưa con cái gì như tôi chỉ cảm thấy lũ trẻ ồn ào mà thôi.
"Hay ta nhận một đứa con nuôi nhé?"Thầy nói
"Con nuôi thì lại khác, cậu có thấy thế không?"vợ thầy lại quay về phía tôi.
"Ta sẽ chẳng bao giờ có con đâu" – thầy nói.
Vợ thầy im lặng. "Tại sao ạ?" khi tôi cất tiếng hỏi thay, thầy trả lời "Vì trời phạt" rồi cười phá lên.

ふくしゅうのこたえ Review Answers／复习答案／Đáp án bài ôn tập §3（Lesson 21-30）

I ❶ c ❷ d ❸ f ❹ a ❺ c ❻ b

II ❶ d ❷ c ❸ b ❹ b ❺ b

III ❶ b ❷ f ❸ c ❹ d ❺ e ❻ a

Lesson

31 屋久島
やくしま
Yakushima ／屋久島／ Đảo Yakushima

昨年、友人たちと5人で屋久島[1]を訪れた。

屋久島というのは、九州の南端、鹿児島県の南南西60キロに位置する島である。雨が降る日が多く、「1か月のうち35日は雨」と言われているとか。そのため豊かな自然が広がり、島の90％は森林で覆われている。「屋久杉[2]」や「屋久鹿[3]」と呼ばれる屋久島固有の植物や動物を見ることができ、中でも、樹齢7000年とも言われる「縄文杉[4]」を見に、海外から訪れる人も多い。1993年には世界自然遺産に登録されており、登山やアウトドアスポーツを楽しむ人たちに人気の島である。

鹿児島市からフェリーで4時間。夏休みシーズンだけあって、船内は旅行者でいっぱいだった。屋久島に着いてすぐに、「白谷雲水峡」という渓谷にトレッキングをしに行った。ここは宮崎駿[5]のアニメ映画『もののけ姫[6]』の森のモデルとなった場所だ。苔に覆われた大きな岩がたくさんあり、神秘的な景色が広がっている。

山道を歩いていると、一頭の屋久鹿が森の中からゆっくりと現れた。私たちはそーっと鹿に近付いてみた。鹿は静かに草を食べている。まるで『もののけ姫』のワンシーンのようだ。人間が近寄っても逃げ出さないところをみると、かなり人間に慣れているのだろうか。★しばらくすると、私たちのことは全く意に介さない[7]様子で、静かに森の奥へと戻って行った。何とも[8]美しい光景だった。

次の日は早朝4時に出発し、念願の「縄文杉」を見に行く予定だった。夜中の3時過ぎに目が覚めると、激しい頭痛がした。どうやら熱もあるようだ。「縄文杉」までは、往復22km、10時間以上は歩かなければならない。どうしよう……。すると友人から「そんな状態でトレッキングなんて、できっこないよ。」と止められ、私だけ民宿に残って休むことになった。子供のころから、いつか屋久島に行ってみたい、「縄文杉」を見てみたいと思っていただけに、とても残念でならなかった。

結局、「縄文杉」は見られずじまいだったが、屋久島を訪れその自然に触れることができたことは、私にとって忘れられない経験となった。

＊1　屋久島：九州の南にある島の名前。

＊2　屋久杉：屋久島に生えている杉。

＊3　屋久鹿：屋久島にいる鹿。

＊4　縄文杉：屋久島に生えている杉の中で、特に大きくて古い杉。

＊5　宮崎駿：アニメ映画の監督。

＊6　もののけ姫：宮崎駿監督が制作したアニメ映画。1997年公開。

＊7　全く意に介さない：少しも気にしていない様子。

＊8　何とも：言葉で言えないほど程度が高い様子。「本当に」という強い気持ちを表す。

Vocabulary

☐ 覆う：cover ／覆盖／ bao phủ, trùm

☐ 固有：それだけが持っているもの。

☐ 中でも：その中で特に。

☐ 樹齢：木の年齢。

☐ 遺産：estate ／遗产／ di sản

☐ 登録（する）：(to) register ／注册／ đăng kí

☐ アウトドア：屋外、野外。英 outdoor より。

☐ 渓谷：山と山の間の川が流れているところ。

☐ トレッキング：山を歩くこと 英 trekking より。

☐ 苔：moss ／绿苔／ rêu

☐ 神秘的（な）：mysterious ／神秘的／ thần bí

☐ 念願：願いや望み。

🔑 〜とか　　〜 or something／听说〜／Hình như

E An expression used when communicating information you heard elsewhere.
C 表示将听来的消息传达给对方。
V Cách nói sử dụng khi truyền đạt thông tin nghe ở đâu đó cho người nghe.

EX1 「あの家を建てるのに1億円以上かかっているとか。」「へー、そうなんだ。」
（I heard it cost over 100 million yen or something to build that home." "Huh, really."／「听说那家的房子是花了一亿多日元盖的！」「唉？是嘛！！」／
Hình như xây ngôi nhà này hết hơn 100 triệu yên" "Ồ... thế sao"）

EX2 彼女は今度の連休に温泉に行くとか言っていた。
（She said she would go to a hot spring next long weekend or something.／她说这次连休去温泉。／ Cô ấy nói đợt nghỉ dài này sẽ đi tắm suối nước nóng）

🔑 〜だけあって　　as you would expect from 〜／因为〜／Vì, do

E Used in the form「AだけあってB」, where a judgment or result, B, naturally follows from a fact, A.
C 是「AだけあってB」的形式，表示由 A 的事实当然导致 B 的判断及结果。
V Có công thức「AだけあってB」, thể hiện ý từ sự việc A sẽ đương nhiên dẫn tới khẳng định hay kết quả B.

EX1 あの店はいつも行列ができているだけあって、何を頼んでもおいしい。
（As you would expect from the line that store always has, anything you order there tastes good.／那家店总是排着很长的队，所以什么都很好吃。
／ Cửa tiệm đó lúc nào cũng phải xếp hàng nên gọi gì cũng ngon .）

EX2 若いだけあって、彼は何も恐れず、いろいろなことに挑戦した。
（As you would expect from someone young, he was unafraid of anything as he tried many things out.／因为年轻，他什么也不怕，进行各种挑战。
／ Trẻ tuổi nên anh ấy không sợ bất cứ điều gì, dám đương đầu với nhiều thứ.）

🔑 〜ところをみると　　judging by 〜／从〜来看／Xét từ việc 〜

E An expression that makes a conjecture about something by stating "to make a judgment based on the situation that is 〜 ."
C 表示「从〜状况来判断」这样的意思，表达推测。
V Diễn đạt sự suy đoán, thể hiện ý "phán đoán từ thực trạng ~" .

EX1 仕事を1週間も休んでいるところをみると、かなり体調が悪いようだ。
（Judging by the fact that he took a full week off of work, he must be in fairly bad condition.／从他工作休息一周的情况来看，看样子病得不轻。
／ Xét từ việc nghỉ những một tuần thì có vẻ sức khỏe không tốt lắm.）

EX2 何も言わないところをみると、社長も反対ではないみたいだ。
（Judging by the fact that he's saying nothing, I don't think the president is against it either.／从社长什么也没说来看，他好像不会反对吧。
／ Xét từ việc không nói gì thì có vẻ giám đốc cũng không phản đối.）

🔑 ～ずじまい　without ever ～ ing／～不了了之／ cuối cùng không ～

E Indicates that something came to an end without being able to do something that was desired.
C 表示期待的事情不了了之。　**V** Việc mong đợi kết thúc mà không thực hiện được.

EX1　いくつか検査を受けたけど、めまいの原因はわから**ずじまい**だった。
（I took a number of tests without ever finding out the cause of my dizziness.／做了几个检查，可是还是没弄清眩晕的原因。／ Đã thử vài xét nghiệm nhưng cuối vẫn không biết nguyên nhân chóng mặt.）

EX2　京都に滞在中に先生に会うつもりだったが、結局、会え**ずじまい**になった。
（My plan was to meet sensei while staying in Kyoto, but I was never able to meet him in the end.／在京都是打算去看老师，可是结果不了了之。／ Tôi định gặp thầy giáo trong khi ở Kyoto nhưng cuối cùng không gặp được.）

🔍 Focus on the Structure

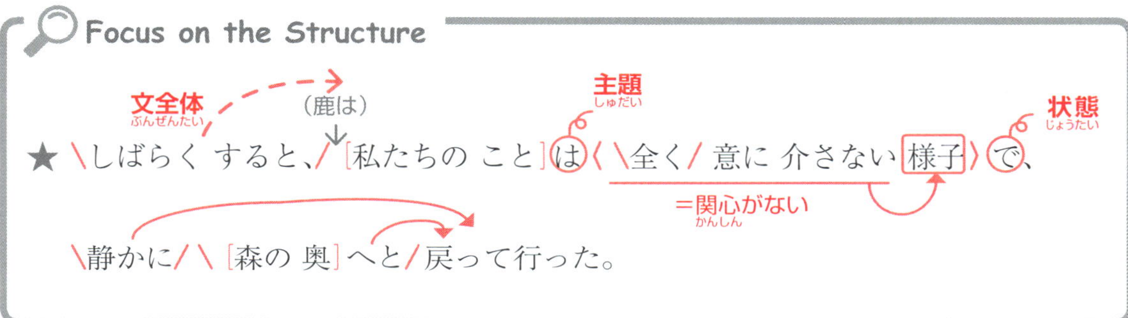

CHECK

Q1　屋久島はなぜ人気がありますか。

Q2　筆者が「縄文杉」を見られなかったのはどうしてですか。

Lesson

㉜ 大学奨学金の「出世払い」案
だいがくしょうがくきん　　　しゅっせばら　　　あん

"Paying back after Career Progress" a proposal for University Scholarship ／大学奖学金的"就职后返还奖学金"草案／Đề xuất về "Cho nợ đến khi thành đạt" trong chế độ cho vay học bổng đại học

★大学進学の意欲はあるものの、家庭の経済状況が壁となってためらうケースは多い。幅広く若者を支援できる方策を、どう考えるか。

大学などの授業料を国が学生に代わって給付する制度の原案を、自民党の教育再生実行本部がまとめた。

本人が就職後、所得に応じて国に返済する。所得がない場合は返さなくていいため、奨学金の「出世払い」方式と言われる。

子供が大学などへ進学する際、学費負担は家計に重くのしかかる*1。このため大学進学者の２人に１人が奨学金を利用している。

住民税非課税世帯を中心とする低所得の家庭への進学支援については、返済が不要な給付型奨学金が、昨年度から導入されている。

（中略）

「出世払い方式」は給付型に比べ、支援対象を広げやすい利点があるといえるだろう。だが、実際に制度を設け導入するのであれば、多くの課題もある。

まず、財源の調達だ。自民案は財政投融資*2の資金をあて込む*3が、年間9800億円が必要と試算する。長期間低金利の資金だが、金利次第では追加負担を要する。

保証人がいないため、返済できない場合に誰がどう、穴埋めするのか。これまでのタイプの奨学金と並存させるかも課題になるだろう。

定員割れするような大学への安易な救済策に陥る懸念もある。学費の見直しなど、支援拡充は大学教育改革と一体で行うべきだ。

意欲ある人材が進学できることは、最終的には社会の基盤強化にもつながる。自民案をきっかけに、環境を整備する議論を加速すべきだ。

（2018年5月13日付け毎日新聞「社説」より）

*1　のしかかる：重い責任や負担がかかる。

*2　財政投融資：政府が国のお金で資金を出したり貸したりすること。

*3　あて込む：そういう結果になると期待して行動する。

Vocabulary

□ 出世払い：借金を将来成功したときに返すこと。
　しゅっせばらい　　しゃっきん　しょうらいせいこう　　　　かえ

□ 所得：収入。
　しょとく　しゅうにゅう

□ 利子：interest ／利息／ lợi tức
　りし

□ 調達（する）：(to) raise funds ／籌集／ điều tiết, điều động
　ちょうたつ

□ 穴埋め：不足を補うこと。
　あなう　　ふそく　おぎな

□ 懸念（する）：不安や心配。
　けねん　　　ふあん　しんぱい

□ 拡充（する）：範囲を広げて内容をさらによくする。
　かくじゅう　　はんい　ひろ　　ないよう

🗝 ～に応じて
　　　　おう　　　according to ～／根据～／ tùy vào ～ , ứng với ～

E Indicates something that is being done in accordance with a fact or situation.

C 表示符合某事实或状态而做某事。　**V** Thể hiện việc làm phù hợp với sự việc, trạng thái nào đó.

> **EX1** 人数に応じて、さまざまなプランがあります。
> 　　　　にんずう　おう
> （We have various plans according to the number of individuals.／根据人数，有多种方案。／ Có nhiều chương trình tùy vào số người.）

> **EX2** 常に状況に応じて、適切な行動をとるよう心がけてください。
> 　　　　つね　じょうきょう　おう　　　　てきせつ　こうどう　　　　　こころ
> （Please do your best to always take appropriate action according to the situation.／要时刻注意根据情况采取适当的行动。／ Hãy luôn để ý hành động đúng đắn tùy vào từng tình trạng.）

🗝 ～次第で
　　　　しだい　　　depending on ～／根据～／ tùy thuộc vào ～

E A phrase that means "according to how ~ is," indicating that something is a deciding factor.

C 有「～がどのようであるかで」这样的意思，表示某事将成为事物的决定要因。

V Thể hiện một sự việc trở thành yếu tố quyết định với nghĩa "tùy thuộc việc đó như thế nào" .

> **EX1** やり方次第でもう少し早くできると思う。
> 　　　　かた　しだい　　　すこ　はや　　　　　おも
> （I think you can do it a little faster, depending on how you do it.／我觉得根据做法可以再早一点儿完成。／ Tùy thuộc vào cách làm mà có thể xong sớm hơn một chút.）

> **EX2** 成績次第で給料は上がると言われた。
> 　　　　せいせき　しだい　きゅうりょう　あ　い
> （I was told that my pay would increase depending on my results.／据说根据业绩可以提升工资。／ Lương sẽ tăng tùy thuộc vào thành tích .）

🔍 Focus on the Structure

★ 〔 ＼ ［大学進学の 意欲］は ある ものの、／
　　　　　　　　　　　　　　　　　　＝～が

　　　　　　　　　　　　　　　　譲歩
　　　　　　　　　　　　　　　　じょうほ

　　　　　　　　　　　（進学を）
　　　　　　　　　　　　↓
＼［家庭の 経済状況］が 壁と なって／ためらう〕ケースは 多い。
　　　　　　　　　　　　　　～となる
　　　　　　　　　　　　　　（変化）
　　　　　　　　　　　　　　へんか

CHECK

Q1 「出世払い」方式とは、どんな方式ですか。
　　　しゅっせばらい　ほうしき　　　　　ほうしき

Q2 この案の場合、どんな課題がありますか。
　　　　あん　ばあい　　　　　かだい

Lesson
33 学び直し休暇
Re-education Leave ／再学习的休假／ Nghỉ phép để học tập

Grammar Target
◆〜上で　　◆〜に向け（て）
◆〜あたり　◆〜に過ぎない

　厚生労働省は新たな技能を身に付けたり語学を学び直したりするために従業員が長期休暇を取得できる制度を導入した企業に助成金*1を支給する。最短休暇期間などの詳細な要件を詰めた上で、2019年度からの実施を目指す。年齢に関係なく働き続けることができる社会づくりに向け、企業で働く人が時代に合った能力を身につけることを後押しする*2。

　労働者の能力開発を促すための助成金制度に長期の教育訓練休暇コースを新設する。就業規則などに休暇ルールを明記した上で、実際に社員が休暇を取得した企業を対象に助成金を出す。

　支給額は1企業あたり最大数百万円程度になる見通し。助成対象とする最短休暇期間は3～6カ月間が軸となりそうで、長期になるほど金額を増やすことも検討する。財源には雇用保険の保険料を活用する。

　★自己研さんの目的の短期の有給休暇制度を設け、社員が利用した企業に原則30万円を支給する制度がすでにある。業務命令で強制的に従業員に受けさせる訓練や旅行などに利用する場合は対象外だ。これを参考に長期型の制度設計を詰める。

　就労中の人が教育を受けるために一定期間職場を離れる「教育訓練休暇」はスウェーデンやフランスなど欧州を中心に法律で規定している国もある。日本では義務化しておらず、厚労省の調査では導入企業はわずか9.3%にすぎない。

　経済産業省の有識者研究会は人生100年時代を見据えた*3報告書を作成。キャリアや働き方を見直すために社会人が大学院や専門学校、海外ボランティアなどで学び直す「サバティカル休暇*4」と呼ぶ長期休暇の導入を企業に呼びかけている。

　課題は訓練休暇制度を利用しやすい職場環境をつくること。日本は年次有給休暇の取得率も5割と欧州と比べて低い。休みを取ることに罪悪感を感じる社員も多い。国は企業に制度を設けさせるだけでなく、学び直しのための休暇の理解を広げていく必要もある。

（「学び直し休暇 後押し　厚生労働省、導入企業に助成」2018年5月12日付け日本経済新聞朝刊より）

＊1　助成金：活動を助けるために国などから出されるお金。
　　　じょせいきん　かつどう　たす　　　　　　　　くに　　　　だ　　　　おかね
＊2　後押しする：援助する、応援する。
　　　あとお　　　　えんじょ　　　おうえん
＊3　見据える：じっとよく見る。
　　　みす　　　　　　　　　み
＊4　サバティカル休暇：一定の給与を得ながら取れる長期休暇。
　　　　　　　　きゅうか　いってい　きゅうよ　え　　　　と　　　ちょうききゅうか

Vocabulary

□　詰める：十分に検討して、不足がないように物事
　　つ　　　　じゅうぶん　けんとう　　ふそく　　　　　　　ものごと
　　の内容を決める。
　　　ないよう　き

□　軸：中心となるもの。
　　じく　ちゅうしん

□　自己研さん：努力して自分の能力を高めること。自分
　　じこけん　　　どりょく　じぶん　のうりょく　たか　　　　　じぶん
　　を磨くこと。
　　　みが

□　有識者：学問的知識が豊富で、判断力の高い人。
　　ゆうしきしゃ　がくもんてきちしき　ほうふ　はんだんりょく　たか　ひと

□　罪悪感：よくないことと感じること。そういう気持ち。
　　ざいあくかん　　　　　　　　　　かん　　　　　　　　　　きも

～上で
　　　うえ
having ～ ed／在～的前提下／ Sau khi, Dựa trên

Ｅ Indicates that one action should be taken as a prerequisite to another, following action.

Ｃ 表示在做完作为前提条件事情之后再做下一件事情。

Ｖ Chỉ việc sau khi thực hiện một hành động nào đó mang tính điều kiện cho trước mới dẫn đến hành động tiếp theo.

EX1　説明書をよく読んだ上でご使用ください。
　　　せつめいしょ　　　　よ　　　うえ　　　しよう
(Please use having read the manual closely.／使用前请仔细阅读说明。／ Hãy sử dụng sau khi đọc kỹ sách hướng dẫn.)

EX2　先輩の意見を聞いた上で、もう一度考えてみることにした。
　　　せんぱい　いけん　き　　　うえ　　　　　いちどかんが
(I thought about it again having heard my senior's opinion.／听取前辈的意见后再考虑一下。／ Tôi đã quyết định sẽ suy nghĩ lại một lần nữa sau khi nghe ý kiến của đàn anh.)

～に向け（て）
　　　　む
toward ～／以～为目标／ hướng tới ～ , để ～

Ｅ A phrase that means "with ～ as a goal or target."

Ｃ 表示「以～为目的・目标」。　Ｖ Thể hiện ý nghĩa "lấy ～ làm mục tiêu, mục đích"

EX1　合格に向けて、毎日、一生懸命勉強しています。
　　　ごうかく　む　　　まいにち　いっしょうけんめいべんきょう
(I'm studying my hardest every day toward passing.／为了能考上，每天都在努力学习。／ Ngày nào cũng chăm chỉ học hành để có thể thi đỗ .)

EX2　解決に向けて、今日も話し合いが行われた。
　　　かいけつ　む　　　きょう　はな　あ　　　おこな
(Another discussion toward a solution was held today.／今天也举行了会谈以寻求解决方案。／ Hôm nay buổi nói chuyện đã được tổ chức để đi tới giải quyết vấn đề.)

～あたり
per ～／每～／ trung bình, mỗi ～

Ｅ A phrase that means "as compared with ～" that indicates a unit or standard.

Ｃ 有「～に対して」的意思，表示单位、基准等。　Ｖ Có nghĩa "đối với ～", chỉ đơn vị hoặc tiêu chuẩn.

EX1　次のグラフは、人口 1000 人あたりの医者の数です。
　　　つぎ　　　　　　じんこう　　　　にん　　　　いしゃ　かず
(The next graph shows the number of doctors per 1,000 members of the population.／下一个图表是人口每 1000人的医生人数。／ Biểu đồ này là số bác sĩ với trung bình dân số 1000 người .)

EX2　生徒たちの一日あたりの平均学習時間は 250分でした。
　　　せいと　　　いちにち　　　へいきんがくしゅうじかん　　　ぶん
(The average study time a day per student was 250 minutes.／学生们平均一天的学习时间为 250分钟。／ Thời gian học trung bình mỗi ngày của học sinh là 250 phút. .)

♂ 〜に過ぎない　no more than 〜 ; only a 〜／只不过〜／chỉ là 〜

E A phrase that means "not any more than 〜."
C 表示「没有在这以上的」意思。　**V** Có ý nghĩa "không hơn 〜".

EX1 あの子はとてもしっかりしているけど、まだ高校生に過ぎない。
（That child has it together very well, but she's only a high school student.／那孩子虽然成熟，但他只不过是一名高中生。／Đứa trẻ đó rất chững chạc nhưng vẫn chỉ là học sinh cấp 3.）

EX2 彼はいろいろ言っているけど、言い訳をしているに過ぎない。
（He's saying a lot of things, but he's doing no more than making excuses.／他虽然说了很多，但只不过是在找借口。／Anh ấy nói nhiều nhưng chỉ là bao biện thôi.）

EX3 まだ1次試験を通ったに過ぎません。これからが大変なんです。
（I've only passed the first exam. This is where it starts to get hard.／我只不过通过了第一次考试，以后会很艰难。／Mới chỉ qua kì thi đầu tiên, từ bây giờ mới gian khổ.）

🔍 Focus on the Structure

（それを）

★ 〈[自己研さんの　目的の　短期の　有給休暇制度]を　設け、社員が　利用した〉企業に

〈[原則　30万円]を　支給する〉制度が　すでに　ある。

CHECK

Q1　長期の教育訓練休暇コースは何のために作られますか。

Q2　このコースには、どんな課題がありますか。

Lesson 34 弥生時代
やよいじだい

Yayoi Period ／弥生时代／ Thời Yayoi

※タイトルはこの本の中で
つけたものです。

Grammar Target
◆ ～にともない

　弥生時代[1] については、たとえば第二次世界大戦後に発掘が行なわれた静岡県の登呂遺跡[2] などによって平和な農業社会というイメージが一般に広まっていた。★これに対し、考古学者の佐原真氏は、弥生時代に入ると、それまでには狩猟用の軽くて小さい鏃（矢じり）しかなかったのに対し、人を攻撃して殺傷することができるような重い鏃が出現すること、また実際にその種の鏃や鉄剣によって戦死したとみられる人骨が発掘されていることなどに基づき、弥生時代とは、戦争が始まった時代であると主張され、近年はそれが一般に認められるようになっている。

　佐賀県の吉野ケ里遺跡[3] に見られるように、堀（濠）をめぐらせ、望楼を設けたりして、防衛の態勢をととのえた集落（環濠集落[4]）がこの時代には各地に数多く作られていたこと、また、農業生産の面からは不便な、高い山や山腹などに作られた集落（高地性集落）の多いことなどは、いずれも軍事上の必要に基づくとしか解釈できない。縄文時代にも、人と人との戦いがなかったとはいえないであろうが、それは殺人事件の報復のためといった、小規模かつ偶然的な性格のものにすぎなかったと推測されるのに対し、弥生時代になると、本格的に集団と集団との間の戦争が生起するようになったのである。それはなぜであろうか。

　これは実は、世界の各地で、農業生産の開始とともに発生している現象であって、要するに生産力の向上にともない、富の蓄積が生れると、その蓄えられた物資をめぐって争奪のための戦争が始まるのである。

（尾藤正英『日本文化の歴史』岩波新書より）

＊1　弥生時代：B.C. 5 ～ 4 世紀ごろから 3 世紀ごろまでの時代。
＊2　登呂遺跡：弥生時代の田や農村の跡。静岡県にある。
＊3　吉野ケ里遺跡：弥生時代の村の跡。周囲を堀って水をためた様子が見られる。佐賀県にある。
＊4　環濠集落：周囲に掘（土を掘って水をためたもの）を作った村。

Vocabulary

- ☐ 発掘（する）：土の中にあるものを掘り出すこと
- ☐ 狩猟：山で鳥や動物を捕ること
- ☐ 鏃（矢じり）：矢の先
- ☐ 殺傷（する）：殺したり傷つけたりすること
- ☐ 剣：sword ／剑／ kiếm, đao
- ☐ 堀：地面を細長く掘って水を入れたところ

- ☐ 集落：家が集まっているところ
- ☐ 報復（する）：(to) retaliate ／报复／ báo đáp
- ☐ 生起する：起こること
- ☐ 争奪：争って奪い合うこと
- ☐ 要するに：つまり。
- ☐ 蓄積（する）：(to) accumulate ／积蓄／ tích lũy, tích tụ

🗝 ～にとももない　due to ～／伴随着～／ Kéo theo ～ , do ～

E An expression that indicates a change occurring due to another change.
C 表示受某种变化的影响而发生其他的变化。　**V** Cách nói diễn đạt sự nảy sinh thay đổi do một thay đổi nào đó.

> **EX1** 子どもの数の減少**にとももない**、学校の数も減っている。
> （Due to the decreasing number of children, the number of schools is also dropping.／随着孩子数量的减少，学校的数量也在减少。／ Cùng với việc giảm số lượng trẻ em thì số trường học cũng giảm .）

> **EX2** 結婚**にとももない**、引っ越すことになりました。
> （I am going to move due to getting married.／因为结婚要搬家了。／ Do kết hôn nên tôi chuyển nhà .）

🔍 Focus on the Structure

★ ＼これに 対し、／ [考古学者の 佐原真氏]は、＼弥生時代に 入ると……

出現すること、また 実際に……発掘されていることなどに 基づき、／

〈弥生時代とは、戦争が 始まった時代である 〉と 主張され、

内容の引用

～れる（尊敬）

＼近年は／それが ＼一般に／認められるようになっている。

〈　〉の部分

～ようになる（状態の変化）

CHECK

Q1 なぜ弥生時代に戦争があったと言えるのですか。

Q2 どうして弥生時代から、集団同士の戦争が起こるようになったのですか。

Lesson 35　AI裁判官（さいばんかん）

AI Judge ／ AI法官（智能法官）／ Thẩm phán AI (trí tuệ nhân tạo)

※タイトルはこの本の中で
つけたものです。

Grammar Target
◆～に関わる（かか）

　私は、昔から、最初に登場するスペシャリストは、AI 裁判官では？と想像している。過去の膨大な判例を一つの見落としもなく合理的に統合して、公平な判定をするのは、人工知能の最も得意とする作業の一つだからだ。

　法に関わる文章は、ある一定のスタイルで書かれている。使われるキーワードが法律で明確に定義されていて、それを逸脱しない*1。★そんな、規定通りの構造化文書は、人工知能が「喰う」（読み込んで、学習する）のに、何より適している。

　しかし、AI 裁判官に量刑*2 を宣告されて、人が納得できるわけがない。当然、AI 裁判官は単独では機能しない。人間の裁判官が、犯人や被害者の心に寄り添い、判例の時代と今との世相の違いを勘案し*3、社会への波及を案じつつ、情状酌量*4 も含めた総合的な判断をしなければならない。

　完璧に抜けのない AI 裁判官と、人間力の高い人間裁判官のペアの信頼性の高さはいかばかりだろう。

　そんなことを言っていたら、この夏（2016 年）、とうとうアメリカでは、法律事務所で、過去の判例を管理する人工知能が登場したという。

　（中略）

　さて、してみると、人間の裁判官の仕事は、今よりもずっと「人間性」にシフトすることになる。

　人に心を寄せ、社会を案じること自体が、主たる仕事になるからだ。たくさんの判例を覚えることよりも、認知心理学や脳科学を学ばなければならないのかも。人を愛し、人を育て、あるいは弱者を介護する生活者であることが、よりアドバンテージになるに違いない。そしてそれは、法曹*5 界に限らないだろう。

　AI の登場で、人の仕事が、より人間性に根ざしたものになるのだ。

（黒川伊保子『アンドロイドレディのキスは甘いのか』河出書房新社より）

＊1　逸脱（する）：本来意図していたところ、決められた範囲からはずれる。
＊2　量刑：犯罪者に与えられる法律で定めた罰。
＊3　勘案（する）：いろいろな事情を考え合わせること。
＊4　情状酌量：事情を考えに入れて、罰を軽くすること。
＊5　法曹：裁判官や弁護士、法学者など、法律に関係する仕事をする人。

Vocabulary

- □ スペシャリスト：専門家。
- □ 喰う：食べる。
- □ 世相：社会の状態。
- □ 波及：影響が広がること。
- □ 案じる：心配する。

- □ してみると：そのことから判断すると。
- □ シフトする：位置が移動する。制度ややり方などを変える。
- □ 主たる：主な。
- □ アドバンテージ：advantage ／优点／ lợi thế
- □ ～に根ざす：take hold in ～／扎根于／ ổn định, bám rễ

🔑 ～に関わる　relating to ～／与～相关／ Liên quan tới

E A phrase meaning "having to do with ~."

C 表示「与～有关系」。　**V** Thế hiện ý "có liên quan với ～ "

> **EX1** これは、命にかかわる大変重要なことです。
> （This is something extremely important relating to life.／这是有关性命的大事。 ／ Đây là việc vô cùng quan trong liên quan tới tính mạng）

> **EX2** 音楽にかかわる仕事をしたいと思っています。
> （I want to do a job relating to music.／想做跟音乐有关的工／ Tôi muốn làm công việc có liên quan tới âm nhạc）

🧩 いかばかりだろう　How much／一定很难／ Chắc khổ lắm

⇒ どれほどのものだろうか。

E An expression that means "something that must be tough." A somewhat stiff, old expression.

C 用「いか（←いかん）」＝「どんな、どのような」、「ばかり」＝「くらい、ほど」来表示「一定很艰难」的意思，语感比较强硬，是比较旧式的一种说法。

V Cấu trúc「いか（←いかん）」＝「どんな、どのような」、「ばかり」＝「くらい、ほど」, là cách nói bao hàm nghĩa "chắc là vất vả lắm", hơi cứng và là cách nói cũ.

🔍 Focus on the Structure

★ [〈そんな、〉〈規定通りの〉 構造化文書] は、　　**主題**

[人工知能が「喰う」の]に、　＼何より／ 適している。　　**名詞化**
　　　＝（という）こと　　＝最も、一番

CHECK

Q1 なぜ人工知能は裁判官に向いているのですか。

Q2 人間の裁判官は、今後どのようなことが重視されると言っていますか。

Lesson 36 知る権利と忘れられる権利

Right to know, and be forgotten ／知情权和被遗忘权
／Quyền được biết và quyền được quên

Grammar Target
- ～限りは
- ～てでも
- ～として～ない
- ～というものでもない

〈A〉

　近年、元交際相手がプライベートの写真をインターネットに流出させるなど、プライバシーが侵害される問題が起こっている。インターネットが普及した現在、個人情報が簡単に検索できるようになっている。一度ネット上に情報が流れると、誰かが消さない限りは、その情報はずっと残り続ける。自分の個人情報や写真などを勝手にネット上に流された場合、一刻も早く*、何としてでも削除したいと思うだろう。そのような場合に、掲載サイトの管理者に、自分の個人情報の削除を要求できる「忘れられる権利」と言うものがある。過去に事件の被害者になったり、犯罪者が更生してすでに社会復帰している場合でも、ネット上にその情報が残っていると、現在の生活に支障が出ることもある。そのような場合は、更生の目的で、過去の犯罪歴が削除の対象になることもある。現在、日本ではまだ法制度化されていないが、今後検討していく必要があるのではないだろうか。

〈B〉

　日本国憲法は、自由に情報を得ることができる、国民の「知る権利」と、自分の意見を自由に述べることができる「表現の自由」を認めている。★「忘れられる権利」が認められるということは、一方で、「知る権利」が制限されるおそれにもつながる。国や行政、あるいは悪質な企業が、「忘れられる権利」を悪用して、自分たちにとって都合の悪い情報を隠したり、犯罪者が前科を隠したりすることもできるようになる可能性も出てくる。また、一方的に情報を削除したり、検索結果を表示させないようにしたりすることは、その情報をネット上に載せた人の「表現の自由」を制限しているという見方もできる。誰一人として、プライバシーが侵害されることがあってはならないが、安易に「忘れられる権利」を認めればいいというものでもない。「忘れられる権利」の法制度化は、慎重に検討していくべきだと思う。

*一刻も早く：できるだけ早く。1分でも1秒でも早く。

Vocabulary

- □ 元：前の。
  もと　まえ
- □ プライベート：個人的な。
  こじんてき
- □ プライバシー：個人のこと。個人の生活や秘密。
  こじん　こじん　せいかつ　ひみつ
- □ 流出（する）：情報などが外部に出てしまうこと。
  りゅうしゅつ　じょうほう　がいぶ　で
- □ 侵害（する）：(to) violate ／侵害／ vi phạm, xâm phạm
  しんがい
- □ 検索（する）：調べて探し出す。
  けんさく　しら　さが　だ
- □ 削除（する）：(to) erase ／消除／ xóa
  さくじょ
- □ 被害者：victim ／被害者／ bị hại
  ひがいしゃ

- □ 更生（する）：(to be) reformed ／复原／ cải tạo
  こうせい
- □ 復帰（する）：元の場所、元の状態に戻ること。
  ふっき　もと　ばしょ　もと　じょうたい　もど
- □ 支障：obstruction ／妨碍／ trở ngại
  ししょう
- □ 検討（する）：それでいいかどうか、よく調べて考える。
  けんとう　しら　かんが
- □ 悪質（な）：malicious ／恶性／ nghiêm trọng, xấu
  あくしつ
- □ 前科：previous offenses ／前科／ có tiền án
  ぜんか
- □ 安易（な）：工夫や努力がなく、よく考えないで物事を
  あんい　くふう　どりょく　かんが　ものごと
  する様子・態度。
  ようす　たいど

🔑 ～限りは　as long as ～／只要～／chừng nào～ thì～
　　かぎ

E An expression that means "so long as certain conditions are met."

C 表示「只要满足了一定的条件」。　**V** Diễn đạt ý "nếu thỏa mãn điều kiện nhất định".

EX1 まじめに働き続ける限りは、クビになることはない。
　　　　はたら　つづ　　かぎ
(As long as you keep working hard, you won't get fired.／只要认真工作是不会被解雇的。／ Nếu liên tục làm việc chăm chỉ thì không có chuyện bị đuổi việc.)

EX2 都会に住む限りは、ある程度の騒音はしかたがない。
　　　　とかい　す　かぎ　　　　　てい ど　そうおん
(As long as you live in a city, you can't do anything about some amount of noise.／只要是生活在都市，有点儿噪音也是没办法的。 ／ Nếu sống ở thành phố thì phải chịu âm thanh ồn ào thôi.)

🔑 ～てでも　even if ～／即使～也／Dù có phải ～

E Indicates a strong will, as if to say "this will happen, even if extreme measures are taken."

C 表示「想尽办法也要」这样的坚强意志。　**V** Diễn đạt ý chí mạnh "dù có phải dùng biện pháp cực đoan cũng vẫn làm".

EX1 熱はあるけど、大事な仕事だから、今日は這ってでも会社に行かないといけない。
　　　　ねつ　　　　だいじ　しごと　　　　きょう　は　　　　　かいしゃ　い
(I have a fever, but this job is important, so I need go to go to work today, even if that means having to crawl there.／虽然发烧，但今天有非常重要的工作，就是爬也得去公司。／ Đang sốt nhưng có công việc quan trọng nên vẫn phải đến công ty dù có phải bò.)

EX2 電車に乗って、わざわざ行ってでも食べたいラーメンです。
　　　　でんしゃ　の　　　　　　　い　　　　た
(I want to eat that ramen, even if it means having to take a train just go to there.／那家拉面即使是特意坐电车去也要吃的。／ Đây là món myftooi muốn ăn cho dù có phải đi tàu xa.)

🔑 ～として～ない　not one is ～／无论～都（否定）／Không phải là ～

E A phrase of complete negation, stating that "that is not the case, no matter which is chosen."

C 表示「无论哪个都～」这样全部否定的意思。　**V** Diễn đạt ý phủ định hoàn toàn "không phải bất cứ cái nào".

EX1 彼の作品は、一つとして容易に理解できるものはない。
　　　　かれ　さくひん　　ひと　　　　よう い　り かい
(Not one of his works is easily understood.／他的作品没有一个能容易理解的。／ Tác phẩm của ông, không có một tác phẩm nào có thể hiểu được dễ dàng.)

EX2 私が仕事を辞めた本当の理由は、誰一人として知らない。
　　　　わたし　し ごと　や　　ほんとう　りゆう　　だれひとり　　　　　し
(Not one person knows the real reason I quit my job.／我辞掉工作的真正理由是没有一个认识的人。／ Lí do thực sự khiến tôi nghỉ việc không một ai biết .)

🔑 〜というものでもない　not necessarily 〜／不一定〜／Không hẳn là 〜

E Indicates that "one cannot necessarily declare that."

C 表示「不能一定就判断是那样」的意思。　**V** Diễn đạt ý "Không thể khẳng định chắc chắn như vậy".

EX1 安ければいいというものでもありません。もちろん、中身も見ます。
（Just because it's cheap does not necessarily mean it's good. I will of course look at its content.／便宜不一定都好，当然还要看东西的好坏。／ Rẻ không hẳn đã là tốt. Tất nhiên phải xem cả bên trong.）

EX2 薬を飲めば治るというものでもありません。いろいろな生活改善が必要です。
（Just because you take medicine does not necessarily mean you will get better. Many lifestyle improvements are needed.／吃药不一定就能治好，还要改善生活习惯。／ Không hẳn cứ uống thuốc là khỏi. Cần phải cải thiện cuộc sống về nhiều mặt.）

🔍 Focus on the Structure

主題（しゅだい）

★ 〈「忘れられる権利」が認められる〉という こと は、 ＼一方で、／

引用（いんよう）

〈「知る権利」が制限される〉 おそれ にも つながる。

（可能性）（かのうせい）　AはBにつながる

Q1　AとBの筆者は「忘れられる権利」の法制度化について、それぞれどういう立場ですか。

Q2　「忘れられる権利」はなぜ生まれましたか。

Lesson

37 金閣寺の歴史

The History of Kinkakuji ／金阁寺的历史
／ Lịch sử chùa Kinkaku (Chùa Vàng)

Grammar Target
◆〜てもさしつかえない

　日本人が日本で有名なお寺を尋ねられたら、金閣寺は、銀閣寺とともに必ず思い浮かべるものではないだろうか。金閣寺の魅力は、何と言っても、その見た目の美しさだ。他のお寺とは全く異なり、非常に華やかで、何の知識がなくても、ただ見たり写真を撮ったりするだけで十分楽しめる。しかし、少し知識があれば、さらに味わい深いものになるかもしれない。

　金閣寺は1397年、将軍*1の足利義満によって建てられた。京都の中心からやや北の位置に、義満の別荘として建てられ、「北山殿」と呼ばれていたが、「自分の死後は寺にしてほしい」という遺言の通り、死後は金閣寺（正式名は鹿苑寺）となった。

　足利義満は、10歳の頃に将軍となり、その才能は戦いだけでなく、貿易においても発揮された。★義満は、明（現在の中国）との貿易に成功し、日本で最も財力を持つ者と言ってもさしつかえないほどになった。それで、これだけ豪華な別荘を建てることができたというわけだ。

　金閣寺は、各階がそれぞれ異なる建て方で、1階は公家*2式、2階は武家*3式、3階は中国の寺院式になっている。そして、2階と3階には、内側と外側に金箔*4が張られている。実は、この建て方には、義満が自分の力を世に伝えるために考えられたものだという説がある。つまり、公家や貴族*5よりも武家が上で、それよりもさらに明と貿易をしている自分が一番上だということを表しているというのだ。また、その屋根の中心には、黄金に輝く鳳凰*6という伝説の鳥が飾られており、それも自身の権力を表すものだと言われている。

　しかし、当時、現在のお金で100億円を超えるともいわれる費用を使って建てられたにもかかわらず、雨や風の影響で傷んでしまったり、戦いのせいで焼失して*7しまったりと、義満の死後は不運なことが続いた。そのため、1649年と1906年にそれぞれ修理が行われている。そして、その約50年後、今度は放火によって全焼してしまう。この放火はかなり有名な出来事で、作家の三島由紀夫や水上勉がこの事件を題材*8にして小説を書いている。特に、三島由紀夫の『金閣寺』は彼の最高傑作といわれている。

　放火によって全焼してしまった金閣寺は、約3年の月日をかけてようやく元の姿を取り戻す。しかし、時代の流れとともに、再び古くなり、1987年に金箔の張り替えなどの大規模な修理が行われた。金箔はそれまでの10倍の量で、厚さは5倍のものを2重にして張ったということだ。この時にかかった費用は約7億4000万円といわれている。それによって完成したのが現在の金閣寺だ。

*1　将軍：武士の中で一番上の地位で、武士による政治支配の頂点に立つ。
*2　公家：天皇のそばで働く身分の高い人。
*3　武家：武士、武士の家で育った人。
*4　金箔：金を叩いて非常に薄く伸ばしたもの。
*5　貴族：社会的に身分の高い人。
*6　鳳凰：想像上の鳥。国を治める人が現れるときに見られるとされていた。
*7　焼失する：焼けたために失ってしまうこと。
*8　題材：作品の主なテーマの材料。

Vocabulary

□ 見た目：目に見える姿や様子。

□ 華やか（な）：美しくて人の目を引く様子。

□ 遺言：自分の死後に必要なことを言葉にして残すこと。

□ 発揮（する）：本来持っている能力や長所を十分出すこと。

□ 豪華（な）：opulent／豪华／thịnh soạn, hoành tráng

□ 名称：ものの名前。

□ 財力：経済力。財産があることから持つことができる力。

□ 権力：制度によって与えられる他人を支配する力。

□ 世：世の中、世界。

□ 黄金：金色。金が輝く色。

□ 伝説：legend／传说／truyền thuyết

□ 傷む：古くなって傷がつく。

□ 放火（する）：火事を起こそうと思って火をつけること。

□ 傑作：非常にすぐれた作品。

□ 全焼：火事で建物が全部燃えてしまうこと。

□ 一見の価値がある：少なくとも一度は見たほうがいい。一度は見ておく価値がある。

□ 大規模（な）：large-scale／大规模／quy mô lớn

～てもさしつかえない　you may ～／即使～也不／Có ～ cũng không quá/ cũng không sao

E A formal expression that states it is okay to make a certain decision.

C 是一种强调即使那么认为也无妨的意思。

V Là cách nói trang trọng, mang ý khẳng định cũng không quá.

EX1 熱が下がれば、お風呂に入っ**てもさしつかえない**ですよ。
ねつ さ ふ ろ はい
(If your fever goes down, you may take a bath.／烧退了的话，洗澡也没事的。／Hạ sốt thì vào tắm bồn cũng không sao.)

EX2 彼がいなければ、この作品は生まれなかったといっ**てもさしつかえない**。
かれ さくひん う
(You may say that this work never would have been created if not for him.／可以说如果没有他，这个作品就不会诞生。／Có thể nói nếu không có anh ấy thì sẽ không có tác phẩm này ra đời.)

🔍 Focus on the Structure

引用
いんよう

★ 義満は、＼[明との 貿易]に 成功し、／⟨＼日本で 最も／[財力を持つ]者⟩と

言っても さしつかえない ほどに なった。
　　　　　＝いい　　　　　＝くらい

CHECK

Q1 金閣寺はもともとは何のために建てられましたか。
きんかく じ　　　　　　　なん　　　　　た

Q2 義満は何のために金閣寺を一階ずつ異なる建て方で建てましたか。
よしみつ なん　　　　きんかくじ いっかい こと た かた た

Lesson 38 クラウド・ファンディング

Crowd Funding ／云基金／ Gây quỹ từ cộng đồng

　病院の広いロビーには、いすが並べられ、30名ほどの人たちがコントラバスとピアノの演奏を聴いていた。いすの間にはベッドが一台置かれ、一人の女性が横になっていた。この女性こそが、このロビーコンサートの主催者である。

　彼女がこのコンサートの主役であるコントラバス奏者を知ったのは、一年前のことである。小さなホールで行われたこの若者のコントラバスの演奏に感動した。そして、若者がコントラバスの演奏活動を多くの人に知ってもらうためにブルーレイ・ディスクを制作しようとしていること、ネットで送金して協力できるしくみのクラウド・ファンディング*でその費用を集めていることを知った。彼女は、彼の演奏活動を応援しようと、彼のクラウド・ファンディングに送金した。

　クラウド・ファンディングに送金して協力した人たちには、金額ごとにいろいろな形で彼からお礼を受けることができる。彼女は「ミニコンサートを主催できる権利が得られる」金額を送金した。★それを選んだのは、多くの友人や家族にも彼の演奏を聴かせてあげたいと思ったからにほかならない。彼女は音楽が大好きで、ビオラを弾くことを唯一の楽しみとしていたが、自分の趣味を楽しむだけでなく、すばらしい演奏家の活動をいつも応援していたのだ。その若者のクラウド・ファンディングは、彼女のような支援者の協力を得ながら何とかうまく行っているようで、彼女は「ミニコンサートを主催できる権利」を受け取った。

　しかし、半年後、彼女は病に倒れ入院した。彼女の友人たちは、彼女がミニコンサートを主催できるよう病院に相談し、ミニコンサートは病院のロビーで行われることになった。患者をはじめ看護師や彼女の友人たちは、素晴らしい演奏に深く感動した。演奏後、コントラバス奏者はベッドに近づき、彼女と握手した。彼女の顔には満足の微笑みが浮かんでいた。

　当日配られたプログラムには、コントラバス奏者から彼女へ、次のようなメッセージが書かれていた。

> Ａ さんへ
>
> クラウド　ファンディングで当時、見ず知らずの僕のことを応援して下さり、本当に感謝しております。このような出会いがあった事で、心から「ああ、やってよかったな」と思えております。音楽家に出来る事は、心を込めて演奏する事だけです。全て僕の想いが伝わりますよう、全力で表現したいと思います。

*クラウド・ファンディング：インターネットを通じて広く協力を呼びかけて資金を集めること。

Vocabulary

- ☐ 主催（する）：(to) stage ／举办／đơn vị tổ chức, chủ trì
- ☐ ホール：hall ／大厅／khán phòng
- ☐ 奏者：演奏者。
- ☐ 制作（する）：(to) produce ／制作／sản xuất
- ☐ 送金（する）：(to) remit money ／寄钱／gửi tiền
- ☐ しくみ：mechanism ／构造／cơ cấu
- ☐ 権利：right ／权利／quyền lợi
- ☐ 唯一：ただ一つ。ほかになく、それだけであること。
- ☐ 支援（する）：(to) support ／支援／hỗ trợ
- ☐ 笑み：笑顔

🔑 〜にほかならない
none other than 〜／除了〜，没有其他 / 只是／không gì khác chính là 〜

🇪 An expression used to emphasize the correct nature of a conclusion, stating that "It is this and nothing else."

🇨 表示「不是别的就是这个」，强调其结论的正确性。

🇻 Cách nói nhấn mạnh sự chính xác của kết luận "Không phải điều gì khác, chính là như thế" .

> **EX1** 目標が達成できたのは、周りの協力があったから**にほかならない**。
> (The reason we were able to meet our goal was none other than the cooperation of those around us.／能够实现这一目标，跟大家（周围人）的配合协助分不开。／Để đạt được mục tiêu thì không gì khác chính là sự giúp đỡ từ xung quanh）

> **EX2** コーチが彼に厳しく言うのも、期待の表れ**にほかならない**。
> (The coach's harsh words to us are none other than an expression of his expectations.／教练说他说得很严厉，只是对他充满期待的表现。／ Huấn luyện viên nghiêm khác với anh ấy cũng chính là thể hiện sự kì vọng thôi.)

🔍 Focus on the Structure

名詞化　　主題　　NのN

★ ［それを 選んだ（の）］は、{［［多くの友人や家族］にも
［彼の 演奏］を 聴かせてあげたい］（と）思った} からに ほかならない。
　　　　　　　〜てあげる　　　引用　　　まさに〜からだ

CHECK

Q1 「ミニコンサート」はどうして病院で行われましたか。

Q2 この「若者」は、どうして「彼女」に感謝をしているのですか。

Lesson 39 花
はな
Flowers ／花／ Hoa

　花というものは、人間社会のあり方や変化とは特に関係ないと考えている人が多いかもしれないが、山野*1 に自生する*2 草花の場合はさておき、それは違うようである。ひと昔前までは、たいていの日本の家には神棚*3 があり、仏壇*4 があった。神棚にはサカキ（榊）*5 の葉を供え、仏壇には季節の草花を供えて*6 いた。仏壇に供える花は、庭に咲いているものがあれば、それを切ってきて使うことが多かった。

　庭に余裕のある家では、一年中途切れることなく、次から次へといろいろな花が咲くようにしていた。特に菊*7 の花などは、仏壇に供える目的で植えられていたようである。ところが、最近の都会の住宅では、神棚も仏壇もないところが多くなったから、仏壇に供える花の必要もなくなったわけである。

　花は宗教的な意味合いを失い、生活の装飾あるいはうるおいになった。住宅が洋風であれば、当然、花も洋風のものが似合う。花屋の店先に並ぶ鉢植えの花は、ほとんどが洋風のもので、年配の人には覚えられないような、なじみのないカタカナの名前がついている。年配の婦人がカタカナの名前を見ても、すぐには読みかねて、「その真ん中の赤い花、ちょうだい」などと言って買っている。買いながら、頭の中の花の語彙がどんどん消え去っていくのを感じているかもしれない。洋風の現代の花は、住宅事情を反映してか、力強いものでなく、小さくて可憐な*8 ものが多く、なにか遠慮しているような、そんなふうにも感じられるのだ。

*1　山野：山や野原。
*2　自生する：植物が自然に生えて育つこと。
*3　神棚：神に祈りをするために家の中に設けた棚。
*4　仏壇：仏と先祖に祈りをするために、仏具（仏教の儀式などに使う道具）などを置くための箱型の台。
*5　サカキ：榊。昔から神の木とされ、枝や葉を信仰のさまざまな場面で用いた。
*6　供える：（神や仏に花や食べ物などを）差し上げる。
*7　菊：花のひとつ。主に秋に咲く。
*8　可憐（な）：姿や形がかわいくて、守ってあげたくなる気持ちにさせる。

Vocabulary

□ 途切れる：続いていたものが途中で切れる。
とぎ　　　　　つづ　　　　　　　　とちゅう　き

□ 装飾（する）：美しく飾ること。その飾り。
そうしょく　　　　うつく　　かざ　　　　　　　かざ

□ うるおい：moisture ／滋潤／ đẫm nước

□ 洋風：西洋的であること（⇔和風）。
ようふう　せいようてき　　　　　　　　　わふう

□ 店先：店の入り口あたり。
みせさき　みせ　い　ぐち

□ 鉢植え：potted plant ／盆栽／ trồng trong chậu
はちうえ

□ 年配：elderliness ／年长／ người già
ねんぱい

□ なじみ：慣れていてよく知っていること。
な

□ 語彙：vocabulary ／词汇／ từ vựng
ごい

□ 消え去る：消えてなくなる。
き　さ　　　き

🗝 ～はさておき　putting ～ aside／先不提～／ tạm gác ～

E A phrase that means "to put ～ to the side" or "to not make ～ a problem right now."

C 表示「把～放一边」「现在不作为问题」这样的意思。

V Diễn đạt ý "đặt ~ sang một bên" "bây giờ không nhắc đến vấn đề ~".

EX1 費用の問題はさておき、今一番行ってみたいところはどこですか。
ひよう　もんだい　　　　　　　　　いまいちばん い

（ Putting aside the problem of cost, where is the place you most want to go to right now?／费用问题先不说，您现在最想去的地方是哪儿呢？ ／ Tạm gác vấn đề chi phí lại, bây giờ nơi anh muốn đi nhất là đâu? ）

EX2 それはさておき、そろそろ新年会のお店を予約しないとね。
しんねんかい　　みせ　　よやく

（Putting that aside; we need to hurry up and reserve a store for our beginning-of-year party.／那个先不提，我得预约新年派对的酒店。／ Chuyện đó tính sau, bây giờ phải chuẩn bị đặt chỗ cho buổi tiệc đầu năm đã.）

CHECK

Q1 日本では昔、主にどんな目的で家に花を置いていましたか。
に ほん　　むかし　おも　　　　　　もくてき　いえ　はな　お

Q2 花が「宗教的な意味合い」を失った原因として、何が述べられていますか。
はな　しゅうきょうてき　いみあ　　　うしな　げんいん　　なん　の

Lesson 40 河童（かっぱ）

Kappa ／河童／ Kappa

　実際、また河童*1の恋愛は、我々人間の恋愛とはよほど趣を異にしています*2。★雌の河童は、これぞ*3という雄の河童を見つけるが早いか*4、雄の河童を捉えるのにいかなる手段も顧みません。一番正直な雌の河童は、遮二無二*5、雄の河童を追いかけるのです。現に僕は、狂ったように雄の河童を追いかけている雌の河童を見かけました。いや、そればかりではありません。若い雌の河童はもちろん、その河童の両親や兄弟までいっしょになって追いかけるのです。雄の河童こそみじめです。なにしろ、さんざん逃げまわった**あげく**、運よくつかまらずにすんだとしても、2、3か月は床について*6しまうのですから。僕はある時、僕の家でトック*7の詩集を読んでいました。すると、そこへ駆けこんで来たのはあのラップ*8という学生です。ラップは僕の家へ転げこむと、床の上へ倒れたなり、息も切れ切れにこう言うのです。

　「大変だ！とうとう僕は抱きつかれてしまった！」

　僕はとっさに詩集を投げ出し、戸口*9の錠*10をおろしてしまいました。しかし、鍵穴から覗いてみると、硫黄*11の粉末*12を顔に塗った、背の低い雌の河童が一匹、まだ戸口にうろついているのです。ラップは、その日から何週間か僕の床の上に寝ていました。のみならず、いつかラップのくちばしはすっかり腐って落ちてしまいました。

　もっとも、また時には、雌の河童を一生懸命に追いかける雄の河童もないではありません。しかし、それもほんとうのところは追いかけ**ないではいられない**ように雌の河童が仕向けるのです。

（芥川龍之介（あくたがわりゅうのすけ）『河童（かっぱ）』より）

*1　河童：日本で言い伝えられている、人間の形に似た生き物。頭の上に皿のようなものがあり、川を中心に暮らす。

*2　趣を異にする：様子や雰囲気などがほかとは少し違う。

*3　これぞ：これだ。

*4　見つけるが早いか：見つけるとすぐに。

*5　遮二無二：ほかのことを考えないで、そのことだけに力を注いで。

*6　床につく：病気になって寝る。

＊7　トック：詩を書く仕事をしている河童。
＊8　ラップ：学生の河童。
＊9　戸口：出入口。
＊10　錠：カギで開けたり閉めたりできるように戸などに取り付けたもの。
＊11　硫黄：温泉などにある黄色い化学物質。
＊12　粉末：粉。

Vocabulary

□ 恋愛：love／恋爱／Tình yêu, yêu đương

□ よほど：相当。ずいぶん。

□ 雌：動物の女性（female）。　⇔雄：動物の男性（male）

□ 捉える：逃げられないように捕まえる。

□ いかなる：どんな。

□ 顧みる：人のことに注意を向けたり、気を使ったりする。

□ 見かける：偶然、見る。

□ みじめ（な）：pathetic／很惨的／Khốn khổ

□ さんざん：at length／严重／ra rả

□ 駆けこむ：勢いよく走ってその場所に来る。

□ 転げこむ：勢いよく中に入ってくる。

□ 息も切れ切れに：息もできなくなりそうな状態で。

□ 抱きつく：cling to／拥抱／ôm chặt

□ とっさに：時間を置かず、その場ですぐに。

□ 投げ出す：投げるように物を置く。

□ うろつく：歩き回る、うろうろする。

□ もっとも：そうではあるが、ただし。

□ 仕向ける：他人がある行動をしたくなるように働きかける

🔑 〜あげく　in the end; finally after ~ing／〜的结果／〜mãi rối cùng/thì 〜

E An expression that means "the result after doing many things." It is often followed by a poor result.

C 有「试着做了很多的结果」的意思，后多是不好的结果。

V Có nghĩa "sau khi thử nhiều cách". Sau đó thường là kết quả không được tốt.

EX1 何を買うか悩んだあげく、結局、何も買わなかった。
(We worried about what to buy, but we didn't buy anything in the end.／犹豫不知道买什么好，结果什么也没买。／Băn khoăn mãi mua gì thì cuối cùng không mua gì cả.)

EX2 さんざん道に迷ったあげく、やっと到着した。
(We got incredibly lost, but we arrived in the end.／迷了很多路，最终到达了。／Lạc đường mãi rối cũng tới nơi.)

🔑 〜ないではいられない　can't stop from ~ing／不能不（忍不住）〜／Không kìm được 〜 (không 〜 không được)

E An expression of strong feelings or thoughts resulting in one being unable to stop from acting a certain way.

C 表示用于很强烈的心情或想法而导致的不能抑制某种行动。

V Cảm xúc và suy nghĩ mạng mẽ khiến không thể kiềm chế một hành vi lại.

EX1 その話を聞いて、泣かないではいられなかった。
(After hearing that story, I couldn't stop from crying.／听了那个话，忍不住哭了。／Nghe câu chuyện đó tôi không thể kìm được nước mắt.)

EX2 どうしても気になって、見ないではいられなかった。
(I was so curious that I couldn't stop from looking.／非常介意(担心)，忍不住看了。／Quá tò mò nên không thể không nhìn.)

🔍 Focus on the Structure

内容の引用

★ ［雌の河童］は、\〈これぞという［雄の河童］〉を 見つけるが 早いか、/
見つけるとすぐに

\［雄の河童］を 捉える のに/［いかなる 手段］も 顧みません。
＝ために　＝どんな　全面的な様子　＝（いいかどうか）気にしない

CHECK

Q1 河童の恋愛はどうやって行われますか。

Q2 ラップはどうして「僕」の家に駆けこんで来たのですか。

※ 本文は『芥川龍之介全集』（岩波書店）を底本とし、特に日本語学習の便を考慮し、一部の表記・表現について必要最小限の範囲で改めました。

153

ふくしゅう　§4 (Lesson 31-40)

I　次の❶〜❻の＿＿＿に合うものをa〜fの中からえらんで、文をつくりましょう。

❶　計画を整えたうえで、＿＿＿＿＿＿＿＿＿＿＿＿＿＿＿。

❷　その時代において、＿＿＿＿＿＿＿＿＿＿＿＿＿＿＿。

❸　父が元気でいてくれる限りは、＿＿＿＿＿＿＿＿＿＿＿。

❹　よほど気をつけてやらないと＿＿＿＿＿＿＿＿＿＿＿。

❺　いろいろ文句を言ったあげく、＿＿＿＿＿＿＿＿＿＿。

❻　この会が成功したのは、皆さんの　＿＿＿＿＿＿＿＿＿＿。

> a．協力があったからにほかなりません
> b．来年からの実施を目指しています
> c．事故になりますよ
> d．大工の仕事を続けてほしいと思っている
> e．女性が本を書くのは珍しいことだった
> f．何も買わずに店を出て行った

II　（　　）の中に入れることばをa〜dから選びましょう。

❶　学生（　　　　）限りは、勉強しなければならない。

　　a．でない　　　　b．である　　　　c．ではない　　　　d．だ

❷　あのレストランには2時間かけて（　　　　）行きたい。

　　a．でも　　　　b．から　　　　c．みて　　　　d．あげて

❸ 将来はテレビに（　　　　）仕事がしたい。
　　しょうらい　　　　　　　　　　　　　しごと

　　a．対する　　　　　　　b．関する　　　　　　　c．限る　　　　　　　d．先立つ
　　　　たい　　　　　　　　　　かん　　　　　　　　　かぎ　　　　　　　　さき だ

❹ 円高（　　　　　　）ともない、外国人観光客が減った。
　　えんだか　　　　　　　　　　　がいこくじんかんこうきゃく　　へ

　　a．に　　　　　　　　　b．と　　　　　　　　　c．が　　　　　　　　d．を

❺ 彼が留学するというのはうわさ（　　　　　）。
　　かれ　りゅうがく

　　a．の最中だ　　　　　　　　　　　　b．向きだ
　　　　さいちゅう　　　　　　　　　　　　む
　　c．するものではない　　　　　　　　d．に過ぎない
　　　　　　　　　　　　　　　　　　　　　　　す

Ⅲ　次の❶〜❺の______に合うものをa〜fの中から選んで、文をつくりましょう。
　　つぎ　　　　　　　あ　　　　　　　　　　なか　　えら　　　　ぶん

❶ ＿＿＿＿＿＿＿＿＿＿＿＿＿＿＿＿、並んででも食べたい。
　　　　　　　　　　　　　　　　　なら　　　　た

❷ ＿＿＿＿＿＿＿＿＿＿＿＿＿＿＿＿、体の色が変化する。
　　　　　　　　　　　　　　　　　からだ　いろ　へんか

❸ ＿＿＿＿＿＿＿＿＿＿＿＿＿＿＿＿、向けてつくられている。
　　　　　　　　　　　　　　　　　む

❹ ＿＿＿＿＿＿＿＿＿＿＿＿＿＿＿＿、３人の男性が争っている。
　　　　　　　　　　　　　　　　　にん　だんせい　あらそ

❺ ＿＿＿＿＿＿＿＿＿＿＿＿＿＿＿＿、作家としても人気がある。
　　　　　　　　　　　　　　　　　さっか　　　　にんき

❻ ＿＿＿＿＿＿＿＿＿＿＿＿＿＿＿＿、応援しないではいられなかった。
　　　　　　　　　　　　　　　　　おうえん

a．この雑誌は子育て中の女性に
　　ざっし　こそだ ちゅう じょせい
b．このドラマでは、一人の女性をめぐって
　　　　　　　　　ひとり　じょせい
c．ここのラーメンは本当においしいから
　　　　　　　　　　ほんとう
d．彼は歌手として活躍する一方で
　　かれ かしゅ　　かつやく　いっぽう
e．この動物は季節に応じて
　　　どうぶつ きせつ おう
f．一人で頑張る彼女を見ていると
　　ひとり がんば かのじょ み

モデル文章の訳
ぶんしょう　やく

Model Sentence Translations
模式文章的翻译
Phần dịch của đoạn văn mẫu

Lesson ㉛

E Last year, I visited Yakushima with four friends.

Yakushima is located about 60 kilometers south-southwest of Kagoshima prefecture, off the southern edge of Kyūshū. It rains so often, they say it gets '35 days of rain a month.' As a result, abundant nature spreads across the island, which is 90% comprised of forest. There, you can find plants and animals unique to Yakushima, such as yakusugi and yasushi-ka, and many people come from overseas just to see Joumonsugi, a tree said to be over 7000 years old. In 1993, the island was registered as a World Natural Heritage Site, and it remains a popular spot for people into mountain climbing and outdoor sports.

The ferry to Yakushima from Kagoshima took four hours. It only operated during summertime and was packed with travelers. After arriving, we immediately went trekking to a valley called shirotani unsuikyou. This area was the model for Miyasaki Hayao's animated movie Princess Mononoke. There were many large rocks covered in moss, and the whole area had a mystical look.

Walking in the mountains, a single yakushika appearing slowly from the forest. We tried approaching ever so stealthily. The deer quietly ate some grass. It was like a scene out of Princess Mononoke. When it didn't run even as we got close, I thought it must be pretty used to people. After a while, paying absolutely no attention to us, the deer silently returned to the depths of the forest. It was quite a beautiful sight.

The next day, we planned to head out at four in the morning for our long-awaited visit to joumonsugi. But, then I woke up a little past three with a massive headache. It seemed I had a fever. The trip to joumonsugi was a 22-kilometer round trip that required over 10 hours of walking. What to do…? My friend stopped me, saying, "There's no way you can go trekking in your condition," and I ended up staying behind alone at the inn. I've wanted to visit Yakushima and see joumonsugi since I was a kid. I was crushed.

In the end, I wasn't able to see joumonsugi, but getting to visit Yakushima and immerse myself in the nature there is an experience I will never forget.

C 去年，我和五个朋友去拜访了屋久岛。

屋久岛位于九州南端，在鹿儿岛县西南部 60 公里的地方。下雨天多，据说"一个月会下 35 天的雨"。因此，岛上覆盖着丰富的自然资源，90% 都是森林。岛上能看到被称为"屋久杉"和"屋久鹿"的屋久岛特有的植物和动物。并且，还能看到树龄 7000 年的"绳文杉"，有很多国外游客因此慕名而来。1993 年登录世界自然遗产，爱好登山和户外活动的人们非常喜欢这里。

从鹿儿岛市坐船 4 个小时到这里，因为是暑假，所以船内有很多游客。到了岛上，我们来到"白谷云水峡"，准备绕山游览。这里是宫崎骏的动画电影《幽灵公主》里面的森林原型。满地都是布满苔藓的大型岩石，一片神秘的景色。

走了一会儿山路，一只屋久鹿慢悠悠地出现在森林里。我们悄悄接近它，它根本无视我们的存在，在那儿悠闲地吃着草。这宛如《幽灵公主》的一个场景。你靠近它，它也不会逃掉，好像已经完全习惯了人类。过了一会儿，对我们毫不感兴趣的屋久鹿又回到了宁静的森林深处。这是多么美妙的风景啊！

第二天早上 4 点出发，本来计划是去看一直念念不忘的"绳文杉"。但是，我凌晨三点因为剧烈头疼和发烧而睡不着。而要参观"绳文杉"，必须花 10 小时以上，步行往返 22 公里的距离。这可如何是好……。于是，朋友劝我说，"这种状态没法巡山游览"，只留下我一人在旅店。小时候就一直想着什么时候去趟屋久岛，去看"绳文杉"，没能实现，真是遗憾万分。

到最后也没能看到"绳文杉"。不过，来到屋久岛，与大自然亲密接触，对我来说也是难忘的体验。

V Năm ngoái, tôi và nhóm bạn, tổng cộng 5 người đến thăm đảo Yakushima.

Đảo Yakushimi nằm ở cực nam Kyushu, cách phía nam tây nam của tỉnh Kagoshima 60km. Ở đây rất nhiều mưa, người ta bảo rằng "trong một tháng sẽ có 35 ngày mưa". Vì vậy, thiên nhiên trù phú trải rộng khắp nơi, 90% diện tích đảo là rừng. Đến đây, bạn có thể nhìn thấy động vật và thực vật của riêng đảo Yakushima như "cây liễu sam Yaku" hay "nai Yaku", trong đó có rất nhiều người nước ngoài tới để xem "cây liễu sam Jumon" có tuổi thọ 7000 năm. Năm 1993, Yakushima được công nhận là di sản thế giới, trở thành hòn đảo thu hút nhiều người tới leo núi và chơi các môn thể thao ngoài trời.

Từ thành phố Kagoshima đi phà 4 tiếng là tới Yakushima. Vì đang mùa nghỉ hè nên phà chật kín khách du lịch. Vừa tới đảo, chúng tôi lập tức đi bộ thám hiểm thung lũng "Shiratani Unsuikyo". Đây là nguồn cảm hứng cho cánh rừng trong bộ phim hoạt hình "Mononoke Hime" của đạo diễn Miyazaki Hayao. Cảnh vật rất huyền bí với nhiều tảng đá lớn phủ rong rêu.

Khi chúng tôi đang đi trong núi thì một con nai Yaku lững thững xuất hiện trong rừng. Chúng tôi nhẹ nhàng lại gần con nai. Con nai đang lặng lẽ ăn cỏ. Hệt như một cảnh trong bộ phim "Mononoke Hime". Mặc dù chúng tôi lại gần nhưng con nai không chạy, chứng tỏ chắc khá quen với người. Lát sau, con nai lặng lẽ quay trở vào rừng như thế chẳng quan tâm gì tới chúng tôi. Đúng là một khung cảnh tuyệt đẹp.

Hôm sau, chúng tôi xuất phát lúc 4 giờ sáng, dự định sẽ đi xem "cây liễu sam Jumon" hằng mong đợi. Tuy nhiên, hơn 3 giờ đêm tôi tỉnh dậy và đau đầu dữ dội. Hình như còn bị sốt nữa. Đi xem "cây liễu sam Jumon" phải đi bộ hơn 10 tiếng, 22km cả đi và về. Làm sao đây…Thấy vậy, bạn tôi liền can là "sức khỏe thế này thì sao đi bộ thám hiểm được" nên mình tôi ở lại nhà trọ. Thật đáng tiếc vì từ nhỏ tôi đã muốn đến đảo Yakushima và được nhìn thấy "cây liễu sam Jumon".

Rút cuộc, tuy không được nhìn "cây liễu sam Jumon" nhưng được thăm đảo Yakushima và tiếp xúc với thiên nhiên ở đó là một trải nghiệm không thể nào quên đối với tôi.

Lesson ㉜

E There are many who hesitate to head for university due to economic circumstances of the family, though having the desire to study. Is there a way to support many young people?

Headquarter of Educational Reform of the Liberal Democratic Party (LDP) compiled the original plan for the government to provide universities fees.

Each individual pays back to the government in the form of income tax after being employed. If there is no income, there is no need of paying it back, so this method is called the "Paying back after Career Progress" Scholarship.

Tuition fee weighs heavily on family budget, when a child enters university. For this reason, one out of every two students going to university utilizes scholarship system. Benefit scholarship that does not need reimbursement, has1 been introduced since last year to support further education opportunities for children in low-income families.

Comparing the "Paying back after Career Progress" and the Benefit Scholarship, the first has advantages of its easiness of expanding the supporting target. However, there exists many issues when actually introducing the system. The first issues is the procurement of financial resources. According to the draft, LDP plans to allot funds of the fiscal loan, which is believed to amount upto 980 billion yen per year, but the problem of it is that who will be covering for it when it cannot be reimbursed, since there is no security. Another challenge is the coexistence with the conventional scholarship.

There is also a concern of falling into easy remedy for universities that are unable to meet their quota. Reviewing of tuition fee, and enhance support should be done together with the University Education Reform. If people who are motivated are able to go on to higher education, this will eventually lead to strengthening of the foundation of society. We should accelerate the debate on creating these environment with the draft of LDP as a start.

C 有志愿想上大学，但因为家庭的经济原因而犹豫不决的情况很多。人们对广泛支持年轻人的援助政策都是如何看待的呢？
国家支付大学等课时费的制度草案由自民党的教育再生实施本部进行了起草。
大学生本人在就业后，按照收入程度进行返还。因为如果没有收入，就不用返还，所以被称为奖学金的"就职后返还奖学金"制度。
孩子们上大学的时候，学费给家庭造成了沉重的负担。因此，进入大学的学生两人中就有一人在利用此奖学金制度。关于对低收入家庭的升学援助，去年导入了不需要返还的无偿支付型奖学金制度。
"就职后返还奖学金"制度与无偿支付型相比，可以说其优点是扩大了援助对象。但是，实际制度的导入还有很多难关。首先是，财政资源的调配。自民党的草案是分配财政融资的资金，预算是一年需要 9800 亿日元。在没有担保人的情况下，如果不能返还，由谁来如何承担这个责任，以及与之前的奖学金是否能够并存等等，都需要讨论的问题。
人们担心对于没有招满学生的大学来说，这是否会成为敷衍了事的救济制度。对学费的重新评估、扩大援助都需要与大学教育进行一体化的改革。让有上进心的人才升入大学，这最终也与社会基础的强化息息相关。以自民党的草案为契机，应该加速对整顿环境的探讨。

V Có rất nhiều trường hợp muốn học lên đại học nhưng còn ngần ngại vì điều kiện kinh tế gia đình. Chúng ta nên nghĩ thế nào về giải pháp hỗ trợ được giới trẻ trên diện rộng?

Ban Thực hiện tái sinh giáo dục của Đảng Dân chủ tự do đã tổng hợp dự thảo về chế độ cho vay học phí đại học của nhà nước. Sau khi đối tượng được vay học phí đi làm sẽ trả lại nhà nước tương ứng theo thu nhập. Do đối tượng được vay có thể không trả nếu không có thu nhập nên đây được gọi là phương thức hỗ trợ học bổng dạng "Cho nợ đến khi thành đạt"

Khi con cái vào đại học, gánh nặng học phí đè nặng lên kinh tế các gia đình. Vì thế cứ hai người vào đại học sẽ có một người sử dụng chế độ vay học bổng. Về việc hỗ trợ con cái các gia đình có thu nhập thấp học lên, kể từ năm ngoái dạng học bổng dạng cấp không cần hoàn trả đã được đưa vào.

Dạng "Cho nợ đến khi thành công" so với dạng cấp hoàn toàn có ưu điểm dễ mở rộng đối tượng hỗ trợ. Tuy nhiên, khi áp dụng chế độ này vào thực tế cũng có nhiều vấn đề. Trước hết là điều động nguồn vốn. Phương án của Đảng Dân chủ tự do là lấy nguồn vốn từ vốn vay tài chính của nhà nước tuy nhiên mỗi năm cần 980 tỉ yên. Do không có người bảo lãnh nên trong trường hợp không thể hoàn trả thì ai sẽ chịu đền bù tổn thất? Việc có nên để hình thức này tồn tại song song với chế độ cho vay học bổng vốn có hay không cũng là vấn đề cần suy nghĩ.

Cũng có lo ngại rằng đây sẽ trở thành giải pháp cứu thế dễ dãi cho các trường đại học không tuyển sinh đủ số lượng dự kiến. Việc cải thiện chất lượng hỗ trợ như xem xét lại học phí v.v…cần tiến hành nhất quán với cải cách giáo dục đại học. Việc những nhân lực có nguyện vọng có thể học tiếp cuối cùng cùng sẽ giúp làm vững mạnh hơn nền tảng của xã hội. Nhân đề xuất của đảng Dân chủ tự do, cần đẩy mạnh thảo luận hơn nữa để cải thiện môi trường hỗ trợ.

Lesson ㉝

E Ministry of Health, Labor and Welfare has determined to provide subsidies to corporate enterprises that have introduced a system, whereby employees can acquire long-term leave in order to acquire skills or learn languages. This is being proposed for implementation from fiscal year 2019, after filling in details such as the shortest leave period. This is to create a society, which would allow workers to continue working regardless of age, and to encourage workers to acquire appropriate skills as time changes.

A long-term education and training leave course is to be newly established to the subsidy system to promote the worker's skill development. After clearly stating the leave policy in employment policy, subsidy will be provided to corporate enterprises, whose employees obtain the leave. Maximum of several million yen is expected to be provided per company. The shortest leave period is most likely to be 3 to 6 months, and the increase of the amount for longer terms is still being considered. Insurance fee from the employment insurance will be its financial resource. There already exists a short-term paid leave system for self-learning purposes, with the general rule of 300,000-yen subsidiary for companies whose employees utilizes the system, though training and traveling by the administrative order

is not eligible. There are some countries - mainly in Europe, which specifies in the law "Education and training leave" for workers to leave their workplace for a certain period. However, in Japan, this is not mandatory, and in the survey conducted by the Ministry of Health, Labor and Welfare, the percentage of enterprises introduced is only 9.3%.
The Ministry of Economy, Trade and Industry experts prepared a report focusing on the 100-year life span era and are calling out to enterprises to introduce a long-term leave called "Sabbatical leave", where a person in the working world could be re-educated through going to graduate schools, vocational school, or overseas volunteers.
The challenges are to create a workplace environment that makes it easy to utilize the system. In Japan, the acquisition rate of paid leave is also 50% lower than that of Europe. Many employees feel guilty for taking a day off. In addition to having the enterprise introduce the system, the country also needs to expand the understanding of re-education leave.

C 厚生劳动省对导入为员工提供再次掌握技能、重新学习语言的长期休假制度的企业提供了支持经费。在继续坚持最短休假时间详细情况的基础上，目标是 2019 年度实施。希望能构建一个与年龄无关、能一直持续工作的社会体系，支援员工掌握与时俱进的能力。
为了促进员工能力开发的补助金制度中，新设了长期教育训练的休假课程。在明确规定就业规则等休假制度之后，向对员工实际取得休假的企业为对象提供支持补助金。支付金额的预算大概是一个企业最多数百万日元。补助对象的最短休假时间最好是 3 到 6 个月，也在探讨时间越长金额越多的制度。在财政来源上使用雇佣保险的保险金。设置以自我钻研为目的的短期带薪休假制，原则上向公司职员已经在利用此制度的企业支付 30 万日元的制度已经存在。但是公司指派的接受训练或旅行除外。为了接受教育，以欧洲为中心，也有制定半脱产的"教育训练休假"的国家。而在日本并没有将此项制度义务化，据厚生省的调查，导入的企业仅占 9.3%。
经济产业省的有识之士研究会面向人生 100 年时代制作了报告书。呼吁企业导入对员工在大学院、专门学校和海外志愿行动中进行再学习的"无条件长期休假"。
课题是创造发挥制度优势的职场环境。日本的带薪休假的普及率是 50%，与欧洲相比非常低。请假让很多公司职员有罪恶感。国家不仅仅让企业导入制度，为了再学习，还应加强人们对休假理解的宣传。

V Bộ Y tế và lao động sẽ cung cấp ngân sách hỗ trợ cho các doanh nghiệp áp dụng chế độ nhân viên có thể lấy nghỉ dài để học tập về kĩ thuật hay ngôn ngữ. Sau khi đưa ra chi tiết về thời gian nghỉ ngắn nhất, Bộ dự định sẽ thực hiện từ năm tài khóa 2019. Hướng tới tạo nên một xã hội có thể làm việc liên tục không kể tuổi tác, thúc đẩy việc trau dồi năng lực hợp với thời đại của người lao động.
Trong chế hộ hỗ trợ ngân sách để thúc đẩy phát triển năng lực người lao động có xây dựng chương trình nghỉ để giáo dục và đào tạo dài kì. Nếu ghi rõ quy tắc về nghỉ phép như quy định làm việc thì những doanh nghiệp có nhân viên xin nghỉ trên thực tế sẽ được chi trả tiền hỗ trợ. Dự kiến số tiền chi cho 1 doanh nghiệp nhiều nhất khoảng vài triệu yên. Thời gian nghỉ ngắn nhất có hiệu lực trong 3 ~ 6 tháng, và chính phủ cũng đang cân nhắc tăng ngân sách trợ cấp nếu thời gian nghỉ phép kéo dài. Ngân sách cho chế độ này là sử dụng tiền bảo hiểm lao động. Thực tế đã có chế độ chi 300 nghìn yên cho doanh nghiệp có chế độ nghỉ có lương ngắn hạn vì mục đích tự học tập nghiên cứu và đã có nhân viên sử dụng chế độ này. Trường hợp phải học tập do có lệnh về nghiệp vụ hay du lịch không nằm trong chế độ này. Việc rời nơi làm việc trong một thời gian nhất định để học tập "Nghỉ phép để giáo dục đào tạo" này đã được quy định trong pháp luật tại vài nước Châu Âu. Tại Nhật Bản vẫn chưa đưa thành nghĩa vụ, theo điều tra của Bộ Y tế và lao động thì mới chỉ có 9.3% doanh nghiệp thực hiện chế độ này.
Hội nghiên cứu trí thức của Bộ Kinh tế công nghiệp đã lập bản báo cáo hướng tới thời đại con người có thể sống 100 tuổi. Và đang kêu gọi các doanh nghiệp áp dụng chế độ nghỉ dài có tên gọi "Nghỉ phép để học tập" như học tại cao học, trường chuyên môn hay làm tình nguyện ở nước ngoài.
Vấn đề hiện tại là tạo ra môi trường làm việc để có thể thuận thiện sử dụng chế độ này. Tỉ lệ lấy ngày nghỉ có lương ở Nhật Bản là 50%, thấp hơn so với Châu Âu. Nhiều nhân viên cảm thấy có lỗi khi xin nghỉ làm. Chính phủ cho rằng không chỉ đưa chế độ này vào các doanh nghiệp mà còn cần phải nâng cao nhận thức về việc nghỉ phép để học tập.

Lesson 34

E The Yayoi period is widely imagined to have been populated by a peaceful society of farmers due in large part to evidence found in the excavation of Toro ruins in Shizuoka prefecture after the closing of the second World War. To counter this, archaeologist Sahara Makoto points to the appearance of heavy arrowheads capable of injuring and killing humans around the Yayoi period compared to the smaller arrowheads used for hunting up until that point. Further, excavated human bones showing evidence of death by arrowheads and iron swords support his claim that the Yayoi period marked the beginning of war, a belief that in recent years has become the norm.
In Yoshinogari ruins in Saga prefecture, we can observe a surrounding moat and a watchtower. Such villages dating to this period that are set up to protect against outside attack can be found across the country. There are also many villages based on high mountains or hillsides—it's difficult to think of any purpose for this other than to gain military advantage. The Jōmon period is another era in which some posit there was no war between humans, save for small, infrequent skirmishes perhaps in retaliation for a murder committed. However, entering the Yayoi period, we see true war between large groups of people.
In actuality, this is a phenomenon that happened the world over with the advent of agricultural production. Once production ability rises enough to create stored wealth, fights will break out over it.

C 弥生时代留给一般人们的印象，是在第二次世界上大战后，静冈县发掘的登吕遗迹，它呈现的是和平景象的农业社会。对此，考古学家佐原真先生认为，进入弥生时代，这之前狩猎用只有小型轻巧的箭头，而能够攻击人，有杀伤力的重箭头出现后，而且据调查，通过发掘到实际上被这种箭头和铁剑伤害致死的人骨，证明了弥生时代是战争开始的时代，近年来普遍被人们认知。
从佐贺县的吉野里遗迹中可以看出，人们设计了被护城河所包围着的，能远望周围的筑台，那个时代在各地都建造了很多能够防备外部攻击的村落。此外，在农业发展不便的高山和山腰也建造了很多村落，这些都是为了军事上的需要而考虑的。绳文时代，虽然可以说人与人之间的战争没有了，但是专家推测还是有一些因为小规模、偶然发生的杀人事件的报复行为，而到了弥生时代，就产生了真正的集团与集团之间的战争。这是为什么呢？

实际上，在世界各地，随着农业生产的开始所发生的现象，总之，伴随着生产力的发展，财富累积之后，围绕财富的争斗也开始了。

Ⓥ Nói về thời đại Yayoi, do di tích làng mạc lúa nước Toro của tỉnh Shizuoka được đào thấy từ sau đại chiến thế giới thứ 2 và những thứ tương tự nên nhiều người có ấn tượng rằng đó là một xã hội nông nghiệp hòa bình. Trái với điều đó, nhà khảo cổ học Sahara Makoto đã căn cứ vào việc đến thời Yayoi, ngọn giáo nặng có khả năng tấn công người và gây sát thương đã ra đời thay cho ngọn giáo nhẹ và nhỏ chuyên dùng cho đi săn, đồng thời từ những bộ hài cốt được cho rằng bị chết bởi loại giáo như vậy và các loại kiếm sắt đã khai quật được, đã cho rằng thời Yayoi là thời đại bắt đầu chiến tranh, những năm gần đây quan điểm đó đã trở nên phổ cập.

Việc các làng mạc được rào kín xung quanh, có đài quan sát khắp xung quanh từ xa, sẵn sàng để đối phó với tấn công từ bên ngoài như di tích Yoshinogari ở tỉnh Saga được xây dựng rất nhiều vào thời đại này và việc có rất nhiều làng mạc được xây dựng ở sườn núi và trên núi cao không thuận lợi cho nông nghiệp đều cho thấy kết luận con người thời đại này cần chuẩn bị cho quân sự. Ngay ở thời Jomon cũng khó có thể nói rằng không có chiến tranh giữa người với người nhưng thường chỉ là các vụ quy mô nhỏ và mang tính ngẫu nhiên như để báo thù cho việc giết người v.v…, trái lại sang đến thời Yayoi, chiến tranh thật sự giữa đoàn thể này với đoàn thể khác đã nổ ra. Vậy nguyên nhân là do đâu?

Đó thật ra là hiện tượng phát sinh cùng với việc bắt đầu sản xuất nông nghiệp tại các vùng đất trên thế giới, có nghĩa là, khi con người tích lũy được phú quy do nâng cao được năng lực sản xuất thì cũng là lúc chiến tranh nổ ra xoay quanh những của cải tích lũy được đó.

Lesson ㉟

Ⓔ Long ago, I wondered what if the first specialist to appear were an AI judge? Able to logically combine every single case in the vast history of legal precedent, an artificial intelligence would be perfect for the job of handing down fair and impartial judgement.

Legal writing is always written in a set style. The specific terms used are clarified by legal definitions with no exceptions. Such by-the-book, structured writing is perfect for consumption (that is, reading and learning) by an artificial intelligence.

However, people would never accept being sentenced by an AI judge. Of course, an AI judge could not function independently. A human judge may feel empathy for the victim or accused, and must take into account various extenuating circumstances, such as changes since the era when precedent was set, and the implications for society as a whole. Perhaps the pairing of the all-knowing perfection of an AI judge with the humanity of a human judge could engender a great amount of trust.

Speaking of which, this summer (2016), it's said an artificial intelligence to manage legal precedent finally appeared in an American court.

(…)

Well, if that's so, the work of human judges will shift much more towards their 'humanity.' Their main job will be to empathize with others and guide society. Rather than memorizing large amounts of legal judgements, they may be better off learning cognitive psychology and neuroscience. It is clear the advantage is being a person who loves people, helps others to learn and grow, and protects the weak. And this isn't limited to just to the world of law.

With the appearance of AI, the work of humans will be ever more grounded in their humanity.

Ⓒ 我在相像过去最先出现的专家应该是智能法官吧？对过去庞大的案例没有一点遗漏，进行合理地判断，公正地裁决，这是人工智能最擅长的工作之一。

关于法律的文章，都是按照一定的格式书写的。使用的关键词在法律上也有着明确的定义，不可能脱离法律。这些根据规定所写的结构化文件，人工智能比任何人都更能"吃透"（阅读、学习）。

但是，智能法官宣布量刑的时候，人们很难接受。当然，智能法官是不能单独发挥其机能。比如像人类法官一样接近、感受罪犯和被害人的心理，综合考虑发生案件的时代与现代社会的不同状况，对社会造成的各种影响、以及酌情量刑等，它必须对这一切做出综合性的判断。

人们对完美得没有瑕疵的智能法官与人性化极高的人类法官之间的组合到底有多信任呢？

说来，这个夏天（2016 年），在美国的法律事务所，管理过去案例的人工智能终于登场了。

（中略）

那么，这样看来，人类法官的工作，比起现在更倾向于"人性化"。贴近人们的心理，思考社会本身就是主要的工作。在记住各种案例时，更要学习认知心理学和大脑科学。成为爱人、育人、照顾弱者，能生活的智能机器人，才会对社会有利，这不仅仅限于法律的世界。

智能机器人的出现，让人类的工作更加根植于人性化中。

Ⓥ Từ xưa tôi đã tưởng tượng chuyên gia xuất hiện đầu tiên sẽ là thẩm phán AI. Bởi công việc trí tuệ nhân tạo giỏi nhất chính là thống nhất hợp lý, phán quyết công bằng mà không bỏ sót một vụ án lớn nào trong quá khứ.

Văn bản liên quan đến luật được viết theo phong cách nhất định. Từ khóa sử dụng được định nghĩa rõ ràng bằng luật, không thể chệch được. Không có gì phù hợp để trí tuệ nhân tạo "dung nạp" (đọc và học) hơn một văn bản được cơ cấu hóa theo qui định như thế.

Tuy nhiên, khi bị thẩm phán tuyên án, không phải con người hoàn toàn đồng ý. Đương nhiên, thẩm phán AI không hoạt động đơn lẻ. Thẩm phán thật sẽ phải theo sát tâm lý của thủ phạm và nạn nhân, cân nhắc sự khác nhau về điều kiện xã hội giữa thời của vụ án và bây giờ, xem xét ảnh hưởng tới xã hội và đưa ra phát quyết chung bao gồm cả tình tiết giảm nhẹ.

Thẩm phán AI và thẩm phán thật có nhiều tính người mà kết hợp với nhau thì không biết sự tin cậy sẽ cao tới nhường nào.

Bàn về chuyện này thì mùa hè năm nay (năm 2016), cuối cùng một văn phòng luật ở Mỹ đã xuất hiện trí tuệ nhân tạo chuyên quản lý các vụ án trong quá khứ.
(Lược)
Vậy thì công việc của thẩm phán thật sẽ chuyển sang "tính người" hơn bây giờ rất nhiều. Vì việc yêu thương con người, lo lắng cho xã hội sẽ trở thành công việc chính. Có lẽ họ sẽ phải học về tâm lý nhận thức và thần kinh học hơn là nhớ thật nhiều vụ án. Việc là một cư dân yêu con người, nuôi dạy con người hoặc chăm sóc người yếu chắc chắn sẽ lợi thế hơn. Và việc này có lẽ sẽ không chỉ giới hạn trong thế giới luật.
Với sự xuất hiện của AI, công việc của con người sẽ là thứ gắn liền với tính người hơn.

Lesson 36

E A

In recent years, there is a problem of privacy being infringed, such as by a former partner uploading private photos online. Due to the expansion of the Internet, personal information can be easily accessed. Once information is unleashed online, the information remains forever unless someone removes it. If your personal information or photos are uploaded online without your consent, you will want to remove it somehow or other as soon as possible. In such a case, there is a certain right called "rights to be forgotten", that allows an individual to request the site owner to delete them. If in past a person had become a victim of a certain case, or a person who had committed a crime reintegrates into society after completing a sentence, the remaining information may become a big hindrance for them. In such a case, past criminal records may be subject to deletion for the purpose of rehabilitation. In Japan, this right has not been legalized yet, but it definitely needs to be put in consideration hereafter.

B

The Japanese Constitution recognizes "The right to know" that is to acquire information freely, and "Freedom of Expression", which allows individual to freely express his or her opinion. If the "Right to be forgotten" is recognized, it could also lead to the possibility that the "Right to know" may be somehow restricted. There is also the possibility that a country, administration, or a malicious enterprise could exploit "Right to be forgotten", to hide inconvenient information for themselves, and criminals could hide their previous offenses. It can also be said that deleting information in a unilateral way, or non-displaying search results is restricting "Freedom of Expression". No one's privacy should be infringed. However, this does not mean that "Rights to be forgotten" should be accepted without careful consideration. The legalization of "Rights to be forgotten", should be carefully considered before being enacted.

C A

近年来，前任男女朋友将对方的个人照片泄漏于互联网，引起许多侵害个人隐私的问题。网络普及的现代，可以简单的查询到个人信息。信息一旦泄漏于互联网，若没有清除就会一直存在。若自己的个人信息或照片等被随意传到网络上，一定希望想方设法尽快删除吧。遇到这种情况，有种被遗忘权，可以要求网站管理者删除。无论过去是事件的被害者，还是犯了罪后结束刑罚返回社会的人，相关信息的残留都将会成为其巨大的障碍。在这种情况下，为了重新生活，人们也会将过去的犯罪经历删除。日本还未将其法制化，但是今后有必要进行探讨。

B

日本宪法赋予可以自由获取信息的"知情权"，以及可以自由阐述个人意见的"自由言论权"。"被遗忘权"的被认可，在一方面，恐怕会使得知情权被限制。国家，行政以及不良企业，滥用"被遗忘权"来隐藏对自己不利的不良信息，或者犯罪分子用此隐藏自己的前科等等。而且，单方面的删除信息，或者不让搜索结果显示等，也被认为是限制了"自由言论权"。虽然谁也不能被侵害隐私，但是也不可以简单的认可"被遗忘权"。我们应该谨慎探讨"被遗忘权"的法制化。

V A

Những năm gần đây đang xảy ra các vấn đề về xâm phạm sự riêng tư như việc hình ảnh cá nhân bị người yêu cũ đưa lên mạng internet. Trong bối cảnh internet đã phổ biến như hiện tại, những thông tin cá nhân đang trở nên có thể tìm kiếm một cách dễ dàng. Một khi đã được đưa lên mạng internet, thông tin đó vẫn sẽ tiếp tục tồn tại nếu không có ai đó xóa đi. Trong trường hợp thông tin cá nhân hay hình ảnh của bạn được đăng tải trên internet, chắc hẳn bạn sẽ muốn tìm mọi cách xóa chúng đi càng sớm càng tốt. Trong những trường hợp đó, bạn sẽ có "quyền được quên" giúp bạn có thể yêu cầu người quản lý trang web xóa chúng đi. Ngay cả với trường hợp những người đã trở thành nạn nhân của những vụ án trong quá khứ, hay những người phạm tội đã kết thúc hình phạt và trở về với xã hội, khi thông tin vẫn còn được tồn tại thì sẽ trở nên rắc rối lớn cho họ. Trong những trường hợp đó, với mục đích cho họ được tái sinh, cũng có trường hợp trở thành đối tượng được xóa bỏ tiền án tiền sự. Ở Nhật Bản điều này vẫn chưa được đưa vào hệ thống pháp lý, nhưng tôi cho rằng việc xem xét vấn đề này trong tương lai là điều rất cần thiết.

B

Hiến pháp Nhật Bản công nhận "Quyền được biết", quyền có thể được nắm thông tin một cách tự do và "Tự do ngôn luận" cho phép việc nêu lên ý kiến của bản thân một cách tự do. Việc công nhận "Quyền được quên", mặt khác, cũng dẫn đến mối lo ngại về việc nó sẽ khắc chế "Quyền được biết". Cũng sẽ xuất hiện khả năng quốc gia hay hành pháp hoặc những doanh nghiệp đen tối lợi dụng "Quyền được quên" này theo hướng xấu, họ sẽ có thể xóa đi những thông tin xấu gây bất lợi cho họ, cũng như tội phạm có thể che giấu lý lịch tư pháp của mình. Bên cạnh đó, việc xóa bỏ thông tin một chiều, hay việc làm cho các kết quả tìm kiếm không được hiển thị cũng có thể nhìn nhận là đang hạn chế "Quyền tự do ngôn luận". Mặc dù không thể xâm phạm riêng tư của một cá nhân nào đó, nhưng cũng không phải cứ dễ dàng công nhận "Quyền được quên" là được. Tôi cho rằng việc đưa "Quyền được quên" vào hệ thống pháp lý cần phải được xem xét một cách hết sức thận trọng.

Lesson ㊲

E If you ask a Japanese person to name a famous Japanese temple, they will probably be sure to think of Kinkaku-ji, along with Ginkaku-ji. Kinkaku-ji's charm is its beauty. Just looking at it or taking photos of it is more than enough to enjoy it.

Kinkaku-ji was built in 1397 by the shogun Ashikaga Yoshimitsu. It was built as his villa, and in accordance with his will, it became Kinkaku-ji after his death (officially named Rokuon-ji). Ashikaga Yoshimitsu used his talents not only in battle, but in trade as well. He successfully traded with the Ming Dynasty (now China), and one may even say he was the individual with the most financial power in all of Japan.

Each floor of Kinkaku-ji is built in a different way, with the first floor in the style of a noble's home, the second floor in the style of a warrior's home, and the third floor in the style of a Chinese temple. The inside and outside of the second and third floors are gilded. It is said that the building represents that he was a warrior more than he was a noble, and that even above that he was one who traded with the Ming Dynasty.

However, many unfortunate thing happened to Kinkaku-ji after Yoshimitsu's death, whether it was damage from the effects of rain and wind, or being burned down*. Because of this, various repairs were conducted in 1649 and 1906. Then, about fifty years later, it burned to the ground as a result of arson. This arson is a fairly famous case, and novelists such as Yukio Mishima and Tsutomu Minakami wrote novels based on it.

When Kinkaku-ji was burned down, it took about three years of time to restore it to its original form. However, with the passage of time, it grew old once more, and large-scale repairs such as replacing the gilding were conducted in 1987. The gilding used then was ten times the previous amount, with two layers that were five times the thickness.

C 如果问日本人日本有名的寺院的话，那么金阁寺和银阁寺都会浮现出来吧。金阁寺的魅力在于你看到它的美。只是观看拍照就足以大饱眼福了。

金阁寺是1397年由将军足利义满建造的。当时是作为义满的别墅而建，按照其遗嘱，死后改名为金阁寺（正式名字是鹿苑寺）足利义满不光会打仗，而且还有做贸易的才能。与明朝贸易的成功，使他成为日本最有资本财力的人物并不过言。

金阁寺各楼层的建法不同，一楼是"公家式（贵族式）"，二楼是"武家式（武士式）"，三楼是中国的寺院式。二楼和三楼里外都贴着金箔，因为武士要比贵族和官员地位高，这有表示与明朝做贸易的自己是更高的意思。

可是金阁寺遭到风雨的袭击及火灾的侵害，义满死后厄运不断。因此1649年和1906年分别进行了修建。然而，50年后这次是由于放火而全烧了。这个放火事件很有名，作家三岛由纪夫及水上勉都采访过这个事件并将其写成小说。

全烧的金阁寺经过3年时间终于恢复了原状。可是随着时间的流失再次变旧，1987年又进行了重新贴金箔的大规模的修整。据说金箔用了原来10倍的量，5倍的厚度，共贴了两层。

V Khi được hỏi về những ngôi chùa nổi tiếng của Nhật, phần lớn người Nhật chắc sẽ hình dung đến chủa Kinkaku (chùa Vàng) và Ginkaku (chùa Bạc). Điểm hấp dẫn của chùa Kinkaku là vẻ ngoài tuyệt đẹp. Chỉ ngắm cảnh và chụp ảnh thôi cũng đủ để thỏa mãn khách viếng thăm.

Chùa Kinkaku được xây dựng vào năm 1397 bởi tướng quân Ashikaga Yoshimitsu. Ngôi chùa được xây làm biệt thự cho Yoshimitsu, sau khi ông mất được đổi thành chùa theo đúng như lời dặn trong di chúc của ông. (Tên gọi chính thức của chùa là Chùa Rokuon – Lộc Uyển Tự)

Ashikaga Yoshimitsu không chỉ có tài cầm binh mà còn phát huy tài năng cả trong lĩnh vực kinh doanh. Ông thành công trong giao thương với nhà Minh (Trung Quốc ngày nay), và trở thành cá nhân được cho rằng có tài sản nhiều nhất Nhật Bản.

Chùa Kinkaku có kiến trúc mỗi tầng khác nhau. Tầng một được xây theo kiểu nhà ở của quý tộc, tầng hai được xây theo kiểu nhà của võ sĩ, tầng ba có kiến trúc thiền viện của Trung Quốc. Tầng hai và tầng ba được dát bằng lá vàng ở phía trong và phía ngoài. Kiến trúc công trình thể hiện quan điểm võ sĩ ở trên tầng lớp quý tộc, và trên cả võ sĩ là bản thân gia chủ người đang giao thương với nhà Minh.

Tuy nhiên sau khi Yoshimitsu mất đi, chùa liên tiếp gặp sự cố không may như bị hư tổn do ảnh hưởng của mưa, gió rồi bị cháy. Do đó chùa đã được trùng tu hai lần vào năm 1649 và năm 1906. Sau đó khoảng 50 năm, chùa lại bị phóng hỏa thiêu trụi. Vụ phóng hỏa này là một vụ án khá nổi tiếng, các nhà văn như Mishima Yukio hay Minakami Tsutomu đã viết tiểu thuyết dựa trên tư liệu về vụ án này.

Chùa Kinkaku sau khi bị thiêu trụi đã mất gần ba năm mới khôi phục lại được hình dáng nguyên trạng. Tuy nhiên, cùng với dòng chảy thời gian, chùa lại một lần nữa bị xuống cấp, năm 1987 chùa được trùng tu lại với quy mô lớn, dát lại các lá vàng v.v...Lá vàng được dán thành hai lớp với số lá nhiều hơn gấp mười lần so với trước kia, độ dày của mỗi lá cũng gấp năm lần so với trước.

Lesson ㊳

E Seats were lined up in the lobby of the hospital, and about 30 people were there listening to a performance of the contrabass and piano. Between the seats was a single bed, upon which lay a woman. She was the host of this lobby concert.

The woman met the main contrabass player a year ago. She was moved by the young player's performance she saw at a small concert hall. She found out he was used crowd funding (a method of gathering donations on Internet) to create a CD to spread contrabass playing to a wider audience, and she lent her support by sending some money. With crowd funding, you can show thanks to various funders depending on how much they contribute. The woman has donated enough to 'host a mini-concert.' More than anything, she wanted her friends and family to hear the contrabass player's performance. She loved music, and playing the viola was her one true pleasure. Not only that, but she always sought to support talented performers. With her and others' contributions, the crowd funding succeeded, and she got the privilege to host a mini-concert.

However, six months ago, the woman fell ill and was hospitalized. Her friends spoke with the hospital about hosting the concert and permission was given to hold it in the lobby. Patients and nurses along with the woman's friends were moved by the amazing performance. After it ended, the contrabass player approached the woman's bedside and shook her hand. Her face light up with a giant smile.

The program from that day had a special message to her from the contrabass player:

> To Ms. A,
> When I asked for crowd funding, you supported me—a complete stranger—and for that I am truly thankful. That I was able share such an experience with you makes me so glad I went through with this funding effort. As a performer, I can only play as my heart guides me, and I hope that putting my whole self into each performance helps share my earnest emotion with all who listen.

C 医院大厅内摆了很多椅子，大约有 30 名左右的人在听低音提琴和钢琴的演奏。椅子之间放着一张床，一个妇人躺在上面，这位女士就是这个大厅音乐会的主办者。

她认识这个演奏会的主演者，即低音提琴的演奏者是在一年前。在一个不大的厅里，她被那个年轻人的演奏打动了。那个年轻人为了让更多的人了解低音提琴，想制作一张 CD。她在云基金（在网上募集活动资金）上得知了这个消息，为了支援这项活动，她寄去了募捐基金。云基金的资助者们根据募捐的金额可以从他那里得到谢礼（回报）。她选择了「可以举办小型音乐会的权利」，并将钱寄过去。之所以选择了这项，是因为她想让朋友和家人听他的演奏。她非常喜欢音乐，弹钢琴是她唯一的乐趣，可是光自己享受不行，她还经常资助一些优秀音乐家的活动。他的云基金，得到了像她这样的人们的资助，运营得很顺利，她也享受到了『举办小型音乐会的权利』。

可是半年后，她病倒住院了。她的朋友们向院方请求，希望能开一个由她主办的在医院大厅里进行的音乐会。这个请求被允许了。患者们、护士及她的朋友们都被精彩的演奏所打动。演奏后，他走进她的床前，与她亲切握手。她的脸上露出满意的笑容。

在当天的节目单上他给她写了一段致辞。

> 亲爱的 A
> 刚开始发起云基金时，您对陌生的我给予了热情的支持和资助，表示衷心的感谢。通过这样的相逢，我从心里感到"啊！我做的是对的！"作为音乐家，能做到的就是用心去演奏。希望我的感恩之情能通过演奏表达出来。

V Ghế được xếp ở sảnh bệnh viện và có khoảng 30 người đang xem biểu diễn đại hồ cầm và piano. Giữa hàng ghế được đặt một chiếc giường trên đó là một phụ nữ đang nằm. Chính cô gái này là người tổ chức buổi hòa nhạc ở sảnh.

Cô ấy biết tới người biểu diễn đại hồ cầm, vai chính của buổi hòa nhạc này một năm trước. Cô đã rất cảm kích trước diễn xuất của những người trẻ tuổi được tổ chức tại một khán phòng nhỏ. Và cô cũng biết được họ đang sản xuất đĩa, gây quỹ từ cộng đồng (crowdfunding) nhằm có chi phí cho việc này để nhiều người biết đến hoạt động biểu diễn đàn hồ cầm hơn nữa.

Những người giúp gây quỹ từ cộng đồng có thể nhận được sự cám ơn từ họ bằng nhiều hình thức tùy theo mức tiền. Cô ấy đã chuyển số tiền "có thể nhận được quyền tổ chức buổi hòa nhạc mini". Cô chọn điều này không gì khác chính là vì muốn bạn bè và gia đình nghe họ biểu diễn. Cô ấy rất yêu âm nhạc, thú vui duy nhất là kéo đàn viola, nhưng không chỉ vui với sở thích của mình, cô còn luôn ủng hộ những hoạt động của những nghệ sĩ tuyệt vời. Gây quỹ từ cộng đồng của họ nhận được sự trợ giúp từ cô sẽ hoạt động tốt hơn, còn cô gái thì nhận được "quyền tổ chức hòa nhạc mini".

Nhưng nửa năm sau đó, cô ấy đổ bệnh phải nhập viện. Bạn vè của cô đã nói chuyện với bệnh viện để xem có thể tổ chức buổi hòa nhạc không và đã được tổ chức tại sảnh của bệnh viện. Bệnh nhân, y tá và bạn bè của cô ấy đã cảm động sâu sắc với buổi hòa nhạc tuyệt vời. Sau khi biểu diễn, chàng trai tới gần giường, nắm tay cô. Khuôn mặt cô hiện lên nụ cười mãn nguyện.

Trong chương trình được phát ngày hôm đó có thông điệp chàng trai gửi đến cô ấy như sau.

> Gửi chị A,
> Tôi thật lòng biết ơn khi kêu gọi gây quỹ từ cộng đồng đã được chị ủng hộ một người chưa biết đến như tôi. Nhờ có sự gặp gỡ này mà tôi đã nghĩ rằng "à, việc mình làm là đúng". Việc một người làm âm nhạc có thể làm là biểu diễn hết mình. Tôi sẽ thể hiện toàn tâm toàn ý để gửi gắm tất cả tình cảm của mình.

Lesson 39

E Many people may think that flowers have little to do with the state of society and how it changes, but with the exception of flowers growing wild in the fields and mountains, that assessment may be wrong. Until recently, most Japanese homes had a household Shinto shrine or Buddhist altar. In a Shinto shrine, one would offer the leaves of a sakaki tree, while on a Buddhist altar, one would offer seasonal flowers. If flowers bloomed in one's garden, many would clip them and place them on the Buddhist altar as offering.

Households with large enough gardens would continuously grow flowers throughout the year. In particular, chrysanthemums were grown for the purpose of offering upon Buddhist altars. In recent years, Shinto shrines and Buddhist altars have disappeared from many homes in the city, and with them the need for flowers as offerings.

Flowers have since lost their religious significance and now decorate and enrich daily life. A western-style home looks best, of course, with western flowers. Most potted plants in flower shops are western types with cold, blocky katakana names unfamiliar to older patrons. An older lady may see a stretch of katakana, and unable to parse it immediately, make their purchase saying, "I'll take that red flower in the middle." As they purchase flowers, they may feel their names disappearing from memory. Current western-style flowers seem to reflect their residence; they aren't large and powerful, but many have a small, gentle and lovely feel, as if not to impose upon those around them.

C 说到花，也许许多人会觉得它与人类社会的方式及变化没有特别大的关系吧。除了在山野自然生长的花草以外，其它的都是有关系的。以前一般的日本家庭里都有"神棚"或"佛坛"。"神棚"供"サカキ（榊）"的叶子，"仏壇"供季节的花草。"仏壇"供的花只要是院子里开的，就可以剪下来供上。

院子比较大的家一年四季花开不断，每个季节都有各种花开。特别是菊花等，大概是为了上供而种的吧。可是，最近在都市住宅里，很多家里没有神棚也没有佛坛，所以不需要上供的花了。

花失去了宗教的意义，成了生活中的点缀及滋润。欧式住宅的花，花当然也是洋花比较配。摆在花店前的盆花基本上都是洋花儿，年岁大的人很难记住那些没听过的片假名的花名。年岁大的妇人看着写着片假名的花，马上说不出，就对店员说「给我中间的那盆红色的花」。也许买完后，脑袋里的花名就忘了。西方风格的当代花卉反映了住房环境，花一般都不是很强的，娇小可爱的比较多，有种含蓄的感觉。

Ⓥ Có lẽ có nhiều người nghĩ Hoa không có liên quan gì tới xã hội con người và sự thay đổi của nó nhưng hoa cỏ dại ở vùng núi lại khác, nó hoàn toàn không phải vậy. Hơi xưa một chút, ở nhà của người Nhật thường có bàn thờ thần và bàn thờ phật. Bàn thờ thần được cúng lá cây sakaki, còn bàn thờ phật được cúng bằng hoa theo mùa. Hoa cúng ở bàn thờ phật nếu có hoa trồng trong vườn thì thường người ta cắt vào bày luôn.

Những nhà rộng có vườn thường trồng từ hoa này đến hoa khác không ngừng quanh năm. Đặc biệt là hoa cúc được trồng với mục đích trưng bàn thờ phật. Tuy nhiên nhiều nhà trong thành phố gần đây không có bàn thờ thần lẫn bàn thờ phật nên cũng không còn cần tới hoa trưng bàn thờ nữa.

Hoa mất đi ý nghĩa tôn giáo, chỉ còn để làm phong phú hoặc trưng bày cho cuộc sống. Nếu nhà kiểu Châu Âu thì tất nhiên hoa cũng phải kiểu Châu Âu mới hợp. Hoa trồng trong chậu bày bán ở cửa hàng hoa hầu hết là kiểu Âu, tên bằng chữ katakana xa lạ mà người già không thể nhớ. Bà cụ nhìn tên hoa bằng chữ Katakana, không đọc được ngay nên phải nói "cho tôi hoa màu đỏ ở giữa". Có lẽ bà cảm nhận tên của hoa trong đầu cũng đang dần biến mất. Hoa hiện đại kiểu Âu như phản ảnh tình hình nhà ở, không mạnh mẽ mà chủ yếu là nhỏ nhắn, xinh xắn như đang ngại điều gì đó, ta cũng có thể cảm thấy như thế.

Lesson ㊵

Ⓔ In actuality, romance among kappa (humanoid river-dwelling goblins of legend) is quite different than among humans. When a female kappa finds a male kappa that catches her eye, the female kappa will utilize any method possible to ensnare him. The most straight-forward of female kappa simply chase mindlessly after the male. I, myself, witnessed a crazed female chasing after a male. It doesn't stop there, however. The young females are a given, but sometimes even her parents and siblings join in the chase. But, how pathetic the male kappa is. Even if he should run his little heart out and by some stroke of luck escape, he'll be bed-ridden for 2-3 months. One day, I was at home reading a collection of Tok's poetry, when Lap, a student, came rushing inside. He fell upon the floor, and gasped with what little breath remained, "Oh, it's awful! I was finally caught!"

I tossed the book of poems aside and rushed to lock the front door. However, when I looked through the keyhole, I could see a single short female kappa, her face powdered with sulfur, hanging around the front door. Lap was confined to my bed for several weeks. And not only that, but his beak completely rotted and fell right off.

Now, there are times when a male kappa will chase after a female kappa with all its might. However, this is also the female kappa's doing, tempting the male into thinking he must give chase.

Ⓒ 说实在的，河童的恋爱跟我们人类的恋爱大相径庭。雌河童一旦看中了某只雄河童，就会不择手段地想把它追到手。最老实的雌河童也会不顾一切地追求雄河童。实际上，我就看到过一只雌河童疯狂地追求雄河童。不仅如此，小雌河童自不用说，就连她的父母兄弟都一道来追。雄河童才叫可怜呢，它拼死拼活地逃，就算幸而没有捉到，也得病倒两三个月。有一回我在家里读托库的诗集。这时候那个叫作拉普的学生跑进来了。拉普跌跌撞撞跑进屋子，倒在地上，上气不接下气地说："糟啦！我终于被抱住啦！"

我马上丢开诗集，锁上了房门。从锁匙孔里偷偷地往外一看，脸上涂着硫磺粉的小个子雌河童还在门口徘徊着呢。从那一天起，拉普就在我床上睡了几个星期，不仅如此，不知何时开始，他的嘴喙已经完全烂掉了。

不过，有时候也有拼命追逐雌河童的雄河童。其实，这也是雌河童勾引雄河童来追她的。

Ⓥ Thực ra, tình yêu của loài Kappa (Kappa: sinh vật truyền thuyết có hình dạng như người sống ở bờ sông) khá là khác so với tình yêu của loài người chúng ta. Con Kappa cái khi tìm thấy con Kappa đực mà nó cho là lý tưởng, nó sẽ lập tức dùng mọi thủ đoạn để tóm được con đực ấy. Kappa cái trung thực nhất sẽ miệt mài đuổi theo Kappa đực. Thực tế tôi đã nhìn thấy con Kappa cái đuổi theo con Kappa đực như thể hóa điên. Không, không chỉ như vậy. Ngoài con Kappa cái còn trẻ, bố mẹ và anh chị em của nó cũng đuổi cùng nó. Con Kappa đực vô cùng thảm thương. Vì cho dù nó có may mắn thoát được sau khi bị đuổi chạy chối chết thì nó cũng sẽ phải nằm liệt một chỗ suốt 2, 3 tháng. Một ngày nọ tôi ở nhà đọc tuyển tập thơ của Tok. Đúng lúc ấy thì sinh viên tên Rap chạy đến. Rap chui tọt vào nhà tôi, ngã ra sàn đồng thời nói với hơi thở đứt quãng:

"Gay to rồi. Tôi sắp bị ôm siết lấy rồi!"

Ngay lập tức tôi quăng tập thơ đi và khóa cửa ra vào lại. Tuy nhiên khi nhòm qua lỗ khóa tôi vẫn thấy con Kappa cái thấp bé mặt bôi bột lưu huỳnh lởn vởn trước cửa nhà. Từ ngày đó đến suốt mấy tuần sau Rap ngủ liền trên sàn nhà tôi. Không chỉ có vậy, chẳng biết tự lúc nào, mỏ của Rap bị thối đi và rụng xuống.

Không phải không có chuyện con Kappa đực miệt mài đuổi theo Kappa cái. Nhưng thực ra đó chính là hậu quả của việc con cái gài bẫy khiến con đực không thể không đuổi theo mình được mà thôi.

<table>
<tr><td style="background:#e8452a;color:#fff">ふくしゅうのこたえ</td><td>Review Answers／复习答案／Đáp án bài ôn tập</td><td>§4 （Lesson 31-40）</td></tr>
</table>

Ⅰ	❶b	❷e	❸d	❹c	❺f	❻a
Ⅱ	❶b	❷a	❸b	❹a	❺d	
Ⅲ	❶c	❷e	❸a	❹b	❺d	❻f

CHECK のこたえ　§1-4（Lesson 1-40）

Lesson ❶

Q1　人々の一日の生活パターンや食事の仕方は、どんどん多様化しているということ。

Q2　〈性別や立場に関係なく、自分の好きな食事のスタイルを自由に選べる〉ところが今日的で、〈他人とのかかわりにあまり積極的でない〉ところが日本的。

Lesson ❷

Q1　丸尾山の砥石は、ハワイ付近の海底で千年に1ミリずつ積もった火山灰などが2億5千万年の時間をかけて日本まで来て、取れるようになったものだから。

Q2　天然砥石がなかったら、すぐれた建築物や工芸品が作れなかったかもしれないということ。

Lesson ❸

Q1　山の斜面を少しずつ平らにして、米などを育てる農地にしたものであること。

Q2　小さく区切られた棚田のひとつひとつの水面に映された月。

Lesson ❹

Q1　自然観や世界観を一変させ、社会のあり方に大きな変化をもたらすこと。

Q2　・科学には二面性があり、善用も悪用も可能だから。
　　・科学は生活に役立つ民生用にも、人を殺す軍事用にも使うことができるから。
　　・科学は人々に利益を与える一方で、損害を与えることもあるから。

Lesson ❺

Q1　5年かけて全く新しい方式を開発し、一桁上の性能を発揮する商品を作り出したから。

Q2　・新たな知見をもっと多様でもっと可能性がある研究へと深める努力を放棄し、事柄の一端のみで満足してしまうこと。
　　・万全の措置を求めたいという科学者が本来持っている願望を制限してしまうこと。
　　・基礎からの研究がおざなりになり、改良主義に陥って、真のイノベーションの芽が潰されていくこと。

Lesson ❻

Q1　風景画や、花や果物を描いた静物画。

Q2　・友人と絵の見方について話したこと。
　　・友人から友人の絵の見方を聞いたこと。
　　・友人から、友人が自分の好みを基準にして絵を見ているという話を聞いたこと。

Lesson 7

Q1 1. 無重力の環境だからできる実験や研究

2. ISS や「きぼう」の管理や修理

3. 宇宙服を着て行う（ロボットアームではできない）宇宙船の外での活動

Q2 短い時間で地球を何周も回るため、景色が毎回変わって、飽きなくて楽しい。

Lesson 8

Q1 車を所有したいとは思わないが、必要なときに利用したいという人の要望があったから。

Q2 会員登録をしておけば、ネットで予約するだけで 24 時間利用可能な点。利用時間が 15 分あるいは 30 分単位になっていて、短い時間でも利用できる点。

Lesson 9

Q1 約 2 週間後

Q2 不良品でない限りは受け付けない。

Lesson 10

Q1 1. できるだけ早い時期に購入すること

2. 旅行会社で格安航空券を購入すること

3. 旅行会社でホテル代などとセットになった航空券を購入すること

Q2 マイルを貯めている人や、座席の位置に希望がある人

Lesson 11

Q1 低価格で狭い割には快適に過ごせるところ。

Q2 狭い空間に、テレビや照明、エアコンや目覚まし時計などの機能的な設備が詰まっており、SF 映画の世界のようだと思っています。

Lesson 12

Q1 有害サイト規制法、フィルタリング機能

Q2 フィルタリング機能によって、子どもたち自身で考える機会を与えず、子どもたちから隠すことで解決しようとする考え方は疑問だ。

Lesson 13

Q1 やりがいや自分らしさの実感が感じられないこと。

Q2 誰にも知られなくても収入が減ってもいいから、規則正しい食事や部屋の整理整頓など、落ち着いた生活をしっかり送ること。

Lesson ⑭

Q1 卵を食べた約 40 分後に変な咳をし始め、どんどん呼吸が苦しくなり、全身にじんましんが出た。

Q2 アレルギーを持つ者の親や家族はもちろん、社会全体がアレルギーの危険さについて知識を持つこと。

Lesson ⑮

Q1 ・つくり笑いでも、脳が勘違いして、リラックスさせるホルモンや楽しい気持ちになるホルモンを出すから。
・よく笑うことによって、気持ちが安定したり、健康に長生きすることにつながるから。

Q2 健康を維持するための遺伝子

Lesson ⑯

Q1 どういう犬を連れていたか尋ねた。

Q2 クロちゃんという犬の飼い主

Lesson ⑰

Q1 A は歩行者、B は車の運転手の立場。

Q2 歩道では歩行者が優先なのに、それを無視して我が物顔で自転車に乗っている人が多いこと。

Lesson ⑱

Q1 一汁三菜を基本とする理想的な食事スタイルで栄養バランスが良く、うま味を上手に使うことによって動物性の油をあまり使わない食生活を実現させているから。

Q2 日本人の和食離れが一時は問題になっていたが、メディアを中心に和食が取り上げられることが増えた。

Lesson ⑲

Q1 ・ロケ地巡りの観光客に来てもらい、地域や経済を活性化させるため。
・町の名前を広めるため。

Q2 ロケ地巡りブームは一時的なもので終わることが多いので、ブームが去った後も観光客を呼ぶために、どうするかを考えなければならない。

Lesson ⑳

Q1 相手によって話題を変えて、会話の糸口を見つけ出していくことができる人。

Q2 互いに無関心なふりをしているより、ずっと気持ちが楽になる

Lesson ㉑

Q1　「新思潮」という同人誌

Q2　人間の本質を描くことと、自らの価値観を表現すること

Lesson ㉒

Q1　A は肯定的で B は否定的。

Q2　A は夫が家にいるときのほうが食事の用意など大変だから。B は昔とは時代が違い、周りの目を気にして不安や緊張と戦いながら子育てをしているから。

Lesson ㉓

Q1　返事をすぐに送らないと相手に悪いと思うこと。

Q2　何か具体的な用件を伝えるための道具としてではなく、つながっていることそれ自体を確認し合うための道具として使われている。

Lesson ㉔

Q1　「ゴミを荒らす」「騒々しく鳴く」「人を攻撃する」などの「迷惑行為」が問題となったから。

Q2　人間がスーパーの特売商品に群がったり、PTA で親が学校を相手に文句を言ったりする行為。

Lesson ㉕

Q1　狭い国土ながら、南北に長く伸びているという意味。

Q2　テレビで大きな勢力を持っているから。

Lesson ㉖

Q1　（銭湯に行って）温まった体が風に当たって冷えてしまい、風邪を悪化させると思われていたから。

Q2　風呂に入る前に自分の部屋と脱衣所、風呂場を十分に温めてから、40 度以下のお湯で体がリラックスできる程度に入る。

Lesson ㉗

Q1　必ずしも万能ではないところ

Q2　・努力家で熱意を持った人たち

　　　・根気があり、言葉への執念を持った人たち

Lesson ㉘

Q1 だれもが、当然のことのように、大学に進学する学校。

Q2 ・大学に行くか行かないか決めること。

　　　・大学受験や就職活動

Lesson ㉙

Q1 後輩や先生が「どうしてここにいるのか」という目で「僕」を見たから。

Q2 ・部活でサッカーをしているときに感じる心地よさ。

　　　・マネージャーの応援する声や体に吸い付くユニフォーム

Lesson ㉚

Q1 先生の奥さんは酒が嫌いだから勧めないということ。

Q2 子どもを持ったことがなかったので、子どもはただうるさいもののように考えていたから。

Lesson ㉛

Q1 ・豊かな自然が広がっており、屋久島固有の植物や動物が見られるから。

　　　・樹齢 7000 年とも言われる「縄文杉」が見られるから。

Q2 頭痛がして熱もあったため。また、そのため、友人から行くのを止められたから。

Lesson ㉜

Q1 本人が就職後、所得に応じて国に返済する方式。

Q2 財源の調達と、返済できない場合に誰が穴埋めをするかという問題と、定員割れする大学への安易な救済策になる可能性があること。

Lesson ㉝

Q1 年齢に関係なく働き続けることができる社会づくりに向け、企業で働く人が時代に合った能力を身につけることを後押しするため。

Q2 訓練休暇制度を利用しやすい職場環境をつくること。

Lesson ㉞

Q1 返事をすぐに送らないと相手に悪いと思うこと。

Q2 何か具体的な用件を伝えるための道具としてではなく、つながっていること、それ自体を確認しあうための道具として使われている。

Lesson ㉟

Q1 過去の膨大な判例を一つの見落としもなく合理的に統合して、公平な判定をするのは、人工知能の最も得意とする作業の１つだから。

Q2 人に心を寄せ、社会を案じるなど、より人間性に根差していること。

Lesson ㊱

Q1 Ａは法制度化を勧める立場。Ｂは慎重に検討したほうがいいという立場。

Q2 インターネット上に、個人のプライバシーを侵害する記事や写真が出ているため。

Lesson ㊲

Q1 足利義満の別荘

Q2 自分の力を世に伝えるため

Lesson ㊳

Q1 クラウド・ファンディングに送金した女性（ミニコンサートを主催できる権利を持った女性）が病気で倒れ、入院してしまったため。

Q2 クラウド・ファンディングを通して見ず知らずの自分のことを応援してくれた人だから。

Lesson ㊴

Q1 神棚や仏壇に花を供えるため。

Q2 最近の都会の住宅では、神棚も仏壇もないところが多くなったから。

Lesson ㊵

Q1 雌の河童が、どんな手段を使っても自分が狙った雄の河童を捕まえようとすること。

Q2 自分に抱きついてきた雌の河童から逃げるため。

実践！ 読解トレーニング
情報編

Try it for Real! Reading Comprehension Training
Information Section

实践！ 读解训练
情报篇

Thực tiễn! Luyện tập đọc hiểu
Tập Thông tin

Lesson 41 通信販売の送料
つうしんはんばい　　そうりょう

　右のページは、ネットストアの送料についての案内である。下の問いに対する答えとして最もよいものを、1・2・3・4から一つ選びなさい。

問1　5000円の布団1つと3000円の服を1着買った場合、送料はいくらになるか。

1　0円

2　600円

3　1600円

4　2200円

問2　案内の内容と合っていないものはどれか。

1　食品を5000円以上買った場合、送料は無料になる。

2　テーブル1台、イス1脚を返品する場合、返送料は3200円かかる。
きゃく

3　夏、暑さに弱い花を注文した場合、送料はさらに300円多くかかる。

4　1か月の間に、B〜Gの商品を5万円以上注文した場合、送料は無料になる。

Mail Order Shipping Fee
邮购费
Phí vận chuyển trong bán hàng qua mạng

ネットストア　ジャパン

商品の種類と送料について

商品の大きさや種類によって、送料が異なります。
B～Dは、商品1点ごとに、それぞれに送料がかかります。

	商品	送料
A	衣服・雑貨、食品、文具、化粧品など	600 円
B	家電（小）など	900 円
C	いす、布団など	1,600 円
D	家具（小）	900 円
	収納家具、テーブルなど	1,600 円
	家具（大）、家電（大）など	2,600 円
E	自転車	2,600 円
F	カーテン	800 円
G	花、植物など（夏：クール便）	900 円～ 1,600 円[1]

※1　花、植物など

夏、暑さに弱い商品については、クール便でお送りします。その場合、クール便代金として、さらに 300 円いただきます。

★Aの商品、5,000 円以上お買い上げで送料無料

ネットストアでは、A の商品を 5,000 円以上お買い上げいただくと送料無料でお届けいたします。

★5万円以上お買い上げで送料無料

1回の買い物で、合計5万円以上お買い上げいただくと送料無料でお届けいたします。

＊返品の場合、送料と同じ額の返送料をいただきます。

→ p.176 に つづく

Lesson 42 図書館の利用案内
とうしょかん　　　　りようあんない

　右のページは図書館の案内である。下の問いに対する答えとして最もよいものを、１・２・３・４から一つ選びなさい。

問1　ワンさんは、インターネットで本を予約したいと思っている。ふじ市内の図書館を利用したことがあり、図書館利用者カードを持っている。インターネット予約をするためにこれから何をするか。

1　図書館の窓口に行き、「図書館利用者カード」を作る。
2　図書館利用者カードと在留カードを図書館の窓口に持って行き、申し込む。
3　ふじ市立図書館のホームページから図書館利用者登録を行う。
4　友達に図書館利用者カードと学生証を渡して、図書館の窓口で申し込んでもらう

問2　案内の内容と合っているものはどれか。

1　ふじ市には、ふじ図書館のほかに、あと７つの図書館がある。
2　予約した本は、本が登録されている図書館で受け取る。
3　パスワードがなくても、市の図書館の本を検索することができる。
4　ふじ市内の図書館で借りることができる本は、一人５冊までである。

Guide on How to Use a Library
图书馆的利用说明
Hướng dẫn sử dụng thư viện

インターネットを利用した予約の仕方

ふじ市内の図書館では、インターネットで借りたい本を予約することができます。受け取り場所は、ふじ市内の図書館（全7館）から選ぶことができます。全部で5冊まで予約することができます。

【予約の仕方】

まず初めに、「パスワードの発行手続き」をしていただきます。

○ ご利用には、「図書館利用者カード」と、インターネット予約のための「パスワード」の申込みが必要です。「図書館利用者カード」をお持ちでない方は、利用者登録を行ってください。
ふじ市内の図書館の窓口で受け付けています。

○「図書館利用者カード」をお持ちで、インターネット予約の利用をご希望の方は、「図書館利用者カード」と本人確認ができるもの（保険証・学生証・在留カードなど）をお持ちの上、ご本人がふじ市内の図書館の窓口で申し込んでください。

1．ふじ市立図書館のホームページから、希望される本を選んでください。

2．予約ボタンを押してください。

3．ログイン画面に移りますので、ログインを行ってください。

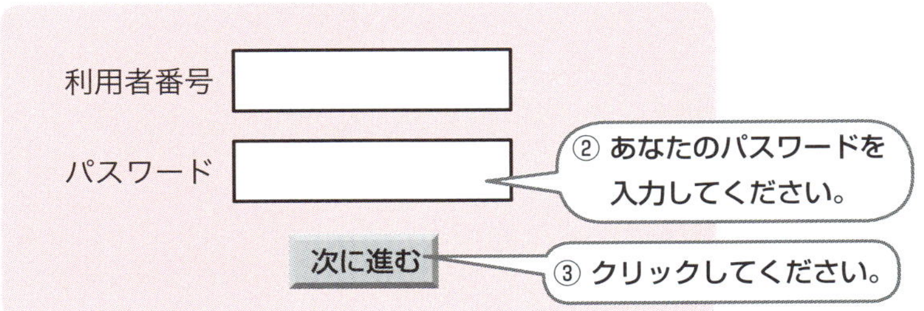

4．ご希望の本の受取図書館と連絡方法を指定してください。

※パスワードを忘れてしまった場合は、再設定をしてください。以前のパスワードは使用できなくなります。

⟶ p.177 に つづく

Lesson 41 Answers

Vocabulary

□ 雑貨（ざっか）：miscellaneous goods ／杂货／ tạp hóa

□ 収納家具（しゅうのうかぐ）：本棚（ほんだな）など、物（もの）を収（おさ）めるための家具（かぐ）。

□ クール便（びん）：refrigerated courier service ／生鮮速配／ chuyển phát hàng đông lạnh

□ お買い上げ（かあ）：ここでは、「買（か）うこと」の丁寧（ていねい）な言（い）い方（かた）。客（きゃく）が商品（しょうひん）を買（か）ってくれたことに感謝（かんしゃ）や敬意（けいい）を表（あらわ）す表現（ひょうげん）。

□ 額（がく）：金額（きんがく）。

✦ 商品一点ごとに（しょうひんいってん）

商品一点（しょうひんいってん）ずつに。「点（てん）」は商品（しょうひん）や作品（さくひん）の数（かず）を表（あらわ）すのに使（つか）われる。

> **EX** 洋服（ようふく）1点（てん）につき 500 円割引（えんわりびき）、約（やく）100 点（てん）の作品（さくひん）を展示（てんじ）

🔑 Point

問1（とい）　B〜Dは、商品（しょうひん）1点（てん）ごとに、それぞれに送料（そうりょう）がかかる。布団（ふとん）はCで 1600 円（えん）、服（ふく）はAで 600 円（えん）。服（ふく）は 3000 円（えん）なので、送料（そうりょう）が無料（むりょう）にならない。したがって、答（こた）えは4。

問2（とい）　1回（かい）の買（か）い物（もの）で、合計（ごうけい）5万円（まんえん）以上（いじょう）買（か）った場合（ばあい）は送料（そうりょう）が無料（むりょう）になるが、1カ月（げつ）の間（あいだ）なので無料（むりょう）にはならない。したがって、答（こた）えは4。

答え　問1：4　問2：4

Lesson ㊷ Answers

Vocabulary

☐ 発行（する）： to issue ／発行／ phát hành
　　はっこう

☐ 指定（する）： to designate ／指定／ chỉ định
　　してい

☐ 設定（する）：ある目的のために、新たに物事をつくって定めること。
　　せってい　　　　　もくてき　　　　　　あら　　　ものごと　　　　　さだ

☐ お持ちでない：持ってらっしゃらない。
　　　も　　　　　　も

⊹ 本人確認ができるもの
　　　ほんにんかくにん

⇒その人が本人だと確認ができるもの。
　　　ひと　　ほんにん　　かくにん

⊹ ～をお持ちの上
　　　　　　　も　　　うえ

⇒～を持ってきて。～を用意して。～を持参して。
　　　も　　　　　　　　ようい　　　　　　　じさん

🔑 **Point**

問1 「図書館利用者カード」を持っている人は、「図書館利用者カード」と「本人確認が
とい　 としょかんりようしゃ　　　　　も　　　　ひと　　　としょかんりようしゃ　　　　ほんにんかくにん
　　　 できるもの」を持って、本人がふじ市内の図書館の窓口で申し込む。したがって、
　　　　　　　　　　も　　　ほんにん　　　しない　としょかん　まどぐち　もう　こ
　　　 答えは２。
　　　 こた

問2 本を予約するときにパスワードが必要になる。ホームページから希望する本を選ぶ
とい　 ほん　よやく　　　　　　　　　　　　　　ひつよう　　　　　　　　　　　　　　　きぼう　　　ほん　えら
　　　 ときには必要ない。したがって、答えは３。
　　　　　　　ひつよう　　　　　　　　　こた

答え　問1：2　問2：3

Lesson

43 防災訓練
ぼうさいくんれん

　右ページは、外国人のための防災訓練のポスターである。下の問いに対する答えとして最もよいものを、1・2・3・4から一つ選びなさい。

問1　訓練に参加できないのはどの人か。

　　1　隣の市から、さくら市内の大学に通っている留学生

　　2　さくら市の大学で中国語を教えている中国人の教師

　　3　さくら市に住み、隣の市の会社で働いている外国人

　　4　家族に会うために、さくら市に2週間滞在している外国人

問2　ポスターの内容と合っているものを一つえらびなさい。

　　1　通訳が必要な人は、当日までにそのことを伝えなければならない。

　　2　参加希望の人は、ふじ防災会館に電話かメールで申し込む。

　　3　申込者が23名集まった場合、1月24日より早く募集が終わる。

　　4　集合場所からふじ防災館まで、バスで4分くらいかかる。

Emergency Training
防灾训练
Tập huấn phòng chống thiên tai

「外国人のための防災訓練」

火事や地震が起きたときに
困らないように、
訓練しましょう！

集合・解散：さくらホール玄関前
　　　　　　（JR さくら駅から徒歩 4 分）

会　　　場　ふじ防災会館
　　　　　　※当日は往復ともバスで移動します。

費　　用：無料

対　　象：さくら市に　住んでいる / 働いている / 学校に通っている外国籍の方
　　　　　　※当日は、英語、中国語、韓国語、ホルトガル語の通訳スタッフがつきます。

定　　員：23 名（先着順）

日　　時：2020 年 2 月 15 日（土曜日）12:30 〜 17:00

お申し込み：2020 年 1 月 10 日（金曜日）から 1 月 24 日（金曜日）まで
　　　　　　※定員になり次第、締め切らせていただきます。

➡ お申し込みは、電話またはメールで国際交流課まで。

➡ メールでのお申し込みの場合、「氏名」「生年月日」「電話番号」「国籍」「通訳が
　必要かどうか」をお書きください。学生の場合は「学校名」もお書きください。

お申し込み・お問い合わせ先

さくら市役所国際交流課

Tel：012 − X X X X - X X X X /Fax：012- X X X - X X X X
E-Mail:sakura@XXXXXXXXXX.XX.

➡ p.182 に つづく

Lesson

44 オリエンテーション

　右のページは、大学の新入留学生オリエンテーションの案内である。下の問いに対する答えとして最もよいものを、１・２・３・４から一つ選びなさい。

問1　アンさんは、山田キャンパスの留学生で、英語でオリエンテーションを受けたいと考えている。参加する方法として、正しいものはどれか。

1　5日に国際文化棟の 101 講義室に行く。

2　10 日に医学棟 2F セミナー講義室に行く。

3　5 日に国際文化棟の 201 講義室に行く。

4　10 日に国際文化棟 3 階の留学生支援センターに行く。

問2　案内の内容と合っているものはどれか

1　中国語のオリエンテーションは中国人の教師が説明してくれる。

2　日本語のテストは、留学生全員が受けるわけではない。

3　今回のオリエンテーションでは、奨学金についての話はない。

4　オリエンテーションに参加できない人は、資料をもらいに国際文化棟の 101 講義室に行く。

Orientation
方向
Định hướng/buổi định hướng

さくら大学　新入留学生オリエンテーション

　2020 年 4 月にさくら大学に入学したばかりの留学生の皆さんが安心して留学生活を送れるように、新入留学生を対象としたオリエンテーションを行います。役立つ情報をたくさんご紹介しますので、必ず参加してください。事前の申し込みは必要ありません。

　オリエンテーションの最後に、希望者を対象にした日本語のテストがあります。日本語の授業を受けたい人はこのテストを受けてください。

なお、当日都合が悪くて出席できない留学生は、4 月 5 日（木）〜 10 日（火）の午前 9 時から午後 5 時までの間に、資料を取りに国際文化棟 3 階の留学生支援センターに来てください。

山田キャンパス

●日時：2018 年 4 月 5 日（木）
　　　　　13:30 〜 15:00
●会場：使用言語別に 3 つに分けて行います。
　日本語……国際文化棟 201 講義室
　英　語……国際文化棟 101 講義室
　中国語……国際文化棟 107 講義室

ふじキャンパス

●日時：2018 年 4 月 10 日（火）
　　　　　13:30 〜 15:00
●使用言語：英語
●会場：医学棟 2F・セミナー室

主な内容

▶ 保険・奨学金
▶ 入国管理局関係の手続き
▶ 生活相談と国際交流活動
▶ 心の悩み・けが・病気の際の相談
▶ 図書館の利用
▶ 日本語の授業プログラム

　※日本語の授業を受けない学生は、授業の説明もテストも受ける必要はありません。

　　（担当：留学生支援センター）

→ p.183 に つづく

Lesson **43** Answers

Vocabulary

☐ 防災：災害を防ぐこと。
　ぼうさい　さいがい　ふせ

☐ 解散（する）：to dissolve ／解散／ giải thể
　かいさん

☐ 国籍：nationality ／国籍／ quốc tịch
　こくせき

☐ 定員：capacity, fixed number ／定員，定額／ sức chứa/số người quy định
　ていいん

☐ 先着：先に到着すること。
　せんちゃく　さき　とうちゃく

☐ 先着順：先に到着した者から順番に対象にすること。
　せんちゃくじゅん　さき　とうちゃく　もの　じゅんばん　たいしょう

定員になり次第、締め切らせていただきます。
ていいん　　　しだい　し　き

⇒「定員になるとすぐに受付を終了する」ことを丁寧に述べた表現。
　ていいん　　　　　　　うけつけ　しゅうりょう　　　　　　ていねい　の　ひょうげん

Point

問1 対象になるのは、「さくら市に　住んでいる／働いている／学校に通っている　外国
とい　たいしょう　　　し　　　す　　　はたら　　　がっこう　かよ　　　がいこく
籍の方」。2週間だけ滞在している人は対象にならない。したがって、答えは4。
せき　かた　しゅうかん　たいざい　　　ひと　たいしょう　　　　　　　　　こた

問2 定員は23名で、定員になり次第、締め切ると書いてある。1→「当日までに」で
とい　ていいん　めい　ていいん　　　しだい　し　き　か　　　　　　　とうじつ
はなく、「1月24日まで」。したがって、答えは3。
　　　がつ　か　　　　　　　こた

答え　問1：4　問2：3

Lesson ㊹ Answers

Vocabulary

□ オリエンテーション：orientation ／新生 /新人教育培训 ／ sự định hướng

□ 事前：物事の起こる前、物事が行われる前。

□ 奨学金：scholarship ／奨学金 ／ học bổng

□ 入国管理局：外国人の入国や出国を管理する行政機関。

□ プレイスメントテスト：クラス分けの前に、学生の能力をはかるためのテスト。

□ 棟：建物のこと。

🔑 Point

問1 山田キャンパスでのオリエンテーションは5日に、英語によるものが国際文化棟の101講義室で行われる。したがって、答えは3。

問2 日本語の授業を受けない学生は、テストを受ける必要はないと書いてある。4→オリエンテーションの資料は国際文化棟3階の留学生支援センターで渡される。したがって、答えは2。

答え　問1：3　問2：2

Lesson

45 作文コンテスト
さくぶん

　右のページは、留学生の作文コンテストの募集案内である。下の問いに対する答えとし て
最もよいものを、１・２・３・４から一つ選びなさい。

問1　　この作文コンテストに応募できるのはどの人か。

　　1　　前回このコンテストの上級レベルで最優秀賞をとった大学生

　　2　　前回このコンテストの中級レベルに応募した専門学校生

　　3　　去年さくら市の大学を卒業し、今は市内の会社で働いている外国人

　　4　　去年から夫の仕事の都合でさくら市に住んでいる外国人の主婦

問2　　案内文の内容に合っているものはどれか。

　　1　　今年の大会の入賞者は４人である。

　　2　　原稿用紙に決まりはなく、好きなものを使ってよい。

　　3　　作品はメールまたは郵送で応募することになっている。

　　4　　受賞者は、募集を締め切った翌月に発表される。

Composition Contest
征文比赛
Cuộc thi viết luận

「留学生作文コンテスト」◆作文募集のご案内

さくら市国際交流協会では、外国人留学生を対象とした作文コンテストを行います。

◎ テーマ：日本に留学して学んだこと

◎ 応募資格：次の条件を満たす者

現在、さくら市の大学・大学院、専門学校、日本語学校に留学している外国人学生
※ただし、前回参加して受賞した人は、前回より上位のレベルに限り応募可。

◎募集期間：2020 年 9 月 23 日（水）～ 10 月 20 日（火）

◎賞及び賞品：

◇最優秀賞…1 名／賞状および図書カード 1 万円分
◇優秀賞…3 名程度／賞状および図書カード 3000 円分
※受賞者の発表は当協会ホームページにて 11 月 24 日(火)に、授賞式は当協会ホールにて 12 月 14 日（月）に行う予定です。

◎ 応募の決まり：

以下のレベルのいずれかを選択してください。
◇上級（Ｎ１程度以上）　日本語 2000 字以上 2400 字以下
◇中級（Ｎ２，Ｎ３程度）　日本語 1200 字以上 1600 字以下
◇初級（Ｎ４，Ｎ５程度）　日本語 600 字以上 800 字以下

〈作品の書き方〉
（1）日本語で書いてください。文字数は 1200 ～ 1600 字です。
（2）ダウンロードした原稿用紙を印刷して手書きしたもの、あるいはパソコンで入力して印刷したものを、必ず所定の表紙を付けて、下記まで郵送してください。
（3）未発表のものに限ります（他のコンテストなどに出したものは不可）

応募・問い合わせ

さくら市国際交流協会「留学生作文コンテスト」係
123-4567 さくら市○○町 1-2-5
ホームページ：http://www.XXXXXXXXXX.XX　　　Ｅメール：XXXX @ XXXXXXXXXXXX

⟶ p.186 に つづく

Lesson 45 Answers

Vocabulary

□ 上位：地位や順位が上であること。
　じょうい　　ちい　じゅんい　うえ

□ ～可：～が可能であること。～が認められること。
　　か　　　　　　かのう　　　　　　　みと

□ ～不可：～ができないこと。～が認められないこと。
　　ふか　　　　　　　　　　　　　　　みと

□ 賞状：certificate of merit ／奖状／ bằng khen/giấy khen
　しょうじょう

□ 授賞式：賞や賞品を与えるための式。
　じゅしょうしき　しょう　しょうひん　あた　　　　しき

□ 所定の：決められた。
　しょてい　　き

□ 表紙：cover ／封皮／ bìa
　ひょうし

✜ 次の条件を満たす者
　　　つぎ　じょうけん　み　　もの

⇒次の条件に合う人。
　つぎ　じょうけん　あ　ひと
E those who meet the following conditions
C 満足以下条件者
V Những người đạt được điều kiện tiếp theo đây

✜ ～に限る
　　　　かぎ

⇒～だけ認められる。
　　　みと

🔑 Point

問1　1→前回参加して受賞した人は、前回より上位のレベルに限り応募可。3，4→対象
とい　　　ぜんかいさんか　　じゅしょう　ひと　ぜんかい　　じょうい　　　　　かぎ　おうぼか　　　　たいしょう
は留学生だけ。したがって、答えは1。
　りゅうがくせい　　　　　　　　　こた

問2　1→優秀賞は3名「程度」。募集の締め切りは10月20日で、発表は11月24
とい　　　ゆうしゅうしょう　めい　ていど　ぼしゅう　し　き　　　がつはつか　　はっぴょう　　がつ
日。2→ダウンロードした原稿用紙を使わなければならない。したがって、答えは4。
か　　　　　　　　　　　げんこうようし　つか　　　　　　　　　　　　　　こた

答え　問1：1　問2：4

さくいん

INDEX
索引
Chỉ mục

● 監修者・著者

水谷 信子

（お茶の水女子大学・明海大学名誉教授、元アメリカ・カナダ大学連合日本研究センター教授）

● 著者

森本　智子（元広島 YMCA 専門学校専任講師）
黒岩 しづ可（元日本学生支援機構東京日本語センター日本語講師）
青木　幸子（松江総合ビジネスカレッジ専任講師）

レイアウト・DTP	オッコの木スタジオ
カバーデザイン	花本浩一
本文イラスト	太田 DOKO
翻訳	Alex Ko Ransom ／ Bret Mayer ／アガトス／司馬黎／王雪／李卓／ Nguyen Van Anh ／ Duong Hoa ／ Thuy Lan ／ Lai Thi Phuong Nhung ／ Nguyen Thi My Phung
編集協力	渡邉亜子

本書へのご意見・ご感想は下記 URL までお寄せください。
http://www.jresearch.co.jp/contact/

日本語 N2　文法・読解まるごとマスター

平成 30 年（2018 年）　8 月 10 日　初版 第 1 刷発行
令和 元 年（2019 年）　5 月　1 日　　　第 2 刷発行

監修者・著者　水谷信子
著　　　者　森本智子・黒岩しづ可・青木幸子
発　行　人　福田富与
発　行　所　有限会社 J リサーチ出版
　　　　　　〒 166-0002　東京都杉並区高円寺北 2-29-14-705
電　　　話　03(6808)8801（代）　FAX 03(5364)5310
編　集　部　03(6808)8806
　　　　　　http://www.jresearch.co.jp
　　　　　　twitter 公式アカウント　@ Jresearch_
　　　　　　https://twitter.com/Jresearch_
印　刷　所　中央精版印刷株式会社

ISBN 978-4-86392-395-9

禁無断転載。なお、乱丁、落丁はお取り替えいたします。